TÌNH NGHĨA MẸ CHA

TÌNH NGHĨA MẸ CHA
Thơ nhiều tác giả
Bìa: Nguyễn Thành
Trình bày: Lê Hân & Nguyễn Thành
Tranh bìa & phụ bản: Họa sĩ Lê Phổ
Đọc bản thảo: Vy Thượng Ngã & Nguyệt Mai
Nhân Ảnh Xuất Bản 2020
ISBN: 978-1989924372
Copyright © 2020 by Luan Hoan

NHIỀU TÁC GIẢ

TÌNH NGHĨA MẸ CHA

Tuyển thơ

NHÂN ẢNH
2020

LỜI THƯA ĐẦU SÁCH
Luân Hoán

Cũng như đa số sinh vật, con người tiếp tục gầy giống sinh sôi nhờ nhu cầu tình dục bẩm sinh. Khả năng tinh tế và thiêng liêng này nảy sinh và phát triển tình phụ tử, mẫu tử. Theo thời gian, có sự hoán đổi và giữ nguyên đến bây giờ: Tình Yêu đến trước tình dục. Chỉ là ý nghĩ cá nhân của tôi, sai đúng đều có thể nhưng không cần thiết biện luận rạch ròi. Chúng ta mừng trong cuộc sống có khối tình khởi từ huyết thống gia tộc, tuyệt nhất là cha con, mẹ con. Muôn đời đáng ngợi ca trước tiên. Riêng ở nước Việt chúng ta, tục ngữ, ca dao đã chuyên chở trách nhiệm này.

Đây không phải là tuyển tập, chỉ thuần túy tìm lượm và gom những gì bốn phương gửi góp, về một chủ đề bình dân, thông thường. Lâu nay tôi cứ đinh ninh rằng mọi người làm thơ, viết văn (chưa dám đề cập đến các sinh hoạt nghệ thuật khác) không nhiều thì ít đều viết về bậc song thân của mình. Nhưng khi bắt tay vào việc, thú thật tôi hụt hẫng biết mình sai lầm, và lẩn thẩn ngẫm bậy rằng: Những tài năng đích thực với danh thi sĩ, họ đều sớm trưởng thành không còn nương dựa nhiều vào mùi hương sữa mẹ, hơi ấm của lòng nôi, cùng những giọng hát đẩy đưa sự khôn lớn. Phải chăng tình yêu đích thực làm nên một nhà thơ là tình yêu nam nữ, kế đến tình dành cho quê hương đất nước? Hình như thơ viết về bậc sinh thành thuần túy thiên về dàn trải tình cảm rất phổ thông, không phù hợp nhiều với những suy nghĩ giàu tư tưởng cao xa của cuộc sống. Và thơ muốn được nhìn nhận là thơ, cần phải có chiều sâu của ý thức trước cuộc sống, do đó những người thành danh thi sĩ, nhà thơ, không quan tâm nhiều đến một tình cảm vốn có sẵn một cách tự nhiên, không hẳn họ thiếu yêu kính cha mẹ.

Từ cá nhân, tôi nghiêm chỉnh nhìn nhận mình chưa đủ trưởng thành, luôn còn phải bám víu lưng cha gối mẹ. Những bài thơ kêu thương nhớ nhung tình phụ mẫu không khác gì những giọng khóc nhè, dù đã được thay đổi phương cách, hình thức.

Nhà thơ Việt đương đại mỗi ngày một đông, tân hoặc cổ hình thức. Nhưng không nhiều người mặn mà với chủ đề này. Cuốn sách thay vì chờ đợi bài được gửi đến, tôi phải sưu tập thêm, bởi muốn có một tập hợp tương đối phương phi hình thức, không dám mong là đầy đủ và hoàn hảo ở nội dung. Tôi không sưu tập nhiều các bài thơ quá quen thuộc của thế hệ đi trước. Tuy nhiên tôi chọn bài thơ *Mất Mẹ* của nhà thơ Xuân Tâm để mở đầu trang thơ. (Bài ngũ ngôn này đã được Thích Nhất Hạnh trích dẫn trong bài tùy bút *Bông Hồng Cài Áo* – 1962 của nhà sư, nhưng có lẽ người ấn loát bỏ sót chú thích. Nhiều bạn đọc do đó không được biết nhà thơ xứ Quảng Nam, Xuân Tâm và thi phẩm *Lời Tim Non* của ông).

Những bài thơ trong phần sưu tập hầu hết đã được in trong các thi phẩm riêng của tác giả. Tôi thật sự không thể xin phép từng người. Mong rằng tác giả cũng như những người thân quyến thứ lỗi. Xin quí vị nhận nơi đây lòng chân thành cảm ơn của tôi.

Tuy không chia từng phần nguồn thơ riêng biệt, nhưng bạn đọc có thể nhận ra qua dòng ghi chú nằm ngay dưới tên mỗi tác giả:

- Nếu chỉ một danh xưng không ghi gì thêm, là tác giả ưu ái góp bài.

- Dưới tên đi kèm hai chữ "sưu tập" là copy những bài đã được phổ biến rộng rãi và người thực hiện sách thích, chọn.

- Những bài có đi theo quí danh "trích..." là những bài tự đánh máy, qua các tập thơ đã được gửi tặng, hiện còn giữ trong tủ sách.

Một điều tôi xin nói thêm, trong tuyển tập này, tôi không đặt nặng vào chủ đề "Cha dân tộc", "Mẹ anh hùng", nên tôi gác lại những bài chỉ thỉnh thoảng gọi lên một chữ "cha", chữ "mẹ" để làm cái đà mở ra những suy tư thân phận, đất nước. Những bài thơ này hầu hết hay, rất hay nhưng hơi xa với chủ trương tôi thực hiện. (Các bạn có thể còn gặp một đôi bài có chút ít như thế, nhưng tôi cân nhắc nội dung toàn bài có thể thích hợp).

Trong mọi tuyển tập thơ hoặc văn, sự chênh lệch giữa những sáng tác đương nhiên là có. Đề tài về cha mẹ tuy dễ viết nhưng khó hay. Ước lệ trong ngôn từ lặp đi lặp lại nhiều, nhưng khác ở hành văn, xem như chấp nhận được. Cũng mong quí bạn đọc thứ lỗi khi đọc những bài không được ưng ý.

Về việc chọn tên gọi cho tuyển tập cũng không đơn giản. Tôi đã nhờ đến bạn đọc góp ý, nhưng vẫn chưa có danh xưng nào thật sự vừa lòng. Nếu là tập thơ riêng, tôi có thể chọn: *Ủ Hương Cha Mẹ*. Nhưng đây là một công trình chung, tôi quyết định dùng bốn chữ giản dị quen thuộc hơn "Tình Nghĩa Mẹ Cha". Hy vọng với tên gọi này, các tác giả có bài tạm đồng ý.

Cuối cùng xin đa tạ những tấm lòng giúp đỡ, hỗ trợ cho cuộc chơi có điểm dừng lạc quan.

Trân trọng.
Luân Hoán.
19/3/2020, Montréal – Canada

TÌNH NGHĨA MẸ CHA

không "cha dân tộc", "mẹ anh hùng"
ổ hương này giữ ấm tình mẹ cha
vốn riêng của mỗi chúng ta
giàu nghèo có đủ bao la nghĩa tình

mọi hoa trên đời đều xinh
thơ về cha mẹ lung linh vui buồn
nghìn muôn năm giữa đời thường
con người trân quí mùi hương sinh thành

hai lá bùa nuôi đời lành
người xưa truyền lại đã thành nghĩa nhân
thơ chỉ là một bước chân
hình thức nhỏ nhất thành tâm tôn thờ

ổ thơ không hẳn là thơ
tấm lòng chân đủ ngọt ngào hương thơm
tâm hồn nương tựa tâm hồn
vinh danh chức phận sinh tồn tự nhiên

mỗi người có mẹ cha riêng
nhưng chung tình cảm thiêng liêng đời đời
biết yêu thương là thơ rồi
chữ nghĩa giúp thắp sáng ngôi sinh thành...

Luân Hoán

XUÂN TÂM

Tên thật Phan Hạp, sinh ngày 1/1/1916 tại Bảo An, Điện Bàn – Quảng Nam. Thông phán Kho bạc Tourane (Đà Nẵng), Giám đốc Ngân khố Liên khu V. Qua đời ngày 4/2/2012. Đã xuất bản 1 thi phẩm.

MẤT MẸ

Năm xưa tôi còn bé
Mẹ tôi đã qua đời
Lần đầu tiên tôi hiểu
Thân phận trẻ mồ côi

Quanh tôi ai cũng khóc
Yên lặng tôi sầu thôi
Mặc dòng nước mắt chảy
Là bớt khổ đi rồi

Độ nhỏ tôi không tin
Người thân yêu sẽ mất
Hôm ấy tôi sững sờ
Và nghi ngờ trời đất

Kìa nhà ai bên cạnh
Mẹ con vỗ về nhau
Tìm Mẹ tôi không thấy
Lúc buồn biết trốn đâu

Từ nay tôi hết thấy
Trên trán Mẹ hôn con
Những khi tôi phải đòn
Đau lòng Mẹ la lại

Hoàng hôn phủ trên mộ
Chuông Chùa nhẹ rơi rơi
Tôi biết tôi mất Mẹ
Là mất cả bầu trời.

AN NHIÊN

Tên thật Hoàng Ngọc Hùng Hưng, sinh và hiện sống tại Việt Nam, chỉ viết tình cờ, đôi khi.

BÀI THƠ ĐẦU TAY

Nếu như mẹ không mất
con đâu dám làm thơ
(bài này con tập viết
hẳn chưa được là thơ)

chữ con vốn là lệ
nhưng không giọt nước trong
chỉ một chiều lưu động
thầm chảy vào trong lòng

mẹ mất, con nhắm mắt
giống mẹ đang nằm im
nhưng rồi con mở mắt
trốn nhịp đập trái tim

trong khi mẹ mãi nhắm
vĩnh viễn không mở ra
để hiểu con đang nắm
tay mẹ, ngăn khóc òa

con không có em gái
chỉ hai thằng em trai
con chưa hề nạnh hẹ
gánh thân thương oằn vai

mẹ mất làm sao khóc
ai lo chuyện trong ngoài
trình báo chạy xin đất
sờ nắn lựa quan tài

đời buồn con chưa rõ
đời vui con chưa hay
quá nửa đời hạnh phúc
chăm dưỡng mẹ từng ngày

ngày mai ngày mai nữa
mình con trong nhà này
vào ra nhìn ảnh mẹ
lặng lẽ qua từng ngày

hương nhang từ buổi sáng
khói trầm đến giữa trưa
nửa đêm chợt thức dậy
mùi thương nhớ đong đưa

dù lòng buồn biết mấy
đói quá cũng thèm ăn
bếp nguội tro cũng lạnh
đứng nhìn lòng băn khoăn

mẹ ơi mẹ đại thọ
chín mươi cộng mấy năm
tự nhiên quên lửng mất
lật lưng ảnh đọc thầm

con à? còn nhỏ lắm
năm nay chừng sáu hai
độc thân không vui tính
chưa dám nghĩ tương lai...

MỘT BÀ MẸ CÙNG XÓM

xóm có bà công chúa
xóm có bà lao công
hai bà chỉ là một
đều vô cùng rộng lòng

bà là một người mẹ
một người mẹ bốn con
hai trai và hai gái
được sinh nở vuông tròn

gái đầu dòng máu Việt
khởi chảy bằng tình yêu
bom đạn không cho phép
bà hưởng hạnh phúc nhiều

trai kế cao dong dỏng
bàn tay hai màu da
lưng đen lòng trắng nõn
quà Phi châu gửi qua?

gái, trai sau kế tiếp
mũi cao da trắng tươi
mắt xanh tóc vàng óng
con đẻ ngỡ con nuôi

bốn con bốn tác giả
đã cộng sự cùng bà
tình yêu pha tình dục
lòng người mẹ bao la

người đời ái ngại ngó
với chút ít coi thường
hình như ít ai thấy
người phụ nữ đáng thương

bà không nhiều nhan sắc
nhưng con bà tuyệt vời
những đứa trẻ lộng lẫy
hiền ngoan như mọi người

tôi nhìn ra người mẹ
can đảm và giỏi giang
biết sống và dám sống
tròn sứ mệnh đàng hoàng

tôi tuổi đời lỡ cỡ
không thể là tình nhân
của bà, của hai cháu
nhưng giữ đẹp tình thân

nếu là thơ ca ngợi
về người mẹ Việt Nam
mẹ tôi và bà ấy
đáng chọn chữ lên trang.

THƠ VÀ BẢN TÍNH TỰ NHIÊN

đồng ý lặp theo mọi người
ngợi ca cha mẹ niềm vui vô bờ
tập trải lòng lên câu thơ
cổ hình thức rất ngây ngô bình thường

hò vè lồng với cải lương
ca trù hát xẩm chơi luôn nam bình
dù chưa chở đủ nỗi tình
dành dâng lên đấng sinh thành ra ta

thật thà chữ nghĩa văn hoa
hẳn cũng một cách thiết tha tỏ bày
nhìn theo từng cánh chim bay
tha mồi về tổ lòng đầy nhớ nhung

đã đi từ biển đến rừng
đã qua nhiều quốc gia... cùng điểm chung
kính yêu cha mẹ không cùng
trời sinh bản tính rập khung tuyệt vời

thơ thẩn bày vẽ thêm chơi
cuộc chơi lý thú của người thương yêu.

BẮC PHONG

Tên thật Kiều Duy Phong, sinh năm 1953, Bắc Việt. Định cư tại Montréal từ 1975. Hiện ở Toronto – Canada. Đang chủ trương trang web Sáng Tạo. Đã xuất bản 1 thi phẩm.

BUỒN TÔI BẤT HIẾU

nhìn người nước mắt Vu Lan
xót xa tôi cũng lệ tràn khóe mi
vừa thương vừa hối cũng vì
ít săn sóc mẹ những khi cận kề

đời tôi lầm lỗi u mê
nghĩ mình bất hiếu buồn tê tái lòng
mẹ già hiu hắt chờ mong
như nến trước gió tắt trong lúc nào

xa mẹ bỏ mẹ tuổi cao
vì lo cơm áo lao đao với đời
tính tôi ít nói đành rồi
thương mẹ mà vẫn kiệm lời nói thương

tóc tôi giờ cũng muối sương
mà mẹ chẳng được sống nương nhờ mình
Vu Lan đọc sám hối kinh
vì không báo hiếu được tình mẹ tôi.

THƠ TIỄN MẸ HIỀN

di cư từ bắc vào nam
thầy mẹ dắt díu một đàn con thơ
tưởng bên nhau sống tự do
nhưng thầy mẹ lại đôi bờ cách chia

thầy bị tai nạn đụng xe
chống chỏi thương tích đến khi qua đời
thầy mất, mẹ ngoài bốn mươi
ở vậy nuôi nấng nên người các con

lúc vui lúc dạ héo hon
nặng tình mẫu tử làm tròn chức năng
thức khuya dậy sớm chẳng màng
dầm mưa dãi nắng bán buôn tảo tần

mẹ quê mùa chỉ học vần
nhưng dạy con sống nghĩa nhân với đời
con khôn con dại đành thôi
con nào mẹ cũng hết lời khuyên răn

anh con lính trận hy sinh
nhiều năm mẹ sống ruột gan héo sầu
đi chùa lễ Phật mẹ cầu
nguyện cho đất nước sẽ mau thái bình

qua bao khổ cực gian truân
nuôi con trách nhiệm mẹ hiền tạm xong
các chị em con lấy chồng
có thêm cháu ngoại mẹ bồng ẵm vui

rồi khi vận nước đổi dời
bỏ xứ mẹ phải sống đời lưu vong
gần bảy mươi vẫn đi làm
gửi tiền giúp đỡ các con quê nhà

thời gian thấm thoát trôi qua
thêm cháu nội mẹ mong gì nữa đâu
các con hòa thuận với nhau
yêu thương đùm bọc khác nào thuở xưa

mẹ yếu con chẳng vẹn lo
viện dưỡng lão mẹ nương nhờ mấy năm
càng ngày càng lãng trí thêm
mẹ cố gắng nhớ đếm tên con mình

như đèn dầu đốt cạn dần
hắt hiu mẹ sống với thân gầy mòn
đêm cuối thoi thóp nhịp tim
rồi mẹ vĩnh biệt an nhiên đời này

từ xa về kịp con may
được an ủi mẹ nắm tay chẳng rời
con đau lòng lắm mẹ ơi
luống tuổi vẫn thấy mồ côi lạc loài

con mang ơn mẹ cao dày
cầu xin Phật Tổ Như Lai độ trì
mẹ ơi sinh ký tử qui
hãy theo ánh đạo tìm về vãng sinh.

BẠCH XUÂN PHẺ

Bạch Xuân Phẻ (Bạch X. Khỏe) sinh năm Bính Thìn tại Vũng Nồm, Phước Lý, Quy Nhơn, Việt Nam. Quê mẹ của anh ở Vĩnh Hội, Cát Hải, Phù Cát, Bình Định. Định cư ở Hoa Kỳ từ năm 1991 và đang giảng dạy Hóa học và Hóa học danh dự cho Trường trung học Mira Loma tại thủ phủ Sacramento, CA.

CẠO TÓC TIÊN CHO MẸ

Mẹ xả tóc Mẹ xả luôn phiền não
Hạt Bồ Đề tỉnh giác niệm Nam mô

Cạo tóc Mẹ lệ nhòa khóe mắt
Tóc bồng bềnh mềm mỏng lụa là
Mái tóc bạc sương trời đã ủ
Bao thời gian hương tóc thơm lừng

Từ khi đẹp đôi, Ba Mẹ chung lưng
Mẹ chưa có khi nào đi cắt tóc
Mẹ giữ tóc như Sơn hà gấm vóc
Như giữ cuộc tình sáu chục năm tròn

Cạo tóc Mẹ buồn vui lẫn lộn
Mẹ xả đi dấu sống muộn phiền
Chưa mất đi những ngọn đẹp như sen
Và giống quá! Mẹ hiện thân của Ngoại

Mẹ và Ngoại hai người hiền như Bụt
Luôn hy sinh, dạy dỗ đàn con thơ
Mẹ là tình thương từ vô thủy hoang sơ
Cho đến cõi vĩnh hằng đều có Mẹ

Đối với chúng con, Mẹ là Bồ Tát
Cuộc đời này, có Mẹ bỗng đẹp hơn
Nguyện Người sống để chúng con đền ơn
Vì Tình Mẹ mênh mông như Ngân hà bất tận.

ÁO BA LÀM ẤM QUÊ HƯƠNG

Mùa Đông lạnh cùng Ba đi mua áo
Ba tươi cười làm con cũng vui theo
Nhưng rồi lại, "Con ơi sao đắt quá!"
Số tiền này con hãy gửi về quê
Giúp người nghèo khổ, thiếu cơm thiếu áo
Hay giúp người thân quen, còn ngặt nghèo
Hay cho cháu chắt đủ tiền ăn học
Thân Ba già ăn mặc có bao nhiêu...

Những lời Ba đã dạy con đủ điều
Đất nước điêu linh người dân thống khổ
Bụi bặm cuộc đời, nên gội rửa đi!
Lời Ba thổ lộ còn nhiều điều
Ích kỷ lộng hành làm sao giúp nổi
Cứu quê hương khỏi những tang thương
Cái gì thiếu đạo đức cũng đáng buồn
Thiếu nhân bản lấy gì vun tình nghĩa

Sống vui vẻ thanh tao để đời không mai mỉa
Này con yêu ơi! Con hãy sống an lành
Chân thật vị tha giữ gìn nhân cách
Sống bình dị, biết yêu thương con nhé!

Lời Ba dạy như chút phước sương nhỏ bé
Mang từ bi gieo hạt đợi mong
Mùa Đông lạnh, nuôi mầm Xuân hy vọng
Hạnh phúc này chính là áo của Ba!

BÙI VĨNH HƯNG

Dùng tên thật, sinh năm 1941 tại Thái Nguyên. Năm 1954 vào Sài Gòn, năm 1995 định cư tại Hoa Kỳ?! Có thi phẩm đã xuất bản.

BIỂN VÀ MẸ

biển mênh mang vời vợi
mẹ bao la nỗi lòng
biển bềnh bồng trăm hướng
mẹ chỉ về với con

biển xanh màu hư ảo
mẹ xanh màu gian lao
biển nồng nàn muối mặn
mẹ ngọt ngào ca dao

biển ung dung nhàn hạ
mẹ vất vả quanh năm
biển vui mừng bão tố
mẹ vui mừng con ngoan

biển lãng quên tuổi tác
mẹ lãng quên tháng ngày
thời gian làm sóng bạc
tóc mẹ trắng như mây

biển nghìn năm ân hận
hát lời kinh ăn năn
mẹ một đời mãn nguyện
ru lời ru tình gần.

BÀI THƠ VỀ MẸ

1.
đường không xa – nắng đẹp
nhớ mẹ con muốn thăm
chợt đau – con bất hiếu
giữ con yên chỗ nằm

2.
thương mẹ nhưng lời suông
chỉ con tim khóc thầm
con nghe trong tim mẹ
cũng thổn thức tình thâm

3.
tuổi mẹ tám mươi lăm
tuổi con cũng lục tuần
mẹ nhìn con chớp mắt
cho giọt lệ vừa lăn

4.
mẹ giờ như buổi hoàng hôn
lung linh chút nắng cuối đường nhân duyên
chuyện đời lúc nhớ lúc quên
chỉ còn giữ lại bóng hình quê hương
mẹ giờ lãng đãng như sương
tưởng như cõi tạm vô thường cũng vơi
mẹ như cánh hạc trên đồi
còn lưu luyến chút mây trời phù du.

(trích *Nỗi Nhớ Còn Xanh*)

CÁI TRỌNG TY

Không cho năm sinh, nơi ra đời Thừa Thiên Huế. Hiện ở Mỹ. Có 2 tác phẩm đã xuất bản.

MẸ

đêm ấy giữa mịt mù sóng biển
con đã xuống thuyền
sinh tử đỏ đen
ngoảnh lại bờ xa
lờ mờ phố nhỏ
Mẹ vẫn đứng ngồi với ngọn đèn khuya
thắp lại nén nhang
bàn thờ tiên tổ
nguyện cầu cho con
sóng nước bình yên

căn nhà mẹ một đời con khôn lớn
nay đành đoạn ra đi
chốn thân yêu bỗng biến thành thù hận
nơi mặt nạ người thân
kết chùm oan khuất
mới hôm qua đầy tràn hạnh phúc
Mẹ vui mừng
đón người con tập kết trở về
nhưng có đâu xa ngậm ngùi chua chát
mong ngóng gì đây
nam bắc tử sinh

lửa hận thù đun sôi nồi chủ nghĩa
biến kẻ thân yêu thành đứa vong ân
bào mòn đạo lý
dứt tình mẹ con xé nát anh em

đêm nay mưa ướt trong hơi thở
đêm đoạn đành con phải vượt biên
thuyền giữa biển khơi
mịt mù ranh giới
con chỉ muốn quay về hơi ấm mẹ thôi
nhớ thương quay quắt trong lòng
đời mẹ ngày một héo hon
nỗi mất còn lưỡi hái vô minh
sâu thẳm trong tim
ngọt ngào tiếng mẹ
một đời con
chú ve sầu chưa lột xác
nhặt nhạnh thu gom
di sản hao mòn
tóc mẹ ưu phiền thêm bạc trắng
cánh buồm phơ phất giữa trùng dương.

CAO NGUYÊN

Cao Nguyên là bút hiệu của Lưu Trọng Cao Nguyên. Sinh ra và lớn lên tại Sài Gòn. Bắt đầu làm thơ từ những năm theo học Y Khoa ở Toronto – Canada. Hiện đang cư ngụ tại Nam Cali cùng với nàng thơ và hai con trai. Đã xuất bản 1 thi tập.

VẨN VƠ

Có những hôm buồn mơ vẩn vơ
Lời thơ không viết, ý thơ nhiều
Chiều buồn đến tận ngoài hiên vắng
Chỉ thấy lòng mình nặng cô liêu
Yêu ai chẳng biết mà thương nhớ
Dẫu cố nhân về trong giấc mơ
Cũng ngỡ mây trời bay lạc lối
Vì tình đã chết buổi ban sơ.

Lưu Trọng Hồ (bố của Cao Nguyên)
Sài Gòn, 1962

CÓ BAO GIỜ MÂY TRẮNG MƯA

Gặp lại người ngỡ tỉnh ngỡ say
Như trang ước mơ xưa ai giở lại
Như lá rơi một tờ lạc lối
Vào vườn thu vàng ối trong tôi
Em ơi, tuy hồn tôi không ranh giới
Nhưng em thôi tùy ý vào ra
Kẻo hạt yêu đương lại trỗi mầm quằn quại
Dù có bao giờ mây trắng mưa!

Toronto, 1987

CÁI BONG BÓNG XANH

Ra khỏi tay thằng nhỏ
cái bong bóng màu xanh
bay thật nhanh thật xa
đến mặt trăng buổi sáng

Hết còn nghe tiếng của
hai bố con thằng nhỏ

Hai bố con như hai ngón tay
mất vào công viên vàng cỏ

Bốn mươi mấy năm qua
ở xứ người cỏ xanh
thằng nhỏ nay cũng là Bố

Nhặt xác cái bong bóng
đã hết xanh

"Con trai Bố không khóc
để dành nước mắt cho quê hương".

Nam Cali, 2018

CAO THOẠI CHÂU

Tên thật Cao Đình Vưu, sinh năm 1939 tại Giao Thủy – Nam Định. Thành danh trước 1975 tại miền Nam Việt Nam. Hiện ở TP.HCM. Đã xuất bản trên 6 tác phẩm thơ, văn.

MẸ ƠI
Gửi 100 con của Mẹ

Đội hoa mẹ bước lên thuyền
Theo chồng để lại cánh tiên trên bờ
Ngày vui mẹ thật không ngờ
Sinh ra cả một cõi bờ giang san

Mẹ sinh ra một trăm con
Trời sinh biển, đất sinh hòn núi cao
Ngàn năm rồi triệu năm sau
Sóng triều biển mẹ dạt dào hiển linh

Trăm năm có lúc lênh đênh
Ngàn năm lên thác xuống ghềnh, mẹ ơi
Mẹ cho tiếng khóc câu cười
Thì đi cho trọn kiếp người buồn vui

Chân đạp đất đầu đội trời
Thân cò cánh mỏng kiếm mồi ven sông
Đục trong con nước đôi dòng
Đục trong khép lại một vòng tử sinh!

Nhận của mẹ đôi cánh tiên
Chiều nay biển động hãi hùng mẹ ơi!

5/7/2019

NÓI VỚI MẸ NHƯ THƯA VỚI NƯỚC

Mỗi khi thương lấy nước của mình
Lòng chùng xuống như đứa con thương mẹ
Lưng tròn một kiếp long đong
Năm tháng bụi mờ theo gánh hàng rong
Mẹ về chiều gió bay tơi tả

Mẹ đi mẹ về theo nước trên sông
Nước sông ơi khi ròng khi lớn
Mẹ đi mẹ về theo lá trên rừng
Tan tác những chiều mệt lả
Đời mẹ như vuông cỏ úa
Lệ rơi nhiều những tháng năm không

Mỗi khi nhớ mình còn có nước
Buồn căng ra thẳng cánh cò bay
Dăm sợi khói mỏng manh ôm mái bếp
Tắt lịm đời hoang dưới chân ngày
Và như vậy, cứ mãi lòng như vậy
Tiếng gọi sắc như kim chảy máu
Dẫu linh hồn không phải đứa con hoang

Mỗi khi nhớ giữa chiều xa thẳm
Trái tim sầu đau quá, mẹ ơi
Nước còn đây dưới một khung trời
Từng tấc đất con sâu cọng cỏ
Từng phiên chợ xa, từng nấm mộ
Con đò cắm bến đìu hiu

Và những khi thương lấy nước mình
Nghe rầm rập trong mạch máu
Những đời không nơi ẩn náu
Bão tràn về bão quá vô tâm

Tình với nước như gái trai chung thủy
Hai người còn một trái tim thôi
Lá thương cây không rụng mùa thu đến
Hoa xinh xinh chỉ biết đẹp cho người

Nói với nước mà như thưa với mẹ
Nỗi đau không nói hết, mẹ ơi!

CẨM TÚ NÀY LÀ CỦA MẸ CHO CON

Giáng sinh ra giữa thánh thần
Bởi đâu con lỡ làm thân giang hồ!

Thương con Mẹ bắc cầu kiều
Vô tình tay Mẹ gõ vào tay kia
Nhói đau biết đến bao giờ
Kể từ khi ấy lời ru Mẹ buồn

Cái đau truyền xuống cho con
Đau từ thể xác linh hồn đau ra
Đau gần nối tiếp đau xa
"Đứt thôi lại nối thấp đà lại cao" (*)

Mẹ sinh chiếc lá màu xanh
Trải bao mưa nắng không thành lá khô
Chiều chiều ra đứng ven hồ
Soi trong mắt Mẹ lững lờ lá bay

Mẹ sinh câu hát ca dao
Như tấm lụa đào bọc lấy thân con
Mẹ ơi mây núi gió rừng
Càng ra tới biển càng không lối về?!

Con bơi như cá Mẹ ơi
Bão dông thôi cũng trùng khơi một dòng
Sông bao nhiêu nước ai đong
Cá bơi vào lưới, chạnh lòng Mẹ ơi.

(*) Chinh Phụ Ngâm.

CAO XUYÊN

Tên thật Cao Tý Năm, sinh 27/3/1958 tại Nghĩa Hành – Quảng Ngãi. Thường trú Xuyên Mộc – Bà Rịa Vũng Tàu. Đã có thi phẩm xuất bản năm 2012.

NGŨ NGÔN VỀ MẸ

21.
mẹ gieo mầm ca dao
trên cánh võng lụa đào
bón thương dòng sữa ngọt
con gặt mùa Ly Tao

49.
thơ từ vòng nôi mẹ
thơ từ vòng tay em...
đời ngắt đi đôi cánh
nhờ thơ ta bay lên

52.
chỉ một túp chùa cỏ
đuốc tuệ làm linh thiêng
chỉ một vành nôi nhỏ
mẹ cho con thiên đường

63.
mẹ cong oằn tấm lưng?
không. mẹ trương cánh cung
mũi-tên-con ngoan nhé!
bay thẳng đến hồng tâm

65.
ngoài kia chiều đã tắt
mẹ thắp hương bàn thờ
đứa nón cối, nón sắt
thêm một ngày bơ vơ.

78.
ba mươi năm theo chồng
quê cũ mòn mỏi trông
mẹ đi, con về trễ
khăn tang quấn cả lòng

(trích *Từ Vầng Trăng Mười Sáu*)

CHU NGUYÊN THẢO

Tên thật Nguyễn Văn Thảo. Xuất thân trung học Kỹ Thuật Đà Nẵng, đại học Kiến Trúc Sài Gòn. Hiện định cư tại Hoa Kỳ. Đã có thi phẩm xuất bản.

CON VỀ KHÓC GIỮA HƯ KHÔNG

Được tin cha vào bệnh viện
Con ngồi nhìn nắng qua hiên
Thầm nghĩ cha không về nữa
Giật mình!
... chiều đã vào đêm

Con về ngang biển Thái Bình
Con về ngang núi Thái Sơn
Con về quì bên chiếc lá
Con về quì dưới gốc cây

Con quì như con dế nhũi
Con quì như con đười ươi
Con quì im trong chiếc lưới
Con quì bất lực kiếp người

Cha ơi!
Cha an nghỉ đâu?
Quê hương là quả địa cầu
Hay là mảnh vườn thôn nhỏ
Chôn sâu kỷ niệm ban đầu

Con về ngược lên dòng sông
Tìm về đầu nguồn biển rộng
Thái Sơn trời cao lồng lộng
Con về khóc giữa hư không.

PHIÊN CHỢ MÙA ĐÔNG

Mẹ đi phiên chợ mùa đông
Mặc cho nước lũ cuốn dòng sông trôi
Con đò ra giữa sông rồi
Mẹ làm con kiến cho tôi thành người

Mẹ đi phiên chợ đất trời
Trên đôi vai nặng cuộc đời các con
Chuyến đò giã biệt bến son
Mẹ làm chiếc võng ru con vào đời

Mẹ đi phiên chợ xa vời
Mang theo tiếng nói nụ cười yêu thương
Con đò rời bến cố hương
Mẹ làm trăng khuyết trong vườn cô đơn

Mẹ đi phiên chợ trống trơn
Mua linh hồn đá về sơn, khóc thầm
Con đò chở những tượng câm
Mẹ đem về khắc chữ tâm vào tình

Mẹ đi phiên chợ nhân sinh
Con về chờ dưới mái đình quê xưa
Con đò chiều vắng ai đưa…?
Qua dòng sông cạn và thưa thớt người

Mẹ đi phiên chợ cuối đời
Dòng sông quê cũ hát lời ca dao
Con về nhỏ giọt máu đào
Cho dòng sông vẫn ngọt ngào… mẹ ơi!

CUNG TRẦM TƯỞNG

Tên thật Cung Thúc Cần, sinh năm 1932 tại Hà Nội, từng du học tại Pháp và Hoa Kỳ. Hiện sống tại Saint Paul, Minnesota – Hoa Kỳ. Hội viên liên kết Văn Bút Pháp. Đã có trên 4 tác phẩm xuất bản.

BÓNG MẸ CHIỀU THU

Mẹ gầy guộc đến thăm con hấp tấp
quẩy gánh về chiều sập ở non Tây
mưa gió quất lưng tre cong phần phật
bóng mẹ mờ lần khuất giữa mù mây

Đất lầy lội, đường quê trơn khấp khểnh
mẹ long đong lận đận dáng lưng gù
mảnh trời xám kẽm gai rào bấu nát
mẹ đi rồi, xào xạc cả trời thu

Mẹ là mẹ chú em nào hình sự?
dáng lưng gù làm nhớ đến mẹ tôi
mẹ nẻo xa mưa nắng ắt bồi hồi
ai đỡ mẹ đi nghiêng sầu góa bụa?

Mưa gió quất lưng tre còng vất vả
vóc mai kia na ná nét hao mòn
của mẹ ruột quần đau cho tiếng khóc
đến cuối đời lại chong bóng chờ con

Con của mẹ giờ nằm trong ngục thất
vận nước nghèo lại gặp phải thời xui
bao thanh xuân hảo vọng bị chôn vùi
đồng lúa mới chết non từng nhánh mạ

Trời Nam ấy huyên rơi vàng mấy lá?
chiều nơi đây trời giá phủ sương đầy
xin thử hỏi lòng con như tấc cỏ
sao báo đền tình mẹ ngất tòa mây

Con xin hứa, lại một lần nữa hứa
nợ ơn đời sẽ trả trọn nay mai
đỡ mẹ đi thư thái nốt đường dài
để có một lần mẹ vì con ngẩng mặt.
trại tù Hòa Bình, 1978

(trích *Lời Viết Hai Tay*)

DAN HOÀNG

*Dùng tên thật, làm thơ trước 1975.
Hiện sống tại California – Hoa Kỳ.*

HƯƠNG LÒNG

Nhớ hôm trước con về thăm Mẹ,
Viếng mộ Thầy ngày lễ đầu năm.
Mẹ, con... khấn nguyện lâm râm,
Cầu xin Thiên Chúa xóa phần tội nhân.

Khói hương trầm quyện làn gió sớm,
Thoáng mây đưa vươn lượn trời cao.
Lộc Lâm một buổi tương tao,
Cạnh Thầy, bên Mẹ, bên nào cháu con.

Lòng u uất chẳng còn kể xiết,
Hồn nghẹn ngào đau xót dạ con.
Hôm đi Thầy vẫn ôn tồn,
Mà nay về đến Thầy hồn xa xăm.

Mẹ héo hắt thân gầy tóc bạc,
Mắt lệ mờ chân bước run run.
Trải bao dâu bể dập dồn,
Gia đình tan tác, con thời bôn ba.

Tưởng Mẹ con mãi là gần gũi,
Phút tương phùng bao nỗi hàn huyên.
Ngờ đâu một sớm mai lên,
Mẹ ơi! Mẹ hỡi. Mẹ yên ngủ rồi.

Con xa Mẹ thêm vời nỗi nhớ.
Con khóc Mẹ lệ nhỏ mồ côi.
Mẹ ơi! Mẹ đã xa đời,
Vầng trăng khuất núi, đất trời bơ vơ.

Người bao tuổi trẻ thơ thành nhớn?
Mất Mẹ rồi. Con lớn được sao?
Dù công danh toại thế nào,
Đời mà thiếu Mẹ xôn xao nỗi buồn.

Sáng nay bỗng mưa tuôn ủ dột,
Chốn quê người con đốt nén hương.
Rưng rưng dòng lệ chảy tuôn,
Nhạt nhòa bóng Mẹ khói vương mịt mờ.

Con chắp tay khấn nhờ ơn Chúa,
Ngài thương tình ân xóa tội nhơ.
Nguyện xin ơn Chúa vô bờ,
Rũ tình thương đến linh hồn Maria.

(Ngày giỗ Mẹ – Phố Biển, July 24th 2016)

DUNG THỊ VÂN

Bút hiệu Lan Chi, Dung Vân. Sinh ngày 29/10/1955 tại Đức Trọng, Lâm Đồng. Hội viên Hội Nhà văn Thành phố HCM. Hiện sống tại TP.HCM. Đã có trên 4 tác phẩm xuất bản.

CẦN CÓ MẸ

Nhìn về cố hương con nhớ mẹ!
Chai sạn miếng đời nước mắt bện triền sông
Gom bao lần
Con chan cơm cùng mẹ?

Khuyết mãi nhọc nhằn
thương mẹ kiếp Kiều nương
Mẹ ơi!
Trải lòng muôn vá víu
Buổi kiêu tà
Con vẫn cần
Vòng tay mẹ
Thắp chiều hôm.

KHÓC MẸ

Mẹ đi
Trời đất cùng con khóc
Tiễn mẹ
nghìn thu hóa cõi vàng

Con gọi mẹ trắng đêm dài bạc giọng
Mẹ đi rồi côi quạnh phủ hồn con
Bao nhiêu nước mắt tràn ra biển
Cả nửa địa cầu trong đớn đau
Giọt nào giờ cũng òa nhau vỡ
Nhỏ xuống lòng con tím nhuộm màu

Mẹ ơi
Sao không đợi con về
Phút lâm chung
con chẳng nhìn thấy mẹ

Đêm nay
Khăn trắng trải vầng trăng
Mẹ đi xa mãi
Nghìn thu nghẹn bờ.

HƯƠNG ÁNG MÂY

Mẹ ơi
Sắp đến giờ di quan
Con quặn từng khúc ruột
Con mất mẹ thật rồi
Áo trắng đọng lễ nghi

Còn giây phút cuối – trong thiên địa
Xác mẹ nằm kia cõi đoạn trường
Lòng đau con chảy về phương tận
Đón gió mùa phai trải cuối lòng
Con vịn một trời
– đau trăm nẻo
Chẳng ai thay được bóng mẹ già
Không ai thay được
– con tim mẹ

Mảnh trời này
Đang vò nát trái tim con
Lệ tràn tiễn mẹ hoen môi mắt
Mẹ ơi thôi nhé biệt muôn trùng

Ngày mai
– con đứng bên nhang ảnh
Mẹ có hiện về soi bóng con.

NGÀY CỦA MẸ

Là hai tháng – hai ngày mẹ mất
Tháng ba buồn khóc mẹ đến hôm nay
Mẹ về đâu mà biền biệt nước non này
Thương tiếc quá mẹ ơi lòng muôn mảnh

Mẹ ra đi cả đất trời neo quạnh
Nắng rát cô đơn bùng sợi tím ven đồi
Cỏ cũng xanh xao bật mầm đau sốt úa
Đất cũng thở than nứt nẻ vết hạn trời
Ngày của mẹ
Bây giờ con đã hết
Những thương yêu ngoặc ký ức vuông tròn
Đóa hoa tươi giờ ghép cùng nhang khói
Mẹ có về không miền miên tịnh vĩnh hằng

Ngày của mẹ
Còn tấm hình – con với mẹ
Giờ đã thành cổ tích mẹ kể xưa
Bạch nguyệt đêm nay
Thiên hà huyền loang tận
Vũ trụ này
Ngàn tiếng nấc bật cùng con.

MẸ ĐI ĐEM CẢ TRỜI CỔ TÍCH

Nhớ mẹ tâm dòng thơ quặn nhói
Tang lòng đau đớn quá mẹ ơi
Vết thương không xước mà máu chảy
Lệ rỏ trong tim quyện mấy đời

Nhớ thương – thương tiếc bao đêm trắng
Khóc mẹ nghìn thu cạn suối vàng
Từ đây – mãi mãi không còn thấy
Mẹ đã tàn thiêng cõi địa đàng

Một trăm ngày khóc trong tang mẹ
Áo trắng đọng thâu gót con về
Mẹ đi đem cả trời cổ tích
Ru giấc mơ nồng con đêm mê

Chiều trải hiên trời – đom đóm bay
Yên tịnh từ đây – trả kiếp này
Nghìn năm nắng trải vàng nguyệt quế
Mẹ về miên tận chốn Bồng Lai.

DƯ MỸ

*Hiện định cư tại Boston – Hoa Kỳ.
Đã có thi phẩm xuất bản.*

TIẾNG ẦU Ơ CỦA MẸ

Từ con
Khóc tiếng chào đời
Đã nghe được khúc à ơi Mẹ hiền
Mẹ nhìn
Như một Bà Tiên
Dìu con tránh những oan khiên cuộc đời

Công ơn Mẹ
Như biển, trời
Mẹ muôn năm vẫn tuyệt vời trong con
Cho dù
Biển cạn non mòn
Mẹ vẫn đẹp tựa trăng tròn mùa thu.

Chừ con
Tóc đã bạc phơ
Vẫn nghe vọng tiếng ầu ơ Mẹ hiền.

CHA TÔI

Đêm xứ người vọng về cố xứ
Bảy thu rồi con đã mất Cha
Phút lâm chung không nhìn Cha được
Nên trọn đời mang nỗi xót xa

Cha cũng đã một thời sinh tử
Cũng giày sô, áo trận phong sương
Quên thân mình không nề gian khổ
Vẫn miệt mài theo với quê hương.

Cha một đời đường trần xuôi ngược
Quên nhọc nhằn dìu dắt chúng con
Lòng Mẹ như sông dài biển rộng
Công ơn Cha nặng tựa Thái Sơn

Cảm ơn Cha băng đèo vượt suối
Thăm con tù tận chốn Trường Sơn
Cha nhìn con như người rừng rú
Mắt Cha buồn nhỏ lệ hoàng hôn.

Cha yên giấc trong lòng Đất Quảng
Vẫn uy nghi như đỉnh Ngọc Linh
Mẹ là dòng Thu Bồn xanh mát
Quyện theo Cha cho trọn nghĩa tình

Con đốt nén hương trầm tưởng nhớ
Ơn sinh thành muôn thuở không phai
Con cầu nguyện hồn Cha thanh thản
Được yên vui dưới cõi tuyền đài.

Đông Bắc Mỹ, 12/2017

VU LAN THÈM TIẾNG MẸ ƠI!

Đêm Vu Lan viễn xứ
Mơ mùa thu quê nhà
Lung linh hình bóng Mẹ
Chập chờn tận cõi xa.

Con cuối đời lưu lạc
Dẫu khoác áo phồn hoa
Vẫn vọng về quê cũ
Xanh xanh rặng tre già

Nhớ mẹ từ sáng nắng
Tần tảo đến chiều sương
Oằn đôi vai lận đận
Gánh đầy tình yêu thương.

Mẹ là dòng suối ngọt
Tắm mát cả đời con
Con ngày càng tươi tốt
Mẹ xác thân héo mòn.

Cài đóa hoa hồng trắng
Đã mười chín năm trời
Bây giờ đầu bạc tóc
Còn thèm gọi Mẹ ơi!

Đêm thu buồn đất khách
Ngước nhìn vì sao băng
Nguyện cầu hương linh Mẹ
Yên vui cõi Vĩnh Hằng!

MẸ TÔI HỒN PHỐ QUÊ NHÀ

Đêm Bắc Mỹ tôi nằm mơ về phố
Hội An ơi! Tuổi nhỏ của tôi ơi
Nơi sinh ra cất tiếng khóc chào đời
Và khôn lớn theo lời ru của Mẹ.

Mẹ tần tảo bao tháng ngày lặng lẽ
Oằn đôi vai hai buổi chợ đi về
Áo cơm đời nặng trĩu bước chân quê
Mẹ an phận mà không hề than vãn.

Lòng Mẹ đẹp như trăng rằm soi sáng
Dắt dìu con qua những tối mù sương
Là Thu Bồn mang dòng nước quê hương
Tưới mát dịu lòng con ngày oi bức.

Thời chinh chiến Mẹ bên đèn thao thức
Lời kinh cầu gửi tận chiến trường xa
Mong con về rầm rập tiếng quân ca
Hoa chiến thắng cài trên vai áo trận.

Mẹ đâu ngờ quê hương thời mạt vận
Bao đau thương uất hận dưới gót thù
Tiếng oán hờn vang vọng đến thiên thu
Nước mắt Mẹ tiễn con vào tù tội.

Mẹ cầu nguyện thì thầm trong đêm tối
Đau xé lòng nhìn con cảnh cùm gông
Manh chiếu cùn che giá rét Trường Sơn
Gô cơm sắn lót lòng cùng nước muối.

Rồi một hôm Mẹ mừng mừng tủi tủi
Đón con về từ rừng núi thâm u
Trên lưng con còn đậm vết roi thù
Và thân xác đã héo mòn tơi tả.

Con đau xót nhìn phố phường xa lạ
Cam phận đời với gạo chợ nước sông
Dù đau thương vẫn hy vọng trong lòng
Qua đêm tối ngày mai trời lại sáng.

Rồi con cũng thoát qua vòng khổ nạn
Mẹ đau buồn khóc tiễn bước con đi
Đời lưu vong đâu có hiển vinh gì
Thân ly xứ cũng mang nhiều tủi phận.

Mẹ ở lại tiếp bước đời lận đận
Nhớ thương con sáng tối mỏi mòn trông
Rồi âm thầm trong giá rét chiều đông
Mẹ nhắm mắt xuôi tay về với đất.

Hồn linh Mẹ như Thu Bồn xanh ngát
Như mây trời bàng bạc đỉnh Ngọc Linh
Như câu ca xứ Quảng đậm nghĩa tình
Mẹ đã hát ru con thời thơ dại.

Đêm xứ người con vẫn còn mơ mãi
Con sẽ về trở lại với Hội An
Bằng nắm xương hay một lọ tro tàn
Xin yên giấc nghìn thu bên mộ Mẹ.

Đêm hoang vắng nghĩa trang buồn quạnh quẽ
Con thả hồn theo gió nhẹ xa đưa
Thăm bạn bè chiến hữu thuở xa xưa
Đã ngã xuống để bao người được sống.

Đêm con vẫn như người trong cõi mộng
Vẳng bên tai tiếng Mẹ tận quê nhà
Mẹ trong hồn dù Mẹ ở rất xa
Con mơ phố là con mơ về Mẹ.

ĐAN THANH

Tên thật Đặng Thị Thành, sinh ngày 12/10/1946 tại Đại Lộc, Quảng Nam. Hiện ở tại Đà Nẵng. Đã có hai tác phẩm: một văn, một thơ xuất bản.

KHÔNG ĐỀ

Con dạo phố với người tình
Ngang qua mẹ
Làm như mình không quen
Mẹ gầy
Bạc phếch áo nâu
Hiểu ra...
Nghiêng nón cúi đầu
Rưng rưng.

THƯƠNG CHA

Ngó lên Hòn Kẽm, Đá Dừng (1)
Thương cha, nhớ mẹ quá chừng bạn ơi
(Ca dao)

Cha dạy con thuở đầu đời:
Khương, viên, nhân, nghĩa
Đất trời bao la
Mưa từ nguồn ra biển xa
Nhớ non mây lại bôn ba trở về

Vượt rừng, lội suối, băng khe
Cõng con Giảm Thọ, Đèo Le, Đá Dừng (1)

Tản cư gian khổ đạn bom
Chở che con lại cưu mang xóm giềng
Quanh con một cõi bình yên
Bàn tay cha chắn mọi miền bão dông

Ân cần cha dạy chúng con
Xẻ chia hạnh phúc, mở lòng vị tha
Hạt hạnh phúc sẽ nở hoa
Khi san sẻ với người xa, người gần

Trong con bén rễ nảy mầm
Lời cha dạy từ thuở còn nằm nôi
Trăng Vu Lan sáng đầy trời
Ngát hương nhân hậu, thơm lời cha khuyên

(1) **Những địa danh thuộc tỉnh Quảng Nam**

MẸ

Rồi chiều nay con lại về thăm mẹ
Nấm mộ gầy xơ xác cỏ bông may
Nặng trong con bao thương nhớ vơi đầy
Năm tháng cũ
Mẹ ơi! Còn đâu nữa

Mẹ tảo tần mẹ bao dung
Chan chứa
"Bên ướt mẹ nằm, bên ráo con lăn"
Nhận hết gian truân
Cay đắng nhọc nhằn
Cũng chỉ để cho kén kia hóa bướm

Cúc tần xanh, hoa cải vàng nắng sớm
Như phù sa cho hạt dẻo hạt thơm
Nhớ khôn nguôi bóng mẹ lúc hoàng hôn
Thương biết mấy
Mẹ ơi
Hôm tiễn biệt

Ơn nghĩa sinh thành cưu mang dưỡng dục
Con chưa đáp đền mẹ đã vội đi xa

Cây bưởi mẹ trồng chừ đã đơm hoa
Trúc đầu ngõ ngát xanh rồi mẹ ạ
Cát đẳng có cội tùng
Ngàn cây có lá
Con mất mẹ rồi biết tìm mẹ nơi mô?

ĐÀO MINH TUẤN

Sinh năm 1958 tại Thành phố Huế.
Hiện ở Huế.

BÔNG HỒNG TRẮNG

Chênh vênh nắng, chiều thơm ngoái vọng
Dáng Mẹ về, cuối nẻo thinh không
Tâm bất biến, an yên cõi Phật
Chốn trần ai, con trắng đóa hồng

NGỒI BÊN MẸ

Ta về ngồi với Mẹ ta
Quên đi mọi thứ là ra nụ cười
Ưu phiền đời vốn như rươi
Cứ về bên Mẹ đời tươi ngay mà
May mà còn Mẹ còn ta
Còn mùa xuân sáng ngôi nhà đoàn viên

MẠ ƠI!

Đường dài tám chín mùa xuân,
Mạ mang nỗi khổ trầm luân trên đời
Trêu ngươi là thói ông Trời,
Đem Ba đi trước chơi vơi Mạ ngồi.

Ba mươi mùa vắng cặp đôi
Dòng đời vui khổ thôi đành đơn côi
Cuộc đời như bể dâu trôi
Đêm khuya thảng thốt: Mô rồi mình ơi?

Là lúc Mạ thấy đang rơi
Đâu vòng tay ấm Mạ bơi Ba dìu
Tám lần vượt cạn liêu xiêu
Cho Ba sáu đứa con yêu với đời

Dẫu cho đời Mạ đầy vơi
Mắt khô ngấn lệ đánh rơi lâu rồi
Rơi từ cái độ Ba thôi,
Không còn bên Mạ đứng ngồi bên nhau

Chừ đây Mạ hết nỗi đau
Ngồi cười man mác lao xao xa vời
À ơi gió rét bời bời
Mạ ngồi xa vắng bồi hồi tim con

MẸ VỀ CÕI PHẬT VỚI BA

Là khi nước mắt con rơi
Là Kinh tiễn Mẹ về Trời cùng Ba
Nghe trong tiếng kệ Di Đà
Phật là tâm Mẹ, Phật là tâm con

Trần gian chín mốt năm tròn
Vui buồn sướng khổ chẳng còn bận tâm
Trầm luân cũng hết cõi trần
Mẹ về cát bụi nhẹ nhàng như mây

Về như nhánh cỏ cành cây
Hiền lành thanh thoát tháng ngày vô ưu
Về như sương khói vô thường
Có không, không có chẳng vương vấn đời

Về như chiếc lá nghiêng rơi
Nhẹ tênh theo Phật như Trời sắp duyên
Ba Đa đồi cỏ cõi riêng
Ba về cùng Mẹ thuyền về bến xưa

À ơi! Biết mấy cho vừa
Từ nay hai tiếng dạ thưa xa vời
Còn đâu những buổi cơm mời
Từng ly nước nhỏ Mẹ thời con vui

Còn đâu ngọt giọng mía lùi
Hỏi han từng đứa ngậm ngùi xa xăm
Biết rằng Trăng cũng đến rằm
Mà sao mắt vẫn ướt đẫm lệ rơi

Tâm hương bay vút lên trời
Kệ Kinh con tụng là lời tiễn đưa

THOÁT KIẾP CHẤP MÊ

Trăm ngày Mẹ đã đi xa
Mênh mông mây trắng thiệt thà gót chân
Sương về lay nhẹ nhành lan
Hạt đêm vụt biến nắng tràn mái hiên..

Trông xa Bát Nhã bóng thuyền
Tâm kinh nhật tụng thuận duyên Mẹ ngồi
Đời người chỉ thoáng chốc thôi
Ở bên bờ Giác, Ba ngồi đợi mong
Đời người như có như không
Tử sinh ly biệt mông lung đất trời
Đời người cũng một cuộc chơi
Đoàn viên mới tụ lại rời nhau đi

Trông lên di ảnh phẳng lì
Nụ cười gửi lại, có chi quý bằng
Mẹ ơi! Trong cõi vĩnh hằng
Để đau mang nặng ngút ngàn yêu thương
Mẹ ơi! Nỗi nhớ miên trường
Đầu con bạc trắng như sương bên thềm

À ơi! Nắng nhẹ rơi êm
Thênh thang cõi Phật nhẹ tênh đi về
Đoạn trường thoát kiếp chấp mê
Mẹ, Ba an lạc đề huề đoàn viên

tranh Lê Phổ

ĐẶNG BÁ TIẾN

Dùng tên thật. Sinh năm 1952 tại huyện Can Lộc, Hà Tĩnh. Hội viên Hội Nhà văn Nghệ Tĩnh. Đã xuất bản 1 tập thơ, 1 trường ca và 1 tập thơ in chung.

THẤY TRĂNG LƯỠI LIỀM Ở PHỐ

Không vừng không lúa trên cao
Thiên đình dùng để gặt sao xâu cườm?

Trăng liềm như tỏa mùi thơm
Tôi nghe thoang thoảng rạ rơm một thời
Tôi nghe tiếng mẹ tôi cười
"Mùa này mới thực vàng mười đó con"

Rồi liềm theo tiếng cười giòn
Ra đồng cùng mẹ sắt son tháng ngày
Tay chai từng ngón hao gầy
Chiếc liềm vẫn ở trên tay của người
Gặt xong liềm vẫn không rời:
Cỏ non vỗ chú dê còi mượt lông
Cỏ già che gió mùa đông
Sim mua nuôi bếp lửa hồng reo vui

Nhớ năm bão lũ dập vùi
Mẹ đau nằm võng ngậm ngùi thở than
Liềm nằm trên vách rỉ han
Hai con mắt mẹ lệ tràn đẫm mi!

Phố phường bao nỗi níu trì
Mải lo quên tiếng thầm thì mẹ xưa
"Dẫu đời sớm nắng chiều mưa
Mỗi năm hai vụ chiêm, mùa phải chăm"

Hái, liềm giờ đã xa xăm
Xa mùi rơm rạ, dạ trăm nỗi niềm
Đêm nay chợt thấy trăng liềm
Quắt quay lòng nhớ mẹ hiền ngày xưa!

MẸ QUÊ

Xa quê
giờ đã bạc đầu
vẫn còn nhớ mãi một câu gọi đò:
"Đò ơi... trời đã túi mò
mau mau cho với... con so đang chờ..."

Tiếng gọi đò
văng vẳng trong mơ
giữa khuya khoắt
bỗng giật mình thảng thốt
ngỡ thấy Mẹ trên chuyến đò ngày trước
đêm Ngàn Sâu hun hút gió mùa

Quê mình nghèo
nương sỏi, ruộng chua
năm hai vụ cấy trồng
mà hết mùa hết thóc
chẳng thể ngồi nhìn con thơ nheo nhóc
Mẹ quẩy gánh ngược ngàn tần tảo bán, mua
con mắm gồng lên, củ sắn cõng về
bàn chân bật máu tươi vì sỏi đá
(giá ghép được dấu chân như mảnh vá
thì dấu chân Người đã kín nước non!)

Chúng tôi dần lớn khôn
nhưng vai Mẹ gầy mòn
bàn chân Mẹ ngày đông sưng tròn đau buốt
Mẹ vẫn bán buôn lần hồi xuôi ngược
nay chợ Gát, chợ Cày
mai chợ Bộng, chợ Nhe,...
câu ví vẫn thiết tha theo bước Mẹ đi, về
đời gian khổ mà lời ca không tắt
phải câu ví ngàn đời tiếp sức
để Mẹ trèo động Bụt, trụt khe Giao
vượt qua dốc đời góa bụa gian lao!
Ba mươi năm rồi:
Mẹ về cõi chiêm bao
nhưng giấc mơ nào con cũng thấy
Mẹ sừng sững giữa trời như rú Hồng, rú Nậy
vai gánh đàn con
vai quảy giặm, vè

Con Mẹ trưởng thành tung cánh trăm quê
trong mỗi tế bào vẫn mang tình Mẹ
trong huyết quản vẫn chảy dòng máu Nghệ
nên biết sống làm người xứng với Mẹ – Quê Hương!

Buôn Ma Thuột, 26/2/2014
(sưu tập)

ĐẶNG HIỀN

Dùng tên thật Đặng Hiền. Sinh năm 1958 tại Hòa Vang – Quảng Nam. Định cư tại Nam California từ năm 1979. Chủ biên tạp chí Hợp Lưu từ 2006. Đã xuất bản 3 tập thơ, và nhiều bài thơ được phổ nhạc bởi nhạc sĩ Anh Bằng, Trúc Hồ....

BA VÀO BỆNH VIỆN

Ba vào bệnh viện
Con ngồi bên ba suốt đêm mệt lả
Ngày con còn nhỏ hay ốm đau
Suốt mấy tháng trời ba thức ròng rã vì con

Có những đêm ba trải chăn nằm đất cạnh giường con
Ở nhà má tảo tần buôn bán
Con là đứa con trai đầu lòng không được khỏe mạnh
Ba đặt tên con là Hiền để cầu bình an

Con có nguyên một đàn em bảy đứa
Hết đứa này ốm đến đứa khác đau
Ba lại trải chăn nằm ở chân giường từng đứa
Chúng con dần dần lớn lên trong chiến tranh

Có những năm ba vắng nhà
Con mới biết thế nào là nhà vắng đàn ông
Rồi ngày vượt biển gia đình mình thêm một lần chia cách
Đến đất nước người làm lại từ đầu bằng con số không

Ba vào bệnh viện
Má không vào thăm vì cũng ốm đau
Chúng con chia nhau vào chăm ba
Thấm câu, nuôi con mới biết thương cha mẹ

Con ngồi bên ba suốt đêm mệt lả
Đời người như câu chuyện
Buồn nhiều vui ít
Tình thương yêu luôn là dòng lệ chảy xuôi.

ĐẶNG HIỂN

Tên thật Đặng Đức Hiển. Sinh ngày 9/5/1939 tại Hành Thiện, Xuân Trường, Nam Định. Qua đời ngày 14/3/2013 tại Hà Nội. Đã xuất bản 15 tập thơ, 4 tập truyện – ký và nhiều tập nhận định văn học.

MẸ VẮNG NHÀ NGÀY BÃO

Mấy ngày mẹ về quê
Là mấy ngày bão nổi
Con đường mẹ đi về
Cơn mưa dài chặn lối

Hai chiếc giường ướt một
Ba bố con nằm chung
Vẫn thấy trống phía trong
Nằm ấm mà thao thức

Nghĩ giờ này ở quê
Mẹ cũng không ngủ được
Thương bố con vụng về
Củi mùn thì lại ướt

Nhưng chị vẫn hái lá
Cho thỏ mẹ, thỏ con
Em thì chăm đàn ngan
Sớm lại chiều no bữa
Bố đội nón đi chợ
Mua cá về nấu chua...

Thế rồi cơn bão qua
Bầu trời xanh trở lại
Mẹ về như nắng mới
Ấm áp cả gian nhà

ĐẶNG NGỌC KHOA

Dùng tên thật, sinh ngày 10/8/1957 tại An Trạch, Hòa Vang, Quảng Nam. Là một nhà báo. Qua đời lúc 15 giờ 40 ngày 2/12/2009.

MẸ TÔI

Mẹ như mây trắng cuối trời
Con chạy lúp xúp, mồ côi cánh đồng

1.
Trở trời mẹ xuôi thành phố
Áp ngực rọi vết thương xưa
Đã bao năm bờ vai mẹ
Mang mảnh đạn dáng răng cưa
Lặng nhìn cái mảnh đạn trắng
Cựa mình trong tấm phim đen
"Trước sau cũng tan vào đất..."
Mẹ cười như gặp người quen
Lớn khôn giữa đời tôi ngỡ
Đã lụi tàn lửa chiến tranh
Chẳng hay trong da thịt mẹ
Vết thương xưa vẫn đồng hành

2.
Ngày Tết
ngang qua hàng trầu cau
bỗng nhớ
Mẹ ta xưa ăn trầu môi đỏ
Cái cối xay
Cái ông bình vôi
Còn hằn dấu vân ngón cái
Một trăm năm
Một nghìn năm
Con không còn mẹ
Trên cánh đồng mồ côi
Chỉ cánh cò lẻ loi
Phơ phơ mây trắng góc trời

Một chiều hôm
Con lại chạy về quê
Tay cầm miếng trầu
lặng lẽ
Biết tìm đâu
đôi bàn tay mẹ
Đặt lên
chữ hiếu
muộn màng!

3.
Bạn bè ngày cũ xa dần
Bạn mới chưa thấu hiểu
Con nhắn tin mời
Chỉ gặp nỗi trống không
"Trách chi! Trách chi!..."
Nhớ lời Mẹ dặn
Con đâu dám nghĩ gì
Đương đại
cuốn người đi như thác
Đề mốt những xẻ chia

Đám giỗ không trùng chủ nhật
Cô đơn ngày
        Cô đơn con
Bộc lộ mình trên mạng
Không gian ảo
        Thế giới ảo
Hy vọng Mẹ đọc được những dòng này

Nhớ mãi
bản tin ngày nào
con viết
Mẹ không còn để đọc
Trong khung cáo phó
Mẹ tôi!

Mồng Hai Tết Mậu Tý, 2008

ĐẶNG TƯỜNG VY

Tên thật Đặng Thị Lụa. Sinh năm 1976 tại TP.HCM. Định cư tại Pháp năm 2017. Đã có 7 thi phẩm xuất bản.

VÃNG SANH TỊNH ĐỘ

Con thuyền Bát Nhã nơi đâu
Đưa Ba tôi khỏi biển sầu nhân gian
Tôi chưa thắp được nén nhang
Tiễn người về cõi địa đàng xa xôi

Khói lòng nghi ngút trong tôi
Bẻ đôi hạnh ngộ mồ côi câu chào
Lênh đênh trên ngọn ba đào
Đêm nằm nghe sóng thét gào biệt ly

Phương xa con tiễn Ba đi
Bằng câu lục bát Tường Vy ngọt ngào
Én con bay liệng cánh chao
Quê nhà phủ trắng một màu khăn tang

Ba đi thong thả nhẹ nhàng
Đứa con gái nhỏ nuốt hàng lệ rơi
Mong Ba nở trọn nụ cười
Vãng sanh tịnh độ nghiệp đời chướng tiêu.

Ngày di quan – 28/8/2018; tiễn Ba từ phương xa...

AI ƠI, ĐỪNG LAY NGỌN GIÓ

Có ai khâu giùm tuổi trẻ
Có ai nhuộm biếc mùa xanh
Để con quay về bên mẹ
Như ngày chân bước tập tành

Người ta nhuộm xanh mái tóc
Vụng về khâu vết chân chim
Thời gian chuyền nhanh chân sóc
Còn mẹ xin nhớ về tìm

Ngày kia vàng ươm chuối chín
Liêu xiêu dáng đứng mẹ già
Tuổi thơ tìm qua lăng kính
Nghẹn ngào nghĩa mẹ công cha

Ai ơi, đừng lay ngọn gió
Cuộc đời không rụng bên sân
Ai ơi, giữ giùm trăng tỏ
Cho mẹ tóc mãi màu xanh.

18/08/19

ĐINH NAM KHƯƠNG

Sinh năm 1948 tại Mỹ Đức, Hà Tây. Hội viên Hội Nhà văn Việt Nam. Qua đời ngày 26/9/2018 tại Hà Nội (Hà Tây cũ).

VỀ THĂM MẸ

Con về thăm mẹ chiều đông
Bếp chưa lên khói, mẹ không có nhà
Mình con thơ thẩn vào ra
Trời đang yên vậy bỗng nhòa mưa rơi

Chum tương mẹ đã đậy rồi
Nón mê xưa đứng nay ngồi dầm mưa
Áo tơi qua buổi cày bừa
Giờ còn lủn củn khoác hờ người rơm

Đàn gà mới nở vàng ươm
Vào ra quanh một cái nơm không vành
Bất ngờ rụng ở trên cành
Trái na cuối vụ mẹ dành phần con

Nghẹn ngào thương mẹ nhiều hơn...
Rưng rưng từ chuyện giản đơn thường ngày.

(sưu tập)

ĐÌNH NGUYÊN

Tên thật Đỗ Tường Nguyên, sinh năm 1963 tại Bình Định. Trưởng thành tại Phú Yên. Định cư ở California - Hoa Kỳ. Đã có tác phẩm xuất bản.

VALENTINE CỦA MẸ

Mẹ chưa bao giờ biết đến ngày Valentine!
Mẹ chờ con về đã 40 cái Tết
Mẹ vẫn hằng đêm nguyện cầu
cho con
Mẹ nghe tiếng con văng vẳng đâu đó
nhập nhòa, rì rào như
lẫn vào tiếng sóng

Giọt lệ lăn
dài trên gương mặt mẹ
khi nghe ba tiếng
hòa bình rồi!
Ngày đó
Sài Gòn đổ mưa
trong lòng mẹ!
Con vẫn chưa về!

Mẹ tiễn con đi một ngày sau Tết
Trời xuân buốt giá hơn
vì đạn pháo chở thêm cái lạnh về
từ phía Bắc
Chiếc áo mẹ để dành cho con
vẫn còn nằm trong tủ
Con chưa về mặc
lần nào từ hôm ấy!
Mới đó mà
đã 35 mùa rét trôi qua
Nhanh như những sợi tóc mẹ
thay màu
mẹ không hay biết

Nhanh như tấm lưng mẹ
còng thêm
vì mỗi ngày
gánh nặng
nỗi chờ mong

Cái ngày mà người ta gọi là Valentine
Mẹ chưa hề biết!
Mẹ chỉ biết tình yêu
của cha con
dành cho mẹ
Để rồi ngày có con
Mẹ lại dành
tình yêu cho con
Những tình yêu của mẹ
Lần lượt… đi
mãi không về!

70 năm
rồi hơn 80 năm
Mẹ
cỗi
già
Con vẫn chưa về!

Mẹ không cần biết
cái ngày gọi là Valentine
mẹ chỉ biết
ôm lấy những khoảng trống
đợi chờ
tình yêu của mẹ!

11/2/2014

CHUYỆN MƯỜI NĂM

Con mơ thấy mẹ đường xa
Hư không mẹ vịn tay cha trở về
Mười năm dâu bể bộn bề
Mẹ xa con bước qua lề nhân gian

Đêm xưa trời đổ mưa ngàn
Mẹ tìm cha cõi thênh thang mịt mờ
Bình yên con đổi bơ vơ
Mười năm làm đứa trẻ thơ lạc loài

Mười năm ngược dốc phôi phai
Mỗi ngày là một quãng dài lần theo
Cách chia như đứt dây diều
Tay con cuộn chỉ tiêu điều rối tung

Mẹ bay về cõi vô cùng
Mông lung và rất mịt mùng trong con
Mười năm đá cũng sẽ mòn
Tình thương của mẹ vẫn còn quanh đây.

Vu Lan 2016

ĐINH TRƯỜNG CHINH

Con trai út của họa sĩ Đinh Cường và bà Hồ Thị Tuyết Nhung (chị nhà văn Hồ Đình Nghiêm) sinh tại Việt Nam. Hiện ở Virginia Hoa Kỳ. Sinh hoạt hội họa và thi ca. Đã có thi phẩm in chung.

NGỒI CÀ PHÊ CÙNG THƠ VÀ TRANH NGÀY FATHER'S DAY

đốm cà phê đổ giữa ngày
thành khuôn mặt cũ
loang đầy
như tranh

bóng người
chạng vạng rơi nhanh
hồn nghe luộm thuộm
chiều loanh quanh chiều

bài thơ sai nhịp liêu xiêu
chân dung sẫm vệt
tiêu điều
như thơ.

19-6-2016

TỪ BÀN LÀM VIỆC CỦA BA TÔI

từ bàn làm việc của ba tôi
có một cửa sổ vuông nhỏ
khoảng hai gang tay
tượng Phật được đặt ở đó
bị cụt mất một tay
ông đem về từ một ngôi chùa cổ ở Hà Nội
vị sư kể rằng cánh tay trái Phật bị cụt
sau một trận bom trong chiến tranh
tượng Phật sống từ trận bom ở Hà Nội
vào định cư ở quận ba Sài Gòn
rồi di dân đến Mỹ

nơi làm việc của ba tôi
từ tầm nhìn chiếc ghế sắt cũ
trông ra sau cánh rừng già
có thể nghe thấy
bốn mùa đi qua
cánh rừng đổi sắc từng giờ
màu hồng hoa đào
lá xanh lục mùa xuân
hay màu vàng thu
(cuối năm là những hàng cây
phủ đầy tuyết trắng)
sắc màu sau cánh rừng
loang vào những bức tranh
nơi có những con chim thường đậu
trên nóc nhà thờ hay dưới mái chùa
còn ba tôi là thằng người nhập cư
đầu thường cúi xuống
trong tranh

từ bàn làm việc của ba tôi
tượng Phật còn tay chỉ đất
tay chỉ lên trời không còn nữa
và bốn mùa vẫn đi qua
nhưng lúc hai giờ sáng mỗi ngày
(khi những viên thuốc ngủ không còn hiệu lực)
ba tôi thức dậy
gõ thơ trong im lặng
cánh rừng sau khung vuông ấy
(nhỏ khoảng hai gang tay)
không có mùa màng nào đi qua
cửa sổ đó
chỉ là một khối đen đặc
của bóng tối
sâu
hút

bóng tối của ba tôi
những năm cuối
nhìn ra
nhìn xa
khoảng rừng sâu
có lúc
Ông chỉ nghe tiếng còi hụ
từ D'ran
gọi về
của hơn
50 năm trước

11-2016

(Đinh Cường qua nét vẽ Đinh Trường Chinh)

ĐOÀN PHƯƠNG

Tên thật Đoàn Ngọc Phương, sinh năm 1965 tại Sài Gòn. Hiện dạy trường Trung học Ngô Quyền tại TP.HCM.

MẸ YÊU CON

Mẹ yêu con khi con chưa chào đời
Trong lòng mẹ con có nghe mẹ hát
Dẫu lưng đau, nặng nề, chân có mỏi
Để con sinh ra có nét mặt yêu đời
Chén cơm mẹ ăn khó nuốt cứ buồn nôn
Để vóc dáng con đẹp rạng ngời
Những ngày đón đưa con đi học
Trông chừng khi con nghịch, con chơi
Này vết xước bàn tay, vết mực rơi trên áo
Mẹ đều trông thấy cả...
Mẹ biết
Đến lúc con phải đi một mình qua bão táp cuộc đời
Có những nỗi buồn chẳng làm sao chia sớt được!
Mẹ biết
Con của mẹ trẻ khỏe, giàu ước mơ và dũng khí
Sẽ gặt hái những niềm vui, hạnh phúc của riêng mình!

Mẹ cũng biết
Rồi một ngày mẹ già nua run rẩy
Mỏng giòn như lá úa
Đường dài mẹ phải vịn tay con...
Nhưng mẹ vẫn ước mong
Mẹ ước
Ước gì có chiếc khăn mềm mại tựa làn mây
Để mỗi khi buồn, con giấu mẹ con cười
Mẹ sẽ lau nước mắt trong lòng con tuôn rơi
Ước bàn tay mẹ rộng bằng trời
Che cho con ngày mưa bão
Xóa muộn phiền trong mắt con xanh nâu
Con không cần phải nói gì đâu
Vì chẳng có ai hiểu con bằng mẹ!
Mẹ mong
Mong con thành người tử tế
Xây đắp cuộc đời con yên vui
Nếu ông trời thích đày đọa loài người
Hãy vò nát trái tim của mẹ
Hay xé tan thành muôn mảnh
Chỉ xin đừng làm đau con trẻ!
Con sẽ cười: "Mẹ cứ vẩn vơ thôi
Con đã lớn khôn rồi mà mẹ!"
Ừ, trong lòng mẹ muôn đời
Con mãi bé thơ thôi.

ĐỖ DUY NGỌC

Dùng tên thật, sinh năm 1950 tại Quảng Bình. Trưởng thành tại Đà Nẵng. Du học Mỹ thuật tại Pháp. Hiện ở TP.HCM. Đã xuất bản một tập truyện.

NHỚ BA
Viết gần ngày giỗ Ba

Khi con tuổi chớm già, trời trở gió đau nhức khớp xương
Chân con như ai đưa dao cưa và đầu gối như ai chém
Con khóc như trẻ con khi những đồ chơi bị ném
Trong cơn đau giữa chiều nay thịt da như cháy sém
Con lại nhớ Ba

Con vẫn nhớ ngày xưa Ba cũng thế
Cũng bàn chân sưng vù và đi phải chống gậy vịn tường
Ba ngâm nước sôi và ủ lá xương
Đến thăm Ba con chỉ nói thôi ráng chịu đau thương
Đưa năm ba viên thuốc rồi tưng tưng trốn mất
Chạy ra khỏi cửa nhà với tướng đi lấc cấc
Tụ họp bạn bè đấu hót vui chơi
Có hay đâu Ba đang chịu nỗi đau thấu cả trời
Cũng chẳng biết khuya nằm Ba xoay thế nào để ngủ

Bây giờ đây con đứng lên không được đành bò loanh quanh và ủ rũ
Xoay sở thân mình hết thẳng rồi cong
Không thể dịu cơn đau không chợp mắt như đợi mong
Mới thấy ngày xưa mình quá hờ hững quá bạc lòng
Không cảm thông được nỗi đau của Ba mình và cũng chẳng tròn bổn phận
Sao hồi xưa Ba chẳng trách con?

Thấu được điều này thì Ba đã lên non
Thân xác đã vùi ba thước đất
Ba chẳng còn biết đau và chắc cũng chẳng còn trách móc
Nhưng con cũng xin đốt nén nhang này để tạ lỗi cùng Ba
Chân con đau không đứng vói đến ảnh Ba
Để nhìn được hình Ba mà trút cho hết ruột gan bày tỏ
Con đành bò mà đốt lên ánh lửa
Xin Ba hãy thứ tha cho đứa con chẳng hiếu tâm được nữa
Một thời chỉ biết sống riêng mình
Quên mất nỗi đau tàn phá hàng ngày trên thân thể của thân sinh
Ba đã mất rồi con làm sao để sửa

Có ánh nắng hanh hao rớt vào khung cửa
Soi giọt nước mắt tràn và con gọi Ba ơi!

ĐỖ QUYÊN

Tên thật Đỗ Ngọc Thủy, sinh tại Hà Nội năm 1955. Thành công trên đường học vấn. Từng sang Nga, Đức, Tiệp,... Hiện định cư tại Canada. Sinh hoạt văn học nghệ thuật nhiều nơi. Đã xuất bản 4 tác phẩm văn xuôi.

NGÀY MAI GIỖ MẸ

Ngày mai giỗ Mẹ đông đủ thế
họ hàng tôi; anh, chị, em... tôi
đầu bữa thế nào ai cũng nhắc:
"Khổ thân thằng bé bỏ đi rồi!"

Ngày mai giỗ Mẹ chắc hôm nay
mộ Mẹ đã thăm tự sáng ngày
Những ai đi nhỉ? Đường xa lắm
Cát bụi thu này có bớt bay?

Ngày mai giỗ Mẹ anh trai cả
cúi xuống dâng lên nén hương đầu
Anh biết đáp gì khi Mẹ hỏi:
"Giữa bể đời giờ nó về đâu?"

Ngày mai giỗ Mẹ thế là thôi
sẽ chẳng còn tôi ngóng đợi người
đón bó hoa tươi, bàn tay nhẹ
năm nào cũng tới với Mẹ tôi

Ngày mai giỗ Mẹ chốn xa này
Bàn thờ con dựng giữa tim đây
đôi hàng thơ quyện thành hương khói
cửa Trại con quỳ gọi gió mây...

Trại Tỵ nạn B. E. ; 30/7 Canh Ngọ | In lần đầu trên báo Diễn đàn Praha – Tiệp Khắc.

ĐỖ TRUNG QUÂN

Dùng tên thật, sinh ngày 10/1/1955 tại Sài Gòn (dùng họ mẹ), mẹ mất năm 15 tuổi. Sinh hoạt nhiều bộ môn nghệ thuật, đặc biệt nhạc và thơ. Hiện ở TP.HCM. Đã có tác phẩm xuất bản.

MẸ
Xin tặng cho những ai được diễm phúc còn có Mẹ

Con sẽ không đợi một ngày kia
khi mẹ mất đi mới giật mình khóc lóc
Những dòng sông trôi đi có trở lại bao giờ?
Con hốt hoảng trước thời gian khắc nghiệt
Chạy điên cuồng qua tuổi mẹ già nua
mỗi ngày qua con lại thấy bơ vơ
ai níu nổi thời gian?
ai níu nổi?
Con mỗi ngày một lớn lên
Mẹ mỗi ngày thêm già cỗi
Cuộc hành trình thầm lặng phía hoàng hôn.

Con sẽ không đợi một ngày kia
có người cài cho con lên áo một bông hồng
mới thảng thốt nhận ra mình mất mẹ
mỗi ngày đi qua đang cài cho con một bông hồng
hoa đẹp đấy – cớ sao lòng hoảng sợ?
Ta ra đi mười năm xa vòng tay của mẹ
Sống tự do như một cánh chim bằng

Ta làm thơ cho đời và biết bao người con gái
Có bao giờ thơ cho mẹ ta không?
Những bài thơ chất ngập tâm hồn
đau khổ – chia lìa – buồn vui – hạnh phúc
Có những bàn chân đã giẫm xuống trái tim ta
độc ác
mà vẫn cứ đêm về thao thức làm thơ
ta quên mất thềm xưa dáng mẹ ngồi chờ
giọt nước mắt già nua không ứa nổi
ta mê mải trên bàn chân rong ruổi
mắt mẹ già thầm lặng dõi sau lưng
Khi gai đời đâm ứa máu bàn chân
mấy kẻ đi qua
mấy người dừng lại?
Sao mẹ già ở cách xa đến vậy
trái tim âu lo đã giục giã đi tìm
ta vẫn vô tình
ta vẫn thản nhiên?

Hôm nay...
anh đã bao lần dừng lại trên phố quen
ngả nón đứng chào xe tang qua phố
ai mất mẹ?
sao lòng anh hoảng sợ
tiếng khóc kia bao lâu nữa
của mình?
Bài thơ này xin thắp một bình minh
trên đời mẹ bao năm rồi tăm tối
bài thơ như một nụ hồng
Con cài sẵn cho tháng ngày
sẽ tới!

1986 - (sưu tập)

ĐỒNG ĐỨC BỐN

Dùng tên thật, sinh ngày 30/3/1948 tại Lê Lác, Song Mai (làng Moi), xã An Hồng, huyện An Hải, Thành phố Hải Phòng. Hội viên Hội Nhà văn Việt Nam. Qua đời ngày 14/ 2/2006 tại nhà riêng ở Hải Phòng. Đã xuất bản 6 thi phẩm.

MẸ ƠI

Bây giờ con chẳng có gì
Cúi đầu lạy mẹ con đi về trời

Chỉ xin mẹ một tiếng cười
Và câu hát thuở mẹ ngồi ru con

Chỉ mong trái đất vẫn tròn
Biết đâu mẹ lại gặp con có ngày

Cõi người nhiều nỗi đắng cay
Cho nên Phật vẫn ngàn tay kêu cầu

Cõi người còn lắm bể dâu
Con lấy lục bát bắc cầu đi qua

Tin rằng sông lắm phù sa
Cho nên đời vẫn nở hoa bốn mùa

Bây giờ trời đổ cơn mưa
Xa xa đã tiếng chuông chùa gọi con.

TRỞ VỀ VỚI MẸ TA THÔI

1.
Cả đời ra bể vào ngòi
Mẹ như cây lá giữa trời gió rung
Cả đời buộc bụng thắt lưng
Mẹ như tằm nhả bỗng dưng tơ vàng
Đường đời còn rộng thênh thang
Mà tóc mẹ đã bạc sang trắng trời
Mẹ đau vẫn giữ tiếng cười
Mẹ vui vẫn để một đời nhớ thương
Bát cơm và nắng chan sương
Đói no con mẹ sẻ nhường cho nhau
Mẹ ra bới gió chân cầu
Tìm câu hát đã từ lâu dập vùi.

2.
Chẳng ai biết đến mẹ tôi
Bạc phơ mái tóc bên trời hoa mơ
Còng lưng gánh chịu gió mưa
Nát chân tìm cái chửa chưa có gì
Cầm lòng bán cái vàng đi
Để mua những cái nhiều khi không vàng.

3.
Mẹ mua lông vịt chè chai
Trời trưa mưa nắng đôi vai lại gầy
Xóm quê còn lắm bùn lầy
Phố phường còn ít bóng cây che đường
Lời rao chìm giữa gió sương
Con nghe cách mấy thôi đường còn đau.

4.
Giữa khi cát bụi đầy trời
Sao mẹ lại bỏ kiếp người lầm than
Con vừa vượt núi băng ngàn
Về nhà chỉ kịp đội tang ra đồng
Trời hôm ấy chửa hết dông
Đất hôm ấy chẳng còn bông lúa vàng
Đưa mẹ lần cuối qua làng
Ba hồn bảy vía con mang vào mồ
Mẹ nằm như lúc còn thơ
Mà con trước mẹ già nua thế này.

5.
Trở về với mẹ ta thôi
Giữa bao la một khoảng trời đắng cay
Mẹ không còn nữa để gầy
Gió không còn nữa để say tóc buồn
Người không còn dại để khôn
Nhớ thương rồi cũng vùi chôn đất mềm
Tôi còn nhớ hay đã quên
Áo nâu mẹ vẫn bạc bên nắng chờ
Nhuộm tôi hồng những câu thơ
Tháng năm tạc giữa vết nhơ của trời
Trở về với mẹ ta thôi
Lỡ mai chết lại mồ côi dưới mồ.

Hải Phòng, tháng 3 năm 1986/ phổ nhạc bởi nhạc sĩ Trần Quang Lộc.

CON ƠI

Nhà ta nắng dột vào trưa
Con nằm chiếu rách để mưa chùng chình

Mẹ đi gánh nước giếng đình
Bỏ quên cái tình vào chiếc võng gai
Bỏ quên vào những ban mai
Chiếc cầu bắc bởi hai quai yếm đào

Con đừng mơ đến trăng sao
Chớ tin vào cái ngọt ngào người cho
Sang sông không để đắm đò
Luyện chân thật vững mà do bùn lầy.

Hải Phòng, tháng 6 năm 1992
(sưu tập)

tranh Lê Phổ

ĐỨC PHỔ

Tên thật Nguyễn Đức Phổ, sinh năm 1948 tại làng Phụng, Huế. Hiện định cư tại Hoa Kỳ. Đã có 2 thi phẩm xuất bản.

NGÀY GIỖ CHA
kính dâng hương hồn Thân Phụ

ba nhánh hương con thắp giữa trời
để nhớ ngày Cha mất
trời đất mênh mông, lòng con bỗng chật
không đủ chứa tình Cha một thuở đong đầy.

không chén rượu giữa trời cô lữ
không mâm cơm cá trén Cha ưa
không thịt nướng thơm mùi hương sả
chỉ vái Cha về bên nén hương đơn.

bây giờ ở đâu cũng trời tháng bảy
ngày mùng hai, Cha bịn rịn chia tay
ngày hôm ấy, đất trời như không có
giữa hai hàng nước mắt khóc thương Cha.

Cha đi rồi, thiên địa cũng chia xa
con ngang dọc một thời, tự nhiên thành thơ dại
giữa rừng đời, con lạ lùng chân bước
khoảnh khắc không Cha, lạnh suốt đời con.

có phải Cha về bên nhánh hương rung
đứng nhìn con giữa trời ảo vọng
nơi đất khách bạt ngàn cay đắng
dựa hồn Cha, con đứng thẳng làm người.

ngày giỗ Cha, con nhớ lắm quê nhà
nơi ngôi mộ Cha nằm hiu hắt
con vẫn yêu thương từng hạt đất
ấp ủ Cha suốt cuộc vĩnh hằng.

nhánh hương tàn, đêm bỗng dưng khuya
đau đứt ruột, ngày Cha khuất bóng
ba lạy giữa cuộc đời xao động
cõi-riêng-Cha, con cầu được yên hà!...

BÊN TRỜI NHỚ MẸ

ta sẽ về thăm lại quê xưa
nơi mẹ ta chiều chiều tựa cửa
trông thằng con bao ngày lạc xứ
ơn đời nợ nước đã tròn chưa!

ngày ta đi mắt mẹ không vui
dõi bóng đường xa lệ sụt sùi
từ ta lưng túi sông hồ nặng
mẹ ở quê nhà sầu khôn nguôi.

đã bao năm xa xứ xa quê
lỡ bước đăng trình chưa kịp về
gió bụi phong trần chưa giũ sạch
nên đành mang nỗi nhớ sắt se.

đã bao năm mái lá còn trơ
lòng mẹ giữa bốn bề phên dột
ta ở xứ người no cơm ấm cật
mẹ quê nhà áo vá phất phơ.

mẹ ta đã một thời thục nữ
ngày yêu cha tuổi mới trăng tròn
cha yêu mẹ. yêu cùng lữ thứ
nên sinh ta giữa gánh tang bồng.

nhớ quê xưa với những con đường
mẹ ta cõng ta. thời đi học
lưng mẹ thấm mồ hôi đỉnh dốc
vẫn ngọt ngào. con giỏi mẹ thương!

ngày lớn lên ta kẻ trôi sông
lạc loài mãi. một đời kiêu bạc
lúc nhớ mẹ ta thong thả hát:
"lòng mẹ bao la…" lòng nối lòng.

đã bao năm mẹ vẹn chữ tòng
ta hồ hải mấy mùa trăng rụng
sờ lại túi sông hồ còn nặng
mẹ già rồi vẫn còn long đong…

HÀ NGUYÊN DU

Tên thật Nguyễn Phương Hà, sinh năm 1950 tại Tây Ninh. H.O 5 định cư tại Hoa Kỳ từ 1990. Khởi viết năm 1968. Hiện chủ trương tạp chí Văn Học Mới tại Hoa Kỳ. Đã có 6 thi phẩm xuất bản.

DƯỚI NẮNG XẾ BA NGỒI SÀNG GẠO
với gia đình bác sĩ Tân, Liêm, Lũy, Hạnh, Phúc (dì hai Nguyện) - Australia

dưới nắng xế ba ngồi sàng gạo
đôi mắt nheo vì tuổi ba già
má tần tảo ngược xuôi gánh chợ
đám con có thằng đi lính xa

chợt ập lên đầu cơn đại nạn
thằng đi xa cam suốt tội tù
ba ngồi lựa thóc ngoài hiên lạnh
mắt nhòa lệ khóc đến âm u

đột ngột ai ngờ ba lâm bệnh
và ba đi... đi mãi không về
trời ơi, hiên vắng ai ngồi khóc?
bão táp mưa sa đến não nề!

nay nắng xế ai ngồi sàng gạo?
chắc thay bóng má ngồi mong con
thằng con phóng lãng xa nghìn dặm
sống kiếp tha hương, nhớ mỏi mòn!

(trích *Anh Biết, Em Yêu Dấu*)

BI KHÚC NGỢI CA SONG THÂN
(bài thơ khắc trên mộ Mẹ)

Công dưỡng dục Cha, như trời biển rộng
Nghĩa Mẹ sinh thành, lồng lộng bao la
Kể làm sao… cho hết công Cha
Nói sao hết…bao la tình nghĩa Mẹ

Từ sinh ra, các con còn tấm bé
Mẹ khổ thân cò, lặn lội nuôi con
Cha trải gian lao, lam lũ mỏi mòn
Đàn con lớn, như chim trời tung cánh

Mẹ Cha nhớ thương, sống đời cô quạnh
Ngóng đàn con, trông từng đứa đi về
Khốn nỗi đời ơi, tử biệt sinh ly
Cha vĩnh viễn ra đi, đầy tức tưởi

Tuổi Mẹ già, nhờ các con an ủi
Đến một ngày…Mẹ ngã bệnh, than ơi
Đàn con xa, mỗi đứa một phương trời
Có thằng Út sớm hôm chăm sóc Mẹ

Đời vô thường, thoảng như cơn gió nhẹ
Đúng mùa Vu Lan, Mẹ ngủ muôn đời
Mùng 5 tháng 7, vĩnh biệt Mẹ ơi
Chúng con cầu Trời… Mẹ tịnh độ siêu thăng

XÓT CƠN NHỚ MẸ

1.
Lũng, đồi sương vẫn phủ
Nắng không màng bỏng rát
Bão vẫn là bi kịch thương tâm

2.
Chờ nhau cuối năm
Đồng nghĩa trắng kiếp bạc
Hoa tình em ngát suốt vườn tim anh...

3.
Thời khắc trôi
Nhịp tim thổn thức hương vị môi nàng
Bài nhạc la thứ nhớ ngất.

4.
Tám tiếng cày bừa
Vẫn nhớ Mẹ thấu xanh
Em vẫn len vào rung nhịp cảm xúc

5.
Bóp cò một thuở
Bị bóp nghẹt một đời
Ngưng điêu đứng Bởi ông trời nhỏ ân!!

6.
Lẫn lộn nhiều giống bò
An nhiên nằm dưới bóng mát cổ thụ
Nhai nhai lại cỏ

7.
La đà mây bay
Tưởng khói bếp quê nhà
Xót cơn nhớ Mẹ Thi ca bật nguồn.!!

8.
Không gì lớn hơn nỗi buồn
Như biến thành đại bàng
Với tiếng thét động tiền kiếp!!

9.
Thu đến rồi ư??
Hồn thơ bắt đầu vàng
Mưa ngôn ngữ rớt Mưa loang khóe tình…

10.
Cao nguyên em
Xõa tóc buồn…
Chim thiên di Hót vang động cả thác nguồn tâm linh.!!

11.
Hồn hòa bàn phím nhỏ
Bay bốn phương trời
Trăng thi ca tỏ ru hời trái tim??

HÀ NGUYÊN DŨNG

Tên thật Nguyễn Dũng, sinh năm 1946 tại Hà Mật, Gò Nổi, Điện Bàn. Hiện ở TP.HCM. Đã có trên 4 thi phẩm xuất bản.

NGỒI BUỒN NHỚ MẸ

1.
Bên phần ướt Mẹ co. lo
Con bên phần ráo ngáy no giấc hồng
Lừa xương – xương xóc lưỡi phồng
Miếng cơm búng Mẹ ngọt dòng sữa thơm

Gót chân tôi bợt màu son
Mẹ tôi sớm phải chịu đơn chiếc, đời
Như nhà không cột, Mẹ tôi
Choãi người chống chọi căng đời chở che

Trên vai đôi thúng nặng đè
Đường xa bấm mãi ngón tòe gót chai
Và giặc giã, và thiên tai
Hột cơm bu đũm sắn khoai nghẹn ngào

Đời càng ngày lún sâu vào
Vũng nghèo lầy lội không sao nhích, và
Mẹ tôi bước – bước nữa, là
Mong nhà có cột, nóc mà náu nương

Lòng tôi cạn xợt như mương
Nửa thầm giận, nửa thầm thương – ngậm ngùi
Mẹ quày quả bước trở lui
Vẫn đôi thúng nặng lui cui dặm đời

Như con chim mẹ tha mồi
Gió mưa tầm tã không rời đường bay
Buồn vui đôi thúng vơi đầy
Đói no ấm lạnh sống quây qua ngày

Tôi – con diều giấy loay hoay
Cánh đồng thơ ấu đạn bay, bom đào
Cánh diều hụt gió lao chao
Gượng không nổi – bay chúi vào đời – xa!

2.
Bên quan tài mẹ xót xa
Mẹ – nguồn nước ngọt chan hòa đời con
Con như trái mãi xanh non
Suốt đời không thể chín giòn, Mẹ ơi

Giờ nguồn nước tắt mạch rồi
Con lâm đại hạn hán đời héo hon
Mẹ ơi, trước bước chân còn
Nào sông, nào biển, nào non núi, và

Xưa còn Mẹ dắt con qua
Sa cơ có mẹ con sa lòng nhờ
Giờ con – sông nhỏ bơ vơ
Sông không nguồn mạch, không bờ nương thân!

3.
Lòng con như một nẻo trần
In sâu dáng Mẹ tảo tần nắng mưa
Ngồi-buồn-nhớ-Mẹ-ta-xưa
Miệng-nhai-cơm-búng-lưỡi-lừa-cá-xương

Ngồi buồn nhớ Mẹ, thầm thương
Tôi côi cút giữa bốn phương mặt trời
Ai nhường phần ráo? Mẹ ơi
Mắc xương con chịu! Nghẹn đời con cam!

Trong những ngày tang lễ Mẹ, 25/2/1998

MÙA XUÂN CON ÉN

Bánh xe đạp niếng như ngựa què
Lọc cọc đường xa về thăm quê
Tạt qua nhà em, buồn – cửa đóng
Em xa chẳng biết Tết ta về

Hàng cây lấn gãy hàng rào ngõ
Gió đốc cành rung thảy lá mừng
Mẹ già mắt cạn tay che gió
Quẳng gậy mà ôm nỗi nhớ nhung

Ta buông tay đãi rơi đầy bụi
Bản thảo bài thơ rớt gió cầm
Mấy chục năm ròng thơ nặng túi
Con dế nằm trong bóng cỏ râm

Thôi! Mẹ buồn chi, con trở lại
Cắt cành mai sớm viếng mồ cha
Câu thơ cho Mẹ con tìm mãi
Lòng động nên thơ con đục nhòa

Thôi! Mẹ buồn chi, xuân đến rồi
Tuổi Mẹ cao như núi chọc trời
Mẹ ơi! Tình Mẹ mùa xuân lớn
Con trở về như én báo lời!

HÀ THIÊN SƠN

Dùng tên thật, sinh năm 1953 tại Phú Thọ. Hiện ở TP.HCM. Dạy Đại học Khoa Học Xã Hội và Đại học Quốc Gia. Cộng tác cùng Vuông Chiếu. Đã có 4 thi phẩm xuất bản (từ 1995 – 2010).

CHA ƠI TRỜI LẠI ĐỔ MƯA

Cúi đầu đứng trước mộ cha
Nén nhang con thắp đến ba bốn lần
Mưa phùn gió bấc hơi xuân
Hoa xoan lối cũ trắng ngần lại rơi.

Mộ cha nằm dưới chân đồi
Một vuông đất nhỏ trắng trời hoa sen
Ở đời cha chẳng bon chen
Về miền xanh thẳm sang hèn vậy thôi.

Ngày nắng gắt lúc mưa rơi
Thương cha nóng lạnh trăng lơi mạn thuyền
Mải mê con đến trăm miền
Cha thường vẫn bảo có tiền khó mua.

Cha ơi trời lại đổ mưa
Nén nhang lại tắt con vừa thắp lên!

QUÀ TẶNG MẸ

Chiều nay tan học con về
Một mình rảo bước bên lề phố đông
Ngắm bao nhiêu cặp vợ chồng
Bên nhau với những đóa hồng xinh tươi
Giật mình con đứng lặng người
Nhớ ngày của mẹ ở nơi quê nhà

Ta buồn vì mẹ của ta
Lấy đời vất vả làm quà gian truân
Con mua cho mẹ áo quần
Mẹ cười buồn bảo để dành tiền ăn
Ngày lễ con tặng tấm khăn
Mẹ thương con khổ trở trăn đêm dài

Suốt đời sống với ngô khoai
Mẹ chỉ biết đến đồng ngoài, đồng trong
Mong sao công việc sớm xong
Tranh thủ lúc rảnh quay vòng bán buôn
Đời mẹ như rập vào khuôn
Quấn quanh công việc ngày luôn nối ngày

Chẳng lúc nào rảnh đôi tay
Với mẹ không có những ngày tặng hoa
Mẹ chỉ mong một món quà
Sao cho no đủ cả nhà đều vui
Dành chồng con những ngọt bùi
Nhọc nhằn góp nhặt ngậm ngùi riêng mang.

HẠ ĐÌNH THAO

Dùng tên thật, sinh năm 1943 tại Đại Lộc – Quảng Nam. Hiện ở Đồng Nai – Việt Nam. Viết trước năm 1975 nhưng chưa in thành sách.

THƯ VỀ ĐẠI LỘC

Con ở phương xa nhớ về quê nội
Chắc Mẹ buồn nhiều trong những đêm đông
Nghĩ đến tuổi già, đời qua rất vội
Nghĩ đến thằng con, lang bạt ruổi rong

Cũng muốn về thăm như từng mong đợi
Nhớ lũy tre xanh, thương những con đường
Ngọt giọng à ơi... khu nhà xóm núi
Nhịp chân vội vàng, những sớm tinh sương

Nhưng về làm gì! Ừ thôi, Mẹ hiểu!
Gần nửa đời con, trên đường long đong
Gần nửa đời con, chưa tròn manh chiếu
Như bây giờ ngồi chơi với tay không

Con ngửa bàn tay tự bàn tướng số
Đường đời thật dài, chắc sẽ sống lâu
Chắc sẽ đổi thay, lẽ nào mãi khổ
Hạnh phúc đường này, chắc sẽ đến mau

Con mong ngày vui trở về thật sớm
Để Mẹ thôi buồn trong những đêm đông
Con vẫn lòng tin như ngày mới lớn
Nên còn miệt mài trên đường ruổi rong.

Blao, 22/7/1969

HẠ QUỐC HUY

Tên đầy đủ Hà Đình Quốc Huy, sinh năm 1947 tại Đại Lộc – Quảng Nam. Tốt nghiệp Cao đẳng Mỹ thuật Huế. Võ sư Đại bát đẳng huyền đai Japan Karate, đệ thất đẳng huyền đai Okinawate. Hiện ở California. In nhiều sách về võ thuật, nhưng chưa in thơ, văn dù viết và phổ biến nhiều trên các tạp chí.

XIN KHỐN KHÓ TỪ BI MẸ GIÀ
Ngày Mother's day con không có chi kính hương linh mẹ. Con chỉ có bài thơ làm trong tù từ năm 1976 ở trại tù Hiệp Đức. Con đọc Mẹ nghe, nghe mẹ

Thân tôi nào có tiếc chi
Chỉ xin khốn khó từ bi mẹ già

1.
Dưới, rừng cạn. Trên, rừng sâu
Rừng nào thì cũng một màu oan khiên
Rừng xanh ngó núi ưu phiền
Rừng già lá mục triền miên hận thù

2.
Ngoài, rừng hạ. Trong, rừng thu
Sao không thổn thức cho dù lá rơi?
Con nai uống giọt sương trời
Còn tôi ngậm giọt lệ rơi nuôi thù
Con nai giỡn lá chiều thu
Còn tôi bới lá âm u chôn tình

3.
Rừng đày ải. Rừng linh đinh
Tác tan cung kiếm, đao binh ngậm ngùi
Điệu rừng thượng – tải rừng xuôi
Rừng chinh chiến bại tả tơi máu chàng
Rừng trói chặt – Rừng siết ngang
Dòng đời xua động lỡ làng nước non
Chim quyên khản giọng rát hồn
Tôi tim bứt máu. Sống hờn thác mang
Nai ơi, thơ thẩn bên ngàn
Nghe anh uất hận ứa tràn triền cao?

4.
Lạy trời đất. Lạy trăng sao
Lạy sông. Lạy biển, cuốn ào rừng đi
Thân tôi nào có tiếc chi
Chỉ xin khốn khó từ bi mẹ già

Tổng trại 1 Hiệp Đức Quảng Nam, 1976

VU LAN BUỒN

1.
Ngày Mẹ đội gạo qua truông
Chân son lau cắt, mưa nguồn ướt tay
Rừng xin đừng nổi lá bay
Bâu nghiêng áo đọng tà lay lắt bờ
Biến hồn hiển lộng ngác ngơ
Nhập thân lưu ải dật dờ bóng tan
Ôm bị gạo, đứng bàng hoàng
Núi xanh để lại nửa trăng khuyết chồng

2.
Ngày Mẹ bới gạo đò sông
Chân son lầy lội, mùa đông rừng già
Con tôi giam tận rú xa
Đem thân giúp nước thành ra thân tù

3.
Nay Mẹ về cõi thiên thu
Còn con ngồi khóc nhìn Vu Lan buồn.

HOA NGUYÊN

Tên thật Nguyễn Văn Hòa, sinh năm 1952 tại Sài Gòn. Hiện ở Kiến Hòa.

VĨNH HẰNG

Mẹ tìm Cha trùng phùng
Thắm đã hai tuần Thất
Tiếng kinh chiều như rung
Hình bóng giờ đã khuất

Lần lượt Mẹ về đất
Từng bước thời mênh mông
Còn đâu những cánh đồng
Tuổi nhỏ tay thường dắt

Tìm trong đời khuất tất
Những bến đục bến trong
Tìm trên những dòng sông
Có nơi nào Mẹ đợi...

Tìm về ngôi mộ mới
Trong nắng hè như nung
Ngày qua trong dịu vợi
Lặng lẽ hồi chuông ngân

Tiếng gà trưa xao xác
Ôn ả những linh hồn
Ta về nơi gửi thác
Gạch lát mới còn trong

Về nhà xưa trống vắng
Bồi hồi tiếng xe lăn
Chiếc ghế ngồi im lặng
Từng cổ tích chia ngăn

Đậu nơi nào giục giã
Thèm đĩa chén khua lên...
Từ bóng chiều đã ngả
Thế hệ vào lãng quên

Thế giới nào bên kia
Nghe kinh vang Nhật Tụng
Cầu Cha, Mẹ và Em
Yên vui miền cực lạc

Thế là... cõi Vĩnh Hằng
Từng bước... vào lãng khuây
Con ngỡ từng cánh hạc
Chập chờn bay về tây

Cõi buồn thay đó đây!

VĨNH BIỆT CHA

Chim bay về phía góc rừng
Để còn hót mãi tiếng bình yên... (xưa)
Con sông từ độ trôi ra biển
Nhớ còn vị ngọt thuở bình nguyên

Nơi chốn nào một góc cõi riêng
Hết đời gió giật với mưa nghiêng
Có xác thân nằm nghe hiu quạnh
Con về thắp lửa buổi du miên

Trong giấc mơ nào thấy bóng tôi
Để mai về lại những ngọn đồi
Thấy cha từ những tàn cổ thụ
Ngồi xanh rừng độ lá da mồi

Hàng mi khép lại như yên ngủ
Không còn đau thể xác di căn
Chốn bình yên cha sẽ về ngự
Để hồn còn mãi được vinh thăng

Mười năm, hai mươi, tám mươi tư
Ánh trăng từ ngự chỗ con người
Đêm nay đã thành trăng thiên cổ
Âm vọng phù sinh nụ cha cười

Ghi nhớ những lời cha đã nói
Từ hồi ký ức mỗi đứa con
Hãy bước ra ngoài nghe gió nổi
Như mỗi quanh đây tiếng cha còn

Vẫn biết sẽ có ngày ly biệt
Mà cha đi vội đến ngỡ ngàng
Dẫu biết không đành cơn bạo bệnh
Trời ơi! Xin mở cổng Thiên Đàng

Mây thấp quây quần trên nghĩa địa
Lặng lẽ quanh đây những nấm mồ
Nơi ấy vĩnh hằng cha về đất
Nén hương trầm bái biệt. Nam Mô...

Cỗ áo quan từ từ, huyệt mộ
Quanh hàng nến thắp đỏ lung linh
Bài kinh tụng mang mang siêu độ
Xin hồn cha sum họp Cửu Huyền

Mưa tháng sáu sụt sùi như lệ
Tiễn nguyện cha về chốn non tiên.

VĨNH BIỆT MẸ

Đã khuya từ lòng đêm trú ngụ
Nghe ba mươi ken đặc màn đen
Có một vì sao làm ẩn dụ
Mẹ về đâu leo lét ánh đèn

Sương đã lạnh trên mắt trũng đêm vùi
Cơn trở bệnh khắc trong mẹ kém tươi
Ngỡ rằng ngày mai con trở lại
Trong từng ánh mặt lại hơn vui

Những viên thuốc đem mẹ chưa uống
Nghe chừng lạnh lẽo buổi chia ly
Từ đây vắng rồi khua ly muỗng
Mỗi lần thèm ngọt run tứ chi

Có một nụ cười mới ở đó
Mà từ thăm thẳm của khói nhang
Có mẹ về nằm chung ngăn đất
Giữa một bên cha cạnh em Trang

Mẹ về đó trên chiếc xe lăn
Trong từng cung bậc chín nấc thang
Trong từng văng vẳng lời thơ vội
Và màu trăng trắng những khăn tang

Miếng cốt nhục chia năm xẻ bảy
Xa xôi trong tiếng kèn truy điệu
Từ không gian như những vợi vời
Bước qua cầu là dòng sông nước chảy

Cha Mẹ cùng em mình yên nghỉ…!

HOA THI

Sinh năm 1969 tại Hải Châu – Đà Nẵng. Cựu học sinh Lê Quý Đôn (Sài Gòn). Hiện định cư tại Idaho – Hoa Kỳ.

BUỔI SÁNG ĐẦU NĂM MỚI

sáng sớm đầu năm ra phòng khách
gặp ba chăm chú ngắm thủy tiên
bóng người đèn trải lên trang sách
mở sẵn trên bàn thật bình yên

ba cười vui vẻ chúc đầu năm
giọng ấm quyện cùng hương hoa thơm
vách tường chợt trổ ra giai điệu
nở rộ lòng tôi những đóa bông

rót chén trà sen chúc thọ ba
môi hồng vụng quá mở không ra
những lời định nói đi đâu hết
lòng vấp lòng run những ậm à

mừng thấy bên đèn trang giấy phơi
nhiều hàng chữ viết còn ấm hơi
thì ra ba mới vừa khai bút
thơ sánh vai xuân đến với đời

ba đỡ nhẹ nhàng tách trà thơm
bàn tay khói phủ thoáng phiêu bồng
hình như sợi khói thong dong ấy
đã được ba chia mật trong lòng.

MÁ

má tôi không đẹp nhất đời
chỉ là hoa hậu tuyệt vời của tôi
là mẹ
là chị
là bạn chơi
và là ánh sáng ngời ngời Việt Nam

thơ ca ngợi mẹ
không thể nhàm
ngôn từ, hình ảnh ố vàng,
chẳng sao
càng gần tục ngữ, ca dao
bức chân dung mẹ càng thao thức tình

xinh xinh trộn với chân tình
bao dung hòa với thông minh, dịu dàng
dĩ nhiên sang hơn cành lan
quý hơn mọi loại ngai vàng xưa nay

nhớ người, ngó sững bàn tay
viết sao đủ ngát mắt, mày, trái tim…
thơ tôi vụng hơn tiếng chim
non, cũ nhưng có nhịp tim của người

mỗi mạch chữ là nguồn hơi
mẹ tôi đã, vẫn bón đời cho tôi
thượng đế nếu có trên đời
của tôi, là mẹ, cha tôi thân tình

bạn ơi, hãy ngắm lại mình
mẹ cha bạn hẳn hiển linh hơn người
tôi làm thơ, thật bắt cười
điều đương nhiên vậy, ai người vô tâm

ngắt lòng làm một cụm bông...
má quý cháu ngoại con bồng con con
nghìn năm sông nước xuôi dòng...

HOA VĂN

Tên thật Ngô Văn Hoa, sinh quán tại Phú Thọ. Định cư tại Boston – Hoa Kỳ từ năm 1993 diện H.O. Đã có 4 thi phẩm đã xuất bản.

MẸ TÔI

tôi từ lục bát lớn lên
nghe ru từ thuở chưa quen tiếng đời

nhà tôi nghèo lắm em ơi
mẹ già chiếc áo một đời tứ thân
những khi gió lạnh mưa dầm
áo tơi lá mẹ che thân phận nghèo

nhà tôi mái lá tường xiêu
khuya đêm gió hú nghe hiu hắt lòng
nhà tôi không có ruộng đồng
nhờ rau muống mẹ nuôi con trưởng thành

thế rồi lửa khói chiến tranh
tôi lìa xa mẹ một mình vào Nam

mẹ ơi thương mẹ vô vàn
con đi bỏ mẹ muôn ngàn ưu tư
mẹ ơi biết đến bao giờ...

(trích *Thơ Và Thời Gian*)

HOÀNG ANH TÂM

Tên thật Nguyễn Duy Tâm, sinh năm 1943 tại Thành phố Trà Vinh. Hiện sinh sống tại thị xã Duyên Hải – Trà Vinh. Đã có trên 4 tác phẩm xuất bản.

MẸ TÔI

Mẹ gồng gánh cuộc đời đi qua bão dông
Sáng nhìn mặt trời rưng rưng nước mắt
Tiếng gà gọi bầy sau vườn tao tác
Cơn mưa đêm còn ướt đẫm ngọn rau thơm

Mẹ mo cau cơm vắt ra đồng
Con mắm sặc mặn thành sữa ngọt
Lũ chim sâu no mồi ca hót
Lúa đương thì con gái đợi mùa reo

Áo rách vá vai, tóc bạc mây chiều
Ngọn gió đông xa thổi về áo não
Gánh cỏ đợi trâu héo buồn tiếng sáo
Giọng ai hò, theo sợi khói về đâu?

Trăng nghiêng mình chìm đáy nước sông sâu
Mái chèo khua, ngoại đưa người sang bến
Mẹ gánh cuộc đời mộng mơ không đến
Ngọn gió đùa vui bên gốc rạ đồng quê

Số phận long đong, vất vả trăm bề
Ôm con nhớ mùa xuân thiếu phụ
Mẹ gồng gánh cuộc đời qua bao dông tố
Sáng nhìn mặt trời, mây trắng vội bay ngang

Nước mắt mẹ tôi lóng lánh đôi hàng!

HOÀNG HUY KHÁNH

Tên thật Võ Trọng Cư, sinh năm 1950 tại Hội An, Quảng Nam. Khóa 3 Đại học Chiến tranh Chính trị Đà Lạt. Hiện định cư tại Boston, tiểu bang Massachusetts – Hoa Kỳ. Đã xuất bản 2 thi phẩm, 1 CD nhạc phổ thơ và 2 CD ngâm thơ.

MẸ LÀ PHẬT TRONG HỒN TÔI

ngày xưa theo mẹ đến chùa
nghe kinh lạy Phật mấy mùa lá rơi
sân chùa mấy độ vàng phơi
lá bồ đề rụng thổi đời mẹ qua

mới đây mẹ vẫn chưa già
khi ra đường vẫn còn thoa phấn hồng
mà thời gian cứ xuôi dòng
rồi đời mẹ khổ nỗi lòng mẹ đau

mẹ tôi bạc trắng mái đầu
chiều đông lặng lẽ qua cầu không hay
thế rồi năm tháng mây bay
nhớ ơn mẹ mới có ngày lớn khôn

trên trời có đấng Thế Tôn
mẹ là Phật ở trong hồn của tôi
mẹ là ngàn đóa hoa môi
thổi hương thơm ngát đời tôi gió lùa

hôm nay tôi lại đến chùa
đọc kinh niệm Phật giữa mùa Vu lan
cầu cho nắng ấm chim đàn
cầu cho mẹ ở suối vàng thảnh thơi.

(trích *Chiều Vương Ý Thơ*)

HOÀNG KIM OANH

Dùng tên thật, sinh nhật ngày 3/12. Hiện ở TP.HCM. Giảng viên Đại học HUFLIT, nguyên giảng viên Đại học Sài Gòn.

THÁNG BA THỨ 83 CỦA MÁ

Con chép lại nửa bài thơ năm trước
Nhớ một ngày trong tất cả mọi ngày
Ngoại sinh má giữa Điện Bàn khói lửa
Ba tháng đời, ngoại gồng gánh vô Nam
Ngôi nhà nhỏ đất Thị Nghè, ơn Thánh
Là quê hương, con mở mắt chào đời
Là tháng năm má lặng thầm tần tảo
Giữ nếp nhà, câu đạo nghĩa sắt son
Ngoảnh nhìn lại, tám ba mùa của má...
Thắp đèn trời...
Mừng má mãi bên con!

– Niềm vui là gì hả má?
Cả một đời má tất tả sớm hôm
Chiếc áo khoan may, niềm vui chưa vội
Má một mình gánh đội hết lo toan.
– Hạnh phúc là gì hả má?
Con biết ngay là những cái lắc đầu
Má đủ rồi..., chỉ cần các con vui
Mà chúng con...
cứ vô tâm
lần lựa khất qua ngày...

Con hát bài ca tháng ba
Ước sao con hoài nhỏ bé
Đắng ngọt có vòng tay má
Biển ru con lớn thành người

Con hát bài ca tháng ba
Mênh mông tuổi mới vuông tròn
Má hoài bên con bên cháu
Xin đời còn mãi mùa sau!

Nhân duyên một cõi vô thường
Kiếp này có một mà thôi
Ba hương, mía lau, nếp mật...
Tháng ngày..., xin hãy dừng trôi!

11/3/2020

HOÀNG LỘC

Dùng tên thật, sinh ngày 8/11/1943 tại Hội An, Quảng Nam. Hiện định cư tại Hoa Kỳ. Đã có 6 thi phẩm đã xuất bản.

VỚI NGÀY CỦA MẸ

hôm nay ngày của mẹ
mà mẹ ta không còn
anh với em vắng mẹ
như hai con gà con

bên sân chiều chiêm chiếp
kêu những tiếng không cùng
bên sân đời hiu hắt
mẹ ơi, đời mênh mông

anh với em dỗ nhau
cùng một lời chiêm chiếp
gió chiều ơi – mẹ ơi
con cần đôi cánh, núp

một ngày anh xa em
chắc đời bao quạnh quẽ
một ngày em bỏ anh
anh thêm lần mất mẹ…

TÔI BỖNG MỒ CÔI

khi được chú tôi bịt khăn chế lên đầu
tôi thắp nén hương trên bàn thờ mẹ.
lời than bật ra – (tiếng gào thơ dại):
mẹ ơi – ba đã chết rồi!

khi tôi quỳ cúng cơm cha tôi dâng dĩa bún xào
ngước nhìn linh vị tấm lòng xốn đau,
thương mình bất hiếu lần đầu
trong đời tôi mời cơm cha!

chính lúc trở về – tôi bỗng mồ côi
(ôi tôi cũng có ngày mất cha mất mẹ!)
tay bưng bát hương, chân trần cát xé
tôi khóc ròng cùng nghĩa trang...

cha mẹ trên bảy mươi mà tôi còn long đong
cha mẹ trên tám mươi tôi đành lạc xứ
mẹ tôi yên nằm khi tôi cuối bể
cha ngoài chín mươi, tôi không kịp về!

mất mẹ cha rồi tôi có còn quê?
tôi có còn em mịt mù thị xã?
mồ côi – ơi mồ côi – sao tôi đến thế?
gió hút chiều nghiêng con mắt hỏi trời...

THƠ TÌNH VIẾT Ở HỘI AN

ta thật sự muốn đứng hoài một chỗ
mà ông trời cứ đẩy mãi ta đi
và em cũng một đời như gió núp
tóc bay mây thổi suốt buổi anh về

ngày xuân cuối hết hoa – dù hoa ẩn nguyệt
để nghìn trùng cơn gió, nỗi niềm xưa
mẹ già ta đã yên nằm trong đất
quê nhà đây – sao vẫn nhớ quê nhà?

đến rong bèo còn tấp bến sông Hoài
ta bước mỏi – quay nhìn không dấu bước
mẹ già ta đã tìm qua cõi khác
cố hương còn chỉ một nửa cố hương

phố cũng rồi chỉ nửa phố rêu phong
em, câu cổ thi – nghiêng hồn thục nữ
như vẫn đợi ngó theo mùa trăng cũ
mà trăng đành chỉ sót nửa vầng trăng

ta có muốn đứng hoài đây một chỗ
em có núp một đời như ngọn gió
cũng ngậm ngùi ông trời bắt ta đi
cũng tóc bay mây trắng buổi anh về...

HOÀNG NGA

Dùng tên thật, sinh ngày 28/3/1959 tại Quảng Nam. Hiện định cư tại South Dakota – Hoa Kỳ. Thành danh nhà văn sau 1975 tại hải ngoại. Đã xuất bản 8 tập truyện ngắn từ 1997 đến 2017.

TẾT NƠI CON Ở

Ở đây Tết không vàng hoa vạn thọ
Cây mai con trồng lại chết hôm qua
Trời lạnh quá, gió chỉ lùa bông tuyết
Trắng trên thềm như tóc mẹ sương pha

Ở đây Tết bên con nhiều nỗi nhớ
Cuối năm nào trời cũng lạnh tái tê
Đường vắng lặng mà không tháng Chạp
Chiều ba mươi chẳng đợi bóng con về

Ở đây Tết cuối vườn bầy cỏ úa
Vươn bên rào một cọng rất bơ vơ
Cứ như thể là con ngày trở lại
Trên hiên xưa bóng mẹ đã xa mờ

Chiều nay Tết. Hay ngày mai sẽ Tết
Con ở đây lòng chỉ nỗi ngậm ngùi
Mẹ ơi Tết. Hoa vàng không nở nữa
Trắng lòng con bông tuyết rụng tơi bời...

MẸ VÀ THƠ

Hoàng hoa ơi, hoàng hoa ơi
Nở chi muộn quá, mẹ tôi đi rồi
Mẹ không về phố chiều trôi
Câu thơ cõng mẹ về trời tối qua
Mùa thu rụng xuống hiên nhà
Vàng rơi, một đoá hoàng hoa ngậm ngùi.

HỎI CON SÁO SẬU

Con về nhà mẹ chiều nay
Hàng hiên con sáo đã bay mất rồi
Nhớ con sáo gọi "nội ơi"
Nó không biết nội qua đời hôm nao
Con về chiều xuống chiêm bao
Lòng như đám cỏ bên rào xác xơ
Nghe trong ngọn gió mơ hồ
Tiếng con sáo sậu ngẩn ngơ gọi bà
"Nội ơi, nội ơi, nội à"
Thật nó không biết nội qua đời rồi!
Chiều con về phố ngậm ngùi
Hỏi con sáo sậu nhớ người hay không…

HOÀNG XUÂN SƠN

Dùng tên thật, sinh năm 1942 tại Vỹ Dạ – Huế. Viết trước 1975. Hiện định cư tại Montréal – Canada. Đã có 5 tác phẩm thơ, văn xuất bản.

MẠ ƠI

Trời bịt mắt
tối thui đêm rằm
mặt trăng chìm xuống đáy
trăng mẹ ngày xưa
chừ mong manh một sợi
búa tạ nện dứt lòng nát tan
ngọn dầu buồn leo lét
thương lắm mắt trũng sâu
chừ xương da còm cõi
đừng tan biến mạ ơi
chừ thương lắm
ai thủ thỉ sớm hôm chừ đêm khuya ai côi cút
tô bún bò chừ rớt nước mắt
miếng bánh nậm đỏ hoe chiều
mùa đông suyễn khò khè thở
chừ ai đưa mạ đi dạo ngoài trời
thuốc cao ai dán ai bôi dầu
chừ biết răng chừ
Mạ ơi!

trọng đông năm Tân Ty

MẠ KHI MÔ

cũng lận chai dầu nhị
thiên đường vô túi áo
của con bảo khi mô
mệt trong người nhớ hít
vài hơi sẽ khỏe liền
vậy mà mình không chịu
nổi mùi dầu gió các
thứ cù là mắc-xu dầu
xanh con ó nhứt là
mùi dầu nhị thiên đường
thôi đành bất hiếu rồi
mạ ơi con thương mạ
nhớ có hồi anh Đỉnh
đi xe vô Đà Nẵng
hít dầu nhị thiên đường
mửa đầy một nón cối
mạ noái tự mi đi
xa bị xe đò dằn
chớ dầu nhị thiên đường
khi mô xài cũng tốt
mạ xài cả đời có
răng mô mà bây sợ
dạ không có răng mô
mạ ơi chừ mạ đi
rồi nỏ còn ai giúi
nhị thiên đường vô túi
cái túi lủng như ngày
tháng qua rồi mạ ơi!

Vu Lan Bồn Tân Tỵ

THÁNG BẢY NHỚ MẸ

tháng bảy tôi ngồi trong kệ
nghe ra trời đất tụng kinh
lung linh đại thừa bóng mẹ
nhìn vô. chỉ thấy một mình

chỉ thấy sương chiều bạc tóc
buộc một con sông mấy đò
trôi đi ngả nào không biết
chỉ biết mình ngồi co ro

chợt nhớ khi còn quyến luyến
thương làm sao khúc túy ân
say say một hồn vô ngã
chìm trong xứ mẹ ân cần

mà tôi vẫn còn lóng ngóng
lân tuất áo mẹ phương nào
giọt nước mắt chìm trong ngấn
chìm khuất bóng mẹ
phương nào…

tháng 7, mười hai

LÊN NON

Bây giờ nước mắt chan cơm
biết đâu mặn nhạt giữa hồn mưa sa
hỡi ơi chín cõi ta bà
mà sao chỉ bóng mẹ qua nơi này
con chờ rụng hết bàn tay
lạnh hai chân đuối buông ngày vị vong.

TIỄN MẸ TÀN TRO

thả gần mặt nước khói bong
thủy kinh niệm xuống thanh đồng mê mê
cốt tro của mẹ thôi về
cung tay xá tiễn nghìn hoa niệm từ
lau trắng lịm bờ chân như
con mắt chùm gửi hướng lồ ồ đưa.

Phật Đản 2016

CHỪ MẠ GÁNH

trách cá nục chừ ai khen
trái ớt chìa vôi chừ ai hít hà
nứt làm hai con cá bống thệ
cha mạ nứt hai cha mất đi rồi nhà tróc nóc
bếp lửa chiều lạnh tanh củi nỏ
chừ mạ gánh
gánh gánh
mạ gánh hai đầu hai đứa
chạy tả tơi ầm ầm lửa đạn
mạ chạy tóc tai rũ rượi vạt áo dài rách bươm
lẩm bẩm mạ biết khi mô tản cư hồi cư mà về tới
nơi tới chốn
may mạ còn đôi chân
may mạ còn hai vai
may tấm lòng mạ sông biển
mạ gánh hoài gánh hủy
cả giang sơn nhà chồng
cha mất đi mạ gánh giữa đồng
chừ gồng thương tới gánh
mạ gánh lên non
non chừ lạ biển
mạ chừ tất bật như gió xoay chiều
che trở chiều nào cũng lưng trần mạ hứng.

THÁNG GIÊNG LẠNH NHỨC

trời lạnh như cắt. khóc thút thít
lạnh quá. không cười nổi mạ ơi
ai mang túi đồ qua xứ lạ
quẳng giữa băng sơn một núi lười

mấy ngón cũng không buồn nhúc nhích
ngón đầu ngón kế. ngón anh em
tìm đâu ngón út nằm thua thiệt
ở xó câu lưu. tận nỗi niềm

mười năm. hai mươi. ba mươi năm
cũng vẫn chưa quen cái lạnh thâm
cái lạnh níu hồn khư cố đế
cùng với đêm thâu. vệt tím bầm.

HỒ CHÍ BỬU

Dùng tên thật, sinh ngày 3/12/1947 tại Trảng Bàng – Tây Ninh. Hiện định cư tại quê nhà. Viết trước năm 1975. Đã có trên 12 thi phẩm xuất bản.

CON NGHĨ VỀ MẸ

Mẹ lớn hơn thượng đế
Vì mẹ tạo ra con
Mẹ cao hơn thượng đế
Nuôi dưỡng con nên người

Con bơi trong thỏa thích
Biển tình thương mẹ cho
Con rong chơi thỏa thích
Rừng hạnh phúc mẹ làm

Con ngu ngơ đần độn
Chiếm dụng tình mẹ cho
Đến khi con khôn lớn
Thì mẹ đã không còn

Con nửa đời làm thơ
Chưa câu nào cho mẹ
Con nửa đời mộng mơ
Mẹ mất – mộng xa mờ...

BA TÔI

Mẹ tôi là người ông nội cưới cho ba
Bà hai bà ba là do ba tôi tìm kiếm
Ba tôi là ông giáo làng thời phong kiến
Học có bằng "rút rơm trâu ăn mê"

Ba tôi người nghệ sĩ hào hoa
Đa tình nhưng làm tròn bổn phận
Nuôi tôi ăn học đến nơi đến chốn
Cấy vào tôi những tư tưởng Tây Âu

Ba không theo Cộng hòa cũng chẳng theo Việt Minh
Cất trường trong làng dạy học
Chạy giặc ba chuyển qua nghề buôn gỗ
Và cuối đời mất về bệnh tiểu đường

Tôi học ở ba được tinh thần trách nhiệm
Lỡ làm trật điều gì thì không đổ lỗi cho ai
Ba tôi, người nghệ sĩ già trí thức
Nằm xuống rồi, nụ cười vẫn nở trên môi…

HỒ TUẤN NHÃ

Dùng tên thật, sinh năm 1943 tại Duy Xuyên – Quảng Nam. Qua Mỹ diện H.O năm 1993, hiện ở Tacoma WA. Đã xuất bản 1 tập thơ.

TỪ MẪU

mẹ dắt con đi dạo phố
chiều rơi nhè nhẹ ở chân trời
dăm con: mỗi đứa màu da khác
mỗi quê hương của mỗi cuộc đời

Bà Mẹ Nuôi cười nhân hậu
như tấm lòng mở rộng bao dung
đôi tay dắt díu đàn con dại
chẳng họ hàng về mái nhà chung

người đàn bà phúc hậu dẫn con
đặt tình thương trên mỗi cái hôn
xuống những mái đầu xanh ngơ ngác
mong sao mỗi đứa được vuông tròn

từ những xứ nghèo đói bất hạnh
mỗi đứa con là mỗi chứng nhân
những mầm sinh lạc trong biển lửa
những búp hoa sớm chịu phong trần

Bà Mẹ Nuôi tấm lòng biển cả
xóa nhòa ranh giới những non sông
nhưng trong mắt mẹ đầy mưa nắng
của mỗi con chan chứa ruộng đồng

tiếng nói, màu da như sông nhỏ
đổ vào biển cả mẹ nuôi con
những giấc mơ dâng tràn bờ bến
dẫu mỗi con sông khác cội nguồn.

HỒ XOA

Dùng tên thật, sinh năm 1960 tại Đại Lộc – Quảng Nam. Hội viên Hội Văn học Nghệ thuật Đà Nẵng. Đã có tác phẩm xuất bản.

MÓT LÚA

Mẹ ngày mót lúa bờ xưa
Cho con một chút nắng thừa chiều vơi
Mẹ đi mót nắng cuối trời
Để nuôi khôn lớn một lời yêu em.

VỚI MẸ MÙA XUÂN

Đất trời vào xuân sau mùa dông bão
Nhưng mùa xuân là mùa dông bão mẹ tôi
Người tả tơi sau những xuân đến
Chúng tôi lớn lên trong nỗi đau Người

Xuân về mẹ chẳng dám ăn no
Đến tàn hơi vẫn manh áo cũ
Ngày no đủ mẹ không còn nữa
Chút nhang tàn hiu hắt về đâu!

Tóc bạc rồi hỡi những mùa xuân tôi
Chinh chiến ác gian ngập bờ thế kỷ
Chiều cuối năm mênh mông hồi kinh nguyện
Ai còn nghe một tiếng chuông rơi!

Năm tháng nào phai dáng mẹ tôi
Nước mắt mặn đắng một đời con dại
Mây khói tóc ngàn năm không buồn chải
Ngó lên trời xuân mẹ phủ đời tôi

Em đừng buồn mùa xuân không tặng hoa
Cả đời mẹ không dám nhìn hoa đẹp
Ta lặng lẽ muôn hướng đời nhộn nhịp
Mẹ Tình yêu của những Tình yêu.

CUỐI NĂM NHỚ MẸ

Em có còn chờ hong nắng mới
Mẹ về, đi chợ những chiều xa
Nón cời đội cả chiều thôn dã
Một gánh tình quê chẳng lụa là

Mẹ chờ khôn lớn
Ta khôn lớn…?
Người đã xa xôi phía cuối trời
Em có còn chờ hong nắng mới
Để ngày khoe áo mẹ đi chơi

Những độ cuối đông ngồi nhớ mẹ
Ta thẫn thờ trông nắng đổ dài
Nhớ dáng người gầy chiều chinh chiến
Một bờ vai phủ vạn tàn phai

Trên những đỉnh buồn hai thế kỷ
Bơ vơ côi cút bốn phương trời
Phong trần đã nhuộm ba màu tóc
Lòng vẫn đau hoài nhớ: Mẹ ơi!

MỘ MẸ

Người nằm đó bên đồi xưa hiu hắt
Bao gió mùa thu, bao gió mùa đông
Nghe lá đổ bên phận đời cơ cực
Đi hay về rồi cũng trắng tay không

Năm tháng rộng một lần không trở lại
Lòng mồ côi từ đó cũng vô cùng
Chiều mù khơi con nghe lời mẹ hát
Nỗi đau đời người độ lượng bao dung

Những đám mây đã tạnh lời ca hát
Lang thang không hết cuộc luân hồi
Tiếng heo may đi về đâu đó
Như nhớ dòng sông vừa khóc vừa trôi

Con đường hoàng hôn từng ngày đi qua
Lời chim vịt cũng vọng về viễn xứ
Mẹ nằm đó như chân trời xa khuất
Ngàn sau còn sóng vỗ một bờ nôi.

HUỲNH LIỄU NGẠN

Tên thật Huỳnh Văn Hiệp, sinh năm 1956 tại làng Thái Dương Hạ, Thuận An, Thừa Thiên – Huế.

MẸ

1.
tàn hơi bước về
ngút ngút mây đưa
ta nhớ mẹ già
thắp sáng tim ta.

2.
thương một đời dâu bể
mẹ vẫn mòn mắt trông
quê nhà giờ xa lắm
con suốt đời lao lung.

KIẾP SAU KIẾP NỮA
KIẾP ĐỜI ĂN NĂN

tôi ở cửa biển Thuận An
tôi lên độn cát nhìn ra biển trùng
khơi xa mờ mịt biển đông
cha tôi ngư phủ tôi trông mỗi ngày

nhìn ra biển rộng chân mây
hải âu bay lượn từng bầy sóng xô
cha tôi ngoài khơi nhìn vô
tóc tai rám nắng lô nhô bọt bờ

thấy tôi đứng ở xó bờ
đợi cha như đợi trăng mơ cuộc đời
buổi chiều xuống buổi chiều trôi
tôi xách rổ rá cha ơi cha hời

tôi chia phần cá lỗ lời
nắm tay cha kéo mừng ơi là mừng
cha tôi nhìn tôi lừng khừng
lại ôm tôi hun lên đầu của tôi

tôi về thương nhớ chơi vơi
cha đi đánh cá nuôi tôi lớn dần
thế mà tôi chẳng phân vân
bỏ đi biền biệt ly phân cha già

tôi qua bên xứ người ta
cơm no áo ấm thịt thà bia cam
bỏ cha bỏ mẹ giữa đàng
trông tôi như thể trông màn sương che

công lao trời biển núi đè
tôi không biết có ai dè tôi đi
cắn răng tôi hỏi sao mi
ngu chi ngu quá cha đi mẹ về

chín suối làm sao cận kề
dâng cơm rót nước bưng về ai ăn
cúi đầu tôi khấn trong tâm
lạy cha lạy mẹ lâm râm lạy trời

cho tôi được làm con người
kiếp sau kiếp nữa kiếp đời ăn năn.

10/2/2020

**CHA TÔI VỚI MẸ
TÔI ĐÂU NỮA RỒI**

cha tôi lên ruộng xuống đồng
cày bừa cuốc đất lúa trồng ruộng sâu
cuộc đời bãi sắn nương dâu
mùa đông mưa lũ ruộng sâu gió lùa

cha tôi còng lưng đẩy mùa
cho lên ngọn lúa xanh lùa bờ mương
mẹ tôi áo vá bên đường
tay che nón lá mười phương lạy dài

cầu cho nắng sớm mưa mai
đồng không mông quạnh thiên tai cuộc đời
không chừng cũng thấu đến trời
bữa sau bữa trước đầy vơi mấy hồi

cực khổ lắm mẹ cha ơi
lớn lên bất hiếu con trôi nổi rồi
bỏ quê bỏ quán ra đời
đi theo trái đất gọi mời bốn phương

cúi đầu con lạy tha hương
thương cha thương mẹ mười phương chẳng về
cúi đầu con nhìn bờ đê
mồ hôi nước mắt dầm dề mẹ cha

ngày xưa cha đưa tay ra
đỡ con té sấp khi qua đường đồng
bây giờ mẹ nhìn cha trông
đứa con bất hiếu lông bông địa cầu

bây giờ cúi tạ ân sâu
cha tôi với mẹ tôi đâu nữa rồi.

10/2/2020

MẸ TÔI NGỒI VỚI HƯ KHÔNG

mẹ tôi ngồi với hư không
hai ngàn năm một dòng sông hững hờ
mẹ tôi đợi mẹ tôi chờ
mẹ như hóa đá thành thơ giữa trời

tôi về lặng lẽ đơn côi
chắp tay xin lại cuộc đời mẹ ơi
biết bao dâu bể tơi bời
có không sắc tướng luân hồi bủa vây

hai ngàn năm đôi vòng tay
mẹ ôm trần thế héo gầy vào thân
mình tôi với chút căn phần
năm châu bốn biển phù vân một đời

ước chi tận thế cho rồi
xóa đi nghiệp chướng luân hồi mẹ ơi.

NGHÌN THU NGÓNG ĐỢI

tà dương bóng mẹ qua làng
đôi vai trĩu xuống bên hàng rào thưa
hai đầu thúng nặng đong đưa
pha phôi màu tóc trời trưa nắng chiều

con xa chắc mẹ nhớ nhiều
nghìn thu ngóng đợi tiêu điều bóng con.

HỤT RỒI MẸ ƠI !

thì con cũng biết từ đầu
thế nào mẹ cũng đi lâu không về
mẹ bay lên cõi trăng kề
không gian bất tận bốn bề sao băng

mẹ bay lên cõi vĩnh hằng
bỏ con lạc lõng mưa giăng tháng ngày
thì con cố nhìn mẹ bay
thì con cũng cố đưa tay níu trời

trời cao đất rộng chơi vơi
con chụp tay mẹ hụt rồi mẹ ơi.

MẸ VỀ LẠNH BUỔI CHIỀU TÀ

sớm mai sương rụng bên thềm
trong hơi ấm mẹ con thiêm thiếp nằm
câu hò ru vọng trăm năm
tiếng rơi lạc giọng mù tăm xuống đời

năm canh mắt mẹ sáng ngời
nằm thao thức suốt một đời vì con
tóc hai màu phủ xuống hồn
vai khô gánh nặng đầu thôn cuối làng

chân xiêu lạc bước qua ngàn
áo phơ phất tạt chẳng màng đường xa
mẹ về lạnh buổi chiều tà
miếng cơm pha máu bài ca đậm màu.

HƯ VÔ

Tên thật Võ Hùng, sinh ngày 15/5/1956 tại An Xuyên – Cà Mau. Hiện cư ngụ tại Sydney – Australia. Đã có 3 thi phẩm in riêng, một thi phẩm in với 6 tác giả khác cùng ở Úc, và 1 CD 12 ca khúc từ thơ được phổ nhạc.

MẸ GÓI MÙA XUÂN VÀO LÁ BIẾC

Con hứa mãi vẫn không về kịp Tết
Mẹ ơi, năm lại sắp hết nữa rồi
Nồi bánh tét cả một đời mẹ nấu
Chờ con về đau đáu bọt nước sôi.

Tàu lá chuối gói quê hương trong đó
Tay mẹ run gói chiếc bánh đâu tròn
Lần mò quấn mối dây còn chưa giáp
Thì làm sao cột nổi mẹ vào con!

Mùa nếp mới mẹ nấu buồn trong mắt
Ngọn lửa tàn theo than khói thắp khuya
Ngày Tết nhất chờ con về xông đất
Mà mẹ nghe cuống rún đã chia lìa!

Con cũng muốn một lần về ăn Tết
Nhưng mẹ ơi, lại thất hứa nữa rồi
Mẹ hãy gói mùa xuân vào lá biếc
Gửi hết cho con giọt lệ lẻ loi...

TÁM MƯƠI NĂM MẸ VẪN CÒN NGỒI ĐỢI

Tám mươi năm mẹ vẫn còn ngồi đợi
Thằng con trở lại với cội với nguồn
Để thấy tóc mẹ trổ màu bông bưởi
Rụng xuống thơm tho trắng cả góc vườn.

Nơi núm nhau còn xôn xao mùi đất
Con lớn khôn từ mật mía, hương người
Đi một chuyến là biệt tăm, biệt tích
Hứa lần hồi, chưa về được, mẹ ơi!

Tám mươi năm mẹ còn ngồi vá áo
Mắt nhạt nhòa theo mũi chỉ, đường kim
Kim khâu cả đời chưa lành nỗi nhớ
Thì sợi chỉ nào vá nổi trái tim!

Con vẫn biết, mẹ không phiền, không trách
Ngồi khóc một mình thương nhớ thằng con
Đếm từng buổi chiều bạt ngàn mây trắng
Thấp thỏm ruột gan đằng đẵng mỏi mòn.

Chờ thấy lại đứa con giờ bao lớn?
Ôm vào lòng những ray rứt khát khao
Để được một lần mẹ nghe con khóc
Hai mẹ con tóc bạc trắng như nhau!

Trước sau gì, con cũng về với mẹ
Mảnh đất vườn cau, cội rễ ông bà
Tám mươi năm mẹ chắt chiu dòng lệ
Chờ con về cùng khóc xuống mộ cha...

CHA ƠI, CON ĐÃ VỀ

Con quỳ bên bệ Chúa
Để khóc lớn cùng Cha
Nửa đời con hư mất
Xin được lần thứ tha.

Đường trần chia trăm ngả
Đâu biết đi hướng nào
Chân con đang chảy máu
Đường nào cũng bể dâu!

Cha ơi con đau quá
Cha xức dầu cho con
Từ dấu đinh tay Chúa
Dắt con khỏi roi đòn.

Cha nhân từ chí ái
Cha vô lượng vô biên
Chờ đứa con lạc lối
Về để Cha yêu thương.

Tắm con dòng nước Thánh
Rửa sạch bụi trần gian
Mặc vào chiếc áo mới
Trong lần con tái sanh.

Con đi trong phước hạnh
Cha thêm sức thêm hơi
Đường Cha là lẽ thật
Để bước tới đời đời...

(trích trang Quán thơ Hư Vô)

KHÁNH HÀ

Tên thật Nguyễn Thị Khánh Hà, sinh năm 1943 tại Mỹ Tho. Cùng chồng là nhà văn Tâm Thanh, định cư tại Na Uy. Đã có tác phẩm xuất bản.

MẸ XƯA

sao con đành bỏ đi
để mẹ già hiu quạnh
dưới hiên nhà gió lạnh
mẹ đứng lặng nhìn theo

con quay đầu nhìn lại
khắc ảnh mẹ vào tim
một mai đời đau khổ
biết mẹ đâu con tìm

bên kia bờ biển đông
khói sầu dâng mênh mông
quê nhà chìm khuất bóng
nước mắt con thành sông

con tìm mẹ trong mơ
mẹ buồn tóc bạc phơ
vườn khuya hoa cau rụng
nước mắt mẹ thành mưa

hai mươi năm biền biệt
hồn con gửi quê nhà
xót mẹ già một bóng
lòng dõi bước con xa

xuân năm nay con về
mồ mẹ phủ cỏ xanh
dưới hiên nhà gió lạnh
con đứng lặng nhìn quanh

còn đây cội mai già
xưa mẹ thường lẩy lá
nay đang độ nở hoa
mà mẹ đời đời xa.

MẸ ƠI CON VỀ
tặng Thư

mẹ ơi! con muốn về bên mẹ
chăm sóc cho lành những vết thương
mẹ nằm bất động như cây cỏ
nào hay con mẹ đứng bên giường

con về dao cắt lòng trăm mảnh
nhìn mẹ hao gầy như xác ve
ruột tằm mẹ rút cho con trẻ
chờ như chiếc lá rụng bên hè

con biết nhiều năm mẹ mỏi mòn
từng chiều tựa cửa nhớ mong con
từng đêm hiu quạnh sầu đối bóng
tuổi già như lá úa ngoài song

một mình trong nếp nhà im lặng
nhớ cảnh sum vầy êm ấm xưa
ôi! con biết mẹ đau lòng lắm
ai xẻ chia cùng buổi gió mưa

con thèm được khóc trong lòng mẹ
được gọi êm đềm tiếng mẹ ơi
tuổi đời chồng chất con khôn lớn
với mẹ đời đời con bé thơ

ai xoay giùm được bước thời gian
cho con về lại thuở son vàng
có mẹ đợi chờ bên cánh cửa
mở cho con một góc thiên đàng.

(trích *Ở Đây*)

KIM TUẤN

Tên thật Nguyễn Phước Vĩnh Khuê, sinh năm 1938 tại Huế, quê nội Hà Tĩnh. Qua đời ngày 11/9/2003 tại TP.HCM. Đã xuất bản 7 tác phẩm.

GỬI MẸ MÙA XUÂN

Tết này chắc con thôi leo núi
đêm ngủ rừng thôi ngó trời xanh
sớm mai qua núi tay kiềm súng
đã xa xôi như thế cũng đành

Tết này ngưng chiến lo đồn trại
đêm gác chòi cao nhìn núi cao
lửng lơ dăm bóng đèn soi sáng
mưa dưới đồi xa khuất chiến hào

Chiến hào đêm lạnh run cơn gió
lá động cành trơ và khói sương
co ro trong áo tay ghì súng
lửa ngút trời xa bãi chiến trường

Tết này thêm chút tiền lương lính
có dăm trăm bạc gửi quê nhà
mẹ mua thêm gạo ăn qua Tết
con ở rừng cam khổ cũng qua

Con ở rừng ăn Tết cá khô
có cơm gạo sấy kiếp sông hồ
khi vui chung bạn dăm chai đế
khi chết nằm yên dưới nấm mồ

Tết này Tết nữa chưa yên giặc
chắc mai chắc mốt có hòa bình
con nghe nói thế con tin thế
phương nầy như cũ vẫn phiêu linh.

(trích *Gìn Vàng Giữ Ngọc*, 1974)

LÂM CHƯƠNG

Dùng tên thật, sinh năm 1942 (khai sinh ghi năm 1945) tại Gò Dầu Hạ - Tây Ninh. Khoá 24 trường Sĩ quan Thủ Đức. Đi tù Cộng sản 10 năm. Định cư tại Boston - Hoa Kỳ từ năm 1987. Đã xuất bản nhiều tác phẩm

SAU NHỮNG NĂM ĐI XA VỀ VIẾT BÀI THƠ NGÀY GIỖ MÁ

Má tôi mất năm tôi mười hai tuổi
Tôi ra ngoài hiên đứng khóc
Ngó lên cây me già buồn hiu trước ngõ
Mây trắng bay qua tàn cây lá nhỏ
Nắng xế chiều héo hắt trên sân
Đàn gà con kiếm ăn trong hàng dâm bụt
Tôi biết từ đây tôi như con gà côi cút
Phải tập bươi tập sống một mình
Rồi những sớm hôm trái gió trở trời
Không ai sờ trán tôi thăm chừng nóng lạnh
Không có bàn tay nào vuốt tóc tôi
Trong những đêm khuya cựa mình trở giấc.

Ngày đưa tang tôi không còn nước mắt
Lầm lũi đi trong đám người chân đất
Trời âm u sương muối mùa Đông
Gió tháng Chạp se da quần áo ngắn
Trên đầu tôi đội một vòng khăn trắng
Vòng khăn mang số phận con người
Lúc quan tài hạ huyệt
Tôi quay mặt đi không dám nhìn

Lòng quặn đau cơ hồ chảy máu
Nén tiếng khóc vào trong cổ họng
Tôi cúi đầu ngó xuống bàn chân
Bàn chân lấm bùn đen câm nín
Như nỗi lòng khép kín trong tôi

Nhà tôi nghèo trống trước trống sau
Vách liếp che không ngăn được gió mùa
Mái tranh dột trời mưa dùng thau hứng nước
Chiếc bàn gỗ mọt ăn đêm ngày kẽo kẹt
Chiếc giường tre sắp làm củi đốt
Manh chiếu thấm mồ hôi
Mùng mền thâm niên thủng lỗ
Đêm tôi nằm co đắp mền không đủ ấm
Hai bàn tay tôi kẹp vào đùi
Nghe chó sủa sợ ma và bóng tối
Tuổi thơ tôi có những đêm dài tiếp nối
Giấc mơ nào cũng nước mắt rưng rưng.

Tôi thèm ăn mà bếp núc tro tàn củi lửa
Nồi niêu ám khói đen
Chén dĩa sành mẻ miệng
Chiếc ấm sứt vòi
Thùng gạo trong nhà đong chẳng đầy lon
Liếp rau sau hè không tay người chăm sóc
Cỏ dại mọc chen cây ớt cây cà.

Ba tôi làm con gà trống chạy rông
Tha về từng hạt gạo nuôi đàn con ốm đói
Anh chị tôi đội nón mê mặc quần dưới rốn
Bỏ học đi ra đồng mót lúa
Những đứa em tôi mặt mày lem luốc
Mũi chảy thò lò và khóc đòi ăn
Tôi giữ em không kể sáng trưa chiều.

Tay chân tôi khẳng khiu mà bụng rất to
Tôi nằm ngửa cho em vỗ bụng làm trống
Những đứa em tôi không biết cười
Bởi trên đời chẳng có gì vui
Tôi nắn những hòn bi
Những con trâu bằng đất sét làm đồ chơi
Khi em chán tôi bò bốn chân làm ngựa
Em cưỡi đi quanh quẩn trong nhà
Ngày nào tôi cũng giữ em
Ngày nào em tôi cũng khóc
Tôi không biết hạnh phúc là gì
Cũng không hiểu thế nào là đau khổ
Có những hoàng hôn nắng ráng mỡ gà
Tôi dẫn em ra đầu ngõ ngóng anh chị tôi về
Nghe tiếng chim cu từ rừng xa vọng lại
Nghe gió từ bờ sông thổi lên
Tôi buồn mà không hiểu vì sao
Ở đằng xa phía cuối con đường
Dáng anh chị tôi đi thất thểu trong chiều
Đầu đội lúa mót
Tay cầm xâu cá nhỏ
Anh chị tôi mỉm cười như mếu
Tôi cũng cười nhưng sao lòng muốn khóc

Đêm tháng Bảy thằng em tôi chết
Trời mưa dầm dột ướt chiếc giường tre
Gió vi vút luồn qua vách liếp
Như quỷ thần réo gọi hồn ma
Ba tôi đắp mặt em bằng manh áo cũ
Trên đầu nằm thắp một ngọn đèn lu
Đèn trứng vịt không soi người tỏ mặt
Nhà âm u nhang khói quyện mùi
Ba tôi ôm đầu ngồi lặng thinh chờ trời sáng

Anh chị em tôi đứng nép vào nhau
Vừa hỉ mũi vừa lau nước mắt
Tôi thương em không thể nào kể xiết
Nhớ lúc em đi ra đi vào đói bụng
Vét nồi cơm không còn một hột
Nhà nghèo đâu dám mơ miếng thịt
Đời cúi thấp ngó hoài mặt đất
Trên lưng đè tảng đá ngàn cân.

Người lối xóm cho cái hòm gỗ tạp
Đưa em đi bằng chiếc xe trâu
Em về đất nằm bên cạnh má
Trên khu gò đầy những cỏ may.

Những thằng bạn nhỏ mau quên
Hay đùa chơi dưới cây me già trước ngõ
Chẳng đứa nào còn nhắc em tôi
Buổi trưa trưa tôi một mình đi bộ
Lên gò ngồi nhớ má thương em.

Mồ côi cha ăn cơm với cá
Mồ côi má lót lá mà nằm
Tôi lớn lên trong niềm tủi cực
Có lúc phải cắn răng để đừng bật khóc
Bà con xa ngoảnh mặt làm ngơ
Bà con gần nhìn nhau ghẻ lạnh.

Tôi bước đi trên dải đất này
Lòng buốt nhức qua bao ngày thương khó
Đêm thắp đèn ngồi mơ một chùm hoa đỏ
Và môi ai nở một nụ cười.

LÂM HẢO DŨNG

Dùng tên thật, sinh năm 1945 tại Sóc Trăng. Định cư tại Canada từ năm 1980. Viết trước năm 1975. Đã xuất bản trên 5 tác phẩm.

CÒN KHÔNG NGÀY VỀ

Mẹ có mắt sầu riêng cao chất ngất
Nên hồn con lạnh lẽo đến bao giờ
Nhà chắc dột bởi từ khi vắng mặt
Những thằng con đủ cánh để bay xa

Và dòng sông thương những hàng rơm mục
Những hàng cau buồn chết được lòng con
Thuở mẹ già biết cau còn kết trái
Biết con còn thấy mẹ lúc hoàng hôn

Như lũ sáo vu vơ ngoài giậu cũ
Mắt đăm chiêu ngày nắng mới chang chang
Mẹ vẫn cứ mồ hôi trên áo vá
Đắp vồng khoai liếp cải nghĩ mênh mang

Bom đạn chắc không còn ru mẹ ngủ
Và đàn em dăm đứa nhởn nhơ cười
Mắt có xa cho một lần thương nhớ
Hình bóng con vời vợi cuối chân trời.

VỀ VỚI MÁ

Con cũng muốn về thăm lại má
Thăm dòng sông Hậu nắng lưa thưa
Có cây dừa lão thân gầy quá
Đứng khóc theo mùa con nước đưa

Thấy nhớ làm sao mùa lúa chín
Má ngồi khâu áo ở đầu sân
Thương thằng hai đã nằm trong đất
Thằng út mơ màng tính vượt biên

Con gửi buồn theo mấy gốc bần
Mấy giàn mướp khía mới đơm bông
Mấy dây bình bát dây me đất
Và đám ô rô lũ mái dầm

Má biết con yêu thích cúc tần
Cái hương sao nhái rất thanh tân
Từ khi con bỏ quên đời lính
Lòng chết còn thương những lá vàng

Ai cắt lìa chi từng núm ruột
Mà kinh xáng múc cạn khô dòng
Mà chim bìm bịp chim tu hú
Cũng trốn bay về chốn biển đông

Con mộng đêm nay dưới ánh đèn
Hồn già sống lại thuở hoa niên
Chờ con xuôi bước miền châu thổ
Cho cát bồi hạt giống xanh thêm.

LÂM HẢO KHÔI

Dùng tên thật, sinh năm 1947 tại Cam Bốt (Thủ đô Phnom Penh). Nguyên quán Sóc trăng. Hiện cư ngụ ở Sydney NSW. Có thơ văn đăng trên các báo, tạp chí ở địa phương và một số ở Mỹ, Canada. Có mặt trong nhiều tuyển tập.

MẸ ĐI THÁNG TÁM KHÔNG VỀ NỮA

Nhìn ảnh người trao, sân đất cũ
Vẫn hiền đôi vạt áo bà ba
Hoa bưởi mang hương về mỗi tối
Lòng ai sóng vỗ dưới hiên nhà

Tháng mấy mà trưa trời nắng dữ
Bóng mẹ nghiêng dài tợ bóng cây
Đôi mắt có mưa vừa mới tạnh
Đem buồn Bố Thảo gửi sang đây

Mây trắng ở trong vòng cẩm thạch
Mang hồn Tố Nữ mấy mươi năm
Mẹ bán cho con tìm bến bãi...
Về gối tay riêng một chỗ nằm

Mưa đâu biết tôi thương người đứng đợi
Vẫn vô tình rơi ướt áo bà ba
Sông đâu biết khi vui về biển lớn
Là mang tôi đi bỏ nước xa nhà

Nhìn ảnh người trao, sân đất cũ
Trời xanh như có bóng mây bay
Mẹ đi tháng tám không về nữa
Đem buồn Bố Thảo gửi sang đây.

tranh Lê Phổ

LÊ CẨM THANH

Tên thật Lê Văn Bá, sinh vào thập niên 40, quê Cẩm Thanh – Hội An. Khóa 27 Bộ binh Thủ Đức. Hiện định cư tại Hoa Kỳ. Đã xuất bản 1 thi phẩm và 4 CD thơ.

NHỚ MẸ

về đâu một cánh chim chiều
bâng khuâng trước gió cô liêu giữa trời
bên đông hai tiếng à ơi
bên tây kẽo kẹt ru hời nắng trưa

kẽo kẹt võng đưa à ơi
mẹ tôi đất lạnh – tôi thời ở đâu

mẹ ơi nhớ bát canh bầu
con ăn mau lớn – con sao chưa về
mẹ dặn hai tiếng tình quê
lề xưa không giữ thân lê xứ người

xứ người năm bảy thứ người
xứ này biền biệt – mẹ sao đi tìm
mẹ ơi – xin mắng con thêm
để con còn biết mẹ têm được trầu

ngó lên trời rộng thâm cao
mấy lần con nguyện năm sau rồi về
bên con hai tiếng tình quê
xóm làng thôi thúc lời thề héo hon

ngày dài tháng rộng hao mòn
con chưa về được ruột chan đắng buồn

trên trời chim mỏi cánh bay
bóng chiều đã tắt heo may ngập ngừng
phương nao Hòn Kẽm, Đá Dừng
con nay nhớ mẹ, đếm từng cánh chim

Nhớ câu – Hòn Kẽm, Đá Dừng
thương cha nhớ mẹ quá chừng, mẹ ơi.

(trích *Nhớ Nắng*)

LÊ ĐẠT

Tên thật Đào Công Đạt, sinh ngày 10/9/1929 tại Yên Bái. Có mặt trong nhóm Nhân Văn – Giai Phẩm. Qua đời ngày 21/4/2008 tại Hà Nội. Đã xuất bản chung và riêng trên 16 tác phẩm.

CHA TÔI
Đất quê cha tôi
        đất quê Đề Thám
Rừng rậm sông sâu
Con gái cũng theo đòi nghề võ

Ngày nhỏ
    cha tôi dẫn đầu
        lũ trẻ đi chăn trâu
Phất ngọn cờ lau
Vào rừng Na Lương đánh trận
Mơ làm Đề Thám

Lớn lên
    cha tôi đi dạy học
Gối đầu trên cuốn Chiêu hồn nước
Khóc Phan Chu Trinh
Như khóc người nhà mình
Ôm mộng bôn ba hải ngoại
Lênh đênh khói một con tàu
Sớm tối
    ngâm nga mấy vần cảm khái
Đánh nhau với Tây

Bỏ việc
    lang thang
        vào Nam
            ra Bắc
Cắt tóc đi tu
    nhưng quá nặng nghiệp đời

Gần hai mươi năm trời
Tôi vẫn nhớ lời cha tôi cháy bỏng
Dạy tôi
    làm thơ
        ước mơ
            hy vọng
Những câu Kiều say sưa
        đưa cuộc đời bay bổng
Tiếng võng
    trưa hè mênh mông
"Phong trần mài một lưỡi gươm
Những phường giá áo túi cơm sá gì"
Nhưng công việc làm ăn mỗi ngày mỗi khó
Cuộc đời chợ đen chợ đỏ
Thù hằn con người
"Muốn sống thanh cao
        đi lên trời mà ở
Mày đã quyết kiêu căng
Níu lấy cái lương tâm gàn dở
Dám
    không tồi như chúng tao
Suốt đời mày sẽ khổ"

Quan lại trù cha tôi
        cứng đầu cứng cổ
Người "An Nam" dám đánh "ông Tây"
Mẹ ỉ eo dằn vặt suốt ngày
Chửi mèo, mắng chó

"Cũng là chồng là con
Chồng người ta khôn ngoan
Được lòng ông tuần ông phủ
Mang tiền về nuôi vợ"

Bát đĩa xô nhau vỡ
Cha tôi nằm thở dài
Cha nhịn đi cho đỡ
Anh em tôi bỏ cơm
Hai đứa dắt nhau ra đường tha thẩn
Trời mùa thu trăng sáng
Sao nở như hoa
Không biết Ngưu Lang trên kia
Có bao giờ cãi nhau cùng Chức Nữ

Rồi cha tôi
      lui tới nhà quan tuần, quan phủ
Lúc về
    gặp tôi
        đỏ mặt
           quay đi

Một hôm
    tôi thấy chữ R.O. (*)
        treo ngoài cửa
Cha tôi không dạy tôi làm thơ nữa
Người còn bận đếm tiền
        ghi sổ
Thỉnh thoảng nhớ những ngày oanh liệt cũ
Một mình uống rượu say
Ngâm mấy câu Kiều
      ôm mặt khóc
Tỉnh dậy
    lại loay hoay
        ghi sổ

    đếm tiền
Hai vai nhô lên
Đầu lún xuống
Như không mang nổi cuộc đời
Bóng in tường vôi
    im lặng
Ngọn đèn leo leo ánh sáng
Bóng với người
    như nhau
Mùi ẩm mốc tiếng mọt kêu cọt kẹt
Ở chân bàn
    hay ở cha tôi
Cuộc sống hàng ngày
    nhỏ nhen
      tàn bạo
Rác rưởi gia đình
    miếng cơm
      manh áo
Tàn phá con người
Những mơ ước thời xưa
      như con chim gãy cánh
Rũ đầu chết ngạt trong bùn
Năm tháng mài mòn
      bao nhiêu khát vọng
Cha đã dạy con một bài học lớn
Đau thương
    kiên quyết làm người

7/1956
 (*) Đại lý thuốc phiện

(trích *Bóng chữ*, Nxb Hội Nhà Văn, 1994)

LÊ ĐÌNH CÁNH

Dùng tên thật, sinh ngày 21/9/1941 tại Thọ Xuân, Thanh Hóa. Hội viên Hội Nhà văn Việt Nam từ năm 1990. Hiện ở Hà Nội. Đã xuất bản 7 tác phẩm.

MẸ RA HÀ NỘI

Mẹ ra Hà Nội thăm con
Vừa trên tàu xuống chân còn run run
Áo nâu còn thẫm mưa phùn
Còn hoai vị cỏ sục bùn lúa non

Sang đường tay níu áo con
Ngã tư hối hả xe bon ngược chiều
Khoác vai mẹ chiếc đẫy nghèo
Năm xưa thắt lại bao điều đắng cay:

đưa em trốn ngục những ngày
Vài lưng gạo hẩm thăm thầy trong lao...
đã từng mở giữa trời cao
Nắm cơm tiếp vận tay trao giữa đèo

Củ khoai bẻ giữa nắng chiều
Bờ mương thoai thoải dài theo công trường
đưa con đánh giặc lên đường
Nắm cơm mẹ gói tình thương quê nhà!

Bà ra bế cháu của bà
Những mong cùng ước lòng già hôm mai
Lên thang chẳng dám bước dài
Vào khu tập thể gặp ai cũng chào!

Lời ru bà thuộc thuở nào
Qua bom đạn vẫn ngọt ngào nắng trưa
để hồn cháu có núi Nưa
Tiếng cồng bà Triệu năm xưa vọng về

Lam Sơn rừng núi ba bề
Lũng Nhai vang mãi lời thề nước non
Trải bao sông cạn đá mòn
Còn con còn cháu thì còn cha ông

để hồn cháu có dòng sông
Câu hò trên ngã ba Bông sum vầy
Sào tre đêm gõ nhịp gầy
Ba khoang đò dọc chở đầy ước mong...

Mới xa đã nhớ ruộng đồng
Thương con mà chẳng đành lòng ở lâu
Run run mẹ bước lên tàu
Vị bùn vẫn thoảng áo nâu quê nhà.

(sưu tập)

LÊ HÂN

Dùng tên thật. Sinh ngày 2/2/1947 tại Hội An, Việt Nam. Du học tại Hoa Kỳ năm 1967. Hiện định cư tại San Jose. Đang điều hành Nhà xuất bản Nhân Ảnh. Đã có 2 thi phẩm xuất bản.

BA EM

ba em là một ông già
tóc râu... xanh biếc làn da hồng hào
dáng người thanh cảnh cao cao
nụ cười ánh mắt chừng thao thức buồn

một đời người giàu bi thương
trôi theo thời thế nhiễu nhương nước nhà
nhưng dù lận đận bôn ba
lòng ba là cả mái nhà yên vui

mỗi khi ba ngồi rung đùi
ngâm thơ, em thấy như người trẻ ra
em trèo lên vế lân la
sờ cằm, vuốt má là ba mỉm cười.

1959

MẸ

trời có ánh trăng không thấy trăng
lòng đang thao thức đợi gì chăng?
đêm nay đích thực rằm tháng bảy
hội lễ Vu Lan Mẹ vĩnh hằng

nhớ rõ rành rành ngày hôm qua
Mẹ hiền về đứng sát cạnh ta
nếp hằn năm tháng dùn đuôi mắt
môi mỉm cười thơm triệu loại hoa

Mẹ chẳng nói gì chỉ ngắm thôi
giữa trưa trăng mọc thay mặt trời
dịu dàng âu yếm tâm hồn mở
tiếp tục cho con những vốn đời

ta chẳng cài gì lên áo đâu
hoa hồng chính xác có mấy màu?
ta không chọn lựa hồng hay trắng
bởi mẹ hiền ta có chết đâu

ngực áo ta thơm nỗi nhớ nhung
Mẹ ta giản dị: đấng vô cùng
ta còn hơi thở Mẹ còn sống
và mỗi ngày ta một Vu Lan.

mùa Vu Lan 2013

DÂNG CHA

vào lứa tuổi năm-mươi-tư, mẹ mất
cha vẫn còn ở lại ba mươi năm
đời công chức dạy cha hiền như đất
chồng cổ thi vẫn gối dưới đầu nằm

cha ít nói nhưng nụ cười không hề tắt
vui vì con, thao thức cũng vì con
chẳng phải thiếu những đứa con phạm lỗi
nhưng tay cha chưa hề biết đánh đòn

chẳng phải bụt mà cha hiền như Phật
bà con xa cùng với láng giềng gần
ai cũng chịu ơn cha năm bảy bận
sống với đời trọn vẹn chân tâm

cũng như đất cha trở về với đất
tám mươi tư cha vẫn giữ nụ cười
phút nhắm mắt không có con bên cạnh
chắc dễ gì cha giữ trọn niềm vui?

con quả thật chẳng mấy khi tâm niệm
dâng lên cha thương nhớ những trầm hương
nhưng cùng tận trong tim con là cõi
thờ mẹ cha trong suốt cuộc vô thường.

2003

TRẦM HƯƠNG

sống mãi trong tôi một tháng tư
tháng tư âm lịch trong tháng năm
ngày trăng sáng nhất trăng tròn nhất
ngày mẹ tôi về cõi xa xăm

số lượng thời gian mẹ xa đời
nhiều hơn số tuổi mẹ làm người
ít hơn con sống mười ba tuổi
và còn cộng thêm đời đang trôi

ngai ngái thời gian vắng mẹ hiền
mỗi năm mỗi nhớ tưởng bà tiên
nghe ra rất rõ từng lời nói
còn mãi dáng người trong trái tim

chẳng có thể nào kể lể ra
triệu dòng kỷ niệm chẳng đơm hoa
nhưng luôn thơm ngát cùng hơi thở
mẹ sống trong hồn lẫn thịt da

cây mỗi loại xanh hoa lá riêng
mỗi người có hai đấng vô biên
mẹ cha hồn vía liền thân thể
thương kính tôn thờ, chuyện tự nhiên

riêng mãi trong tôi một ngày rằm
tháng tư âm lịch trong tháng năm
trầm hương có đốt hay không đốt
cũng thơm khói bay tự tấm lòng.

THÁNG TƯ MẸ VỀ

Mẹ về xứ Phật năm xưa
khi con thơ dại còn chưa hiểu đời
nỗi buồn ngấm mãi không nguôi
trở thành những sợi ngậm ngùi đong đưa

hôm nay không nắng không mưa
làm thơ giỗ Mẹ trong mùa Đản Sinh
trầm hương ngọn chữ hiển linh
nở bừng thương nhớ cung nghinh Mẹ hiền

lòng con bạch huệ bình yên
nhánh thơ như nhánh hoa nghiêng ảnh thờ
mắt Mẹ hẳn gặp câu thơ
chợt nghe giọng Mẹ mơ hồ đâu đây

một dòng hương khói thơm bay
con gặp lại đủ tháng ngày xa xưa
hôm nay không nắng không mưa
Mẹ cười Mẹ nói như chưa lìa đời

thật ra Mẹ vẫn nằm ngồi
trong con từng phút cả đời lâu nay.

LÊ MINH QUỐC

Dùng tên thật, sinh năm 1959, tại Đà Nẵng. Hội viên Hội Nhà văn Việt Nam và Hội Nhà báo Việt Nam. Hiện ở TP.HCM. Đã xuất bản trên 30 tác phẩm gồm thơ, truyện dài, tiểu thuyết,...

RU MẸ NGỦ
tặng chị Ái

Mẹ ốm sốt mấy ngày rồi
Con ru mẹ ngủ đứng ngồi ầu ơ
Hiền lành như một trẻ thơ
Mẹ cười móm mém cũng vờ ngủ say

Con ru hạt lúa sum vầy
Trĩu vàng đồng ruộng những ngày ấm no
Hai sương một nắng ốm o
Ầu ơ! Mẹ ngủ để cho khỏe dần

Khẽ thôi tiếng guốc ngoài sân
Mẹ vừa chợp mắt một lần ngủ ngon
Những ngày mẹ ốm là con
Không biết những tiếng cười giòn đi đâu?

(*Nếu không còn cổ tích*, Nxb Đồng Nai, 1995)

MẸ

Khi con chim chích chòe hót vang ngọn cau
mẹ thức dậy ngồi bên bếp lửa
mùa đông xô vào cánh cửa
gió lạnh lẽo xẻo buốt xương
những cơn ho đục khoét hết đêm trường
mẹ trơ trọi biết lấy gì chống chọi?
dông bão đi qua
hằn vết nhăn trên trán mẹ già
con thơ dại trèo lên cây bưởi hái hoa
đỏng đảnh bước xuống vườn cà
đâu thấy bóng mẹ run lẩy bẩy
như một tàu chuối khô
cha con đã mỏi mệt bước giang hồ
trang sách đặt trên tay nghĩ ngợi
điếu thuốc lào lập lòe đêm tối
cát bụi cũng quạnh hiu
những đêm mưa ủ dột tiếng chim kêu
mẹ ru hời khắc khoải

mười tám tuổi con xa nhà đi bộ đội
đêm ngủ còn nghe mẹ gọi trong mơ
tiếng súng gầm lên trên trời Danrek
khúc dân ca rách nát
đồng đội con có người đã chết
còn há mồm để được gọi mẹ ơi!
đêm đêm con thắp ngọn sao trời
hỏi gà gáy ven sông
mẹ dậy lúc nào khi trời chưa kịp sáng
bếp lửa nhen lúc nào mà bây giờ còn ấm?
con hỏi chõng tre
từ lúc nào mẹ cựa mình thức trắng?
tưởng tượng một ngày kia
trăng treo trên vòm trời Đà Nẵng rất khuya
mẹ khỏe mạnh giã gạo
hương cau thơm rụng đầy sân nhà ông ngoại
thuở ấy mẹ mới về với cha
mới nghĩ vậy thôi con sung sướng khóc òa
một niềm vui vĩnh cửu...

(Đất bên ngoài Tổ quốc, Nxb Trẻ, 1997)

GIẤC NGỦ MẸ
thương tặng Tân và Tiến

có bao giờ mẹ ta ngủ hồn nhiên
thanh thản nằm trên chõng tre sau bếp?
gió thổi rúc xương cuối mùa mưa rét
mẹ cựa mình thao thức với chiêm bao

mẹ ta nhớ nhiều cổ tích với ca dao
dù chữ cắn đôi mẹ không biết đọc
ta chưa thấy mẹ cười, chưa nghe mẹ khóc
gương mặt đăm chiêu ngay lúc ngả lưng nằm

ta lớn lên như cá lội biệt tăm
xuôi ngược giữa dòng đời cay nghiệt
có bao giờ mẹ được nằm trên vần thơ ta viết
với những hương hoa phù phiếm ở đời?

ta cầm hương hoa vung vãi khắp nơi
cho mối tình đầu, tình sau, tình cuối
thì lúc ấy mẹ ngồi trong bóng tối
tựa cửa một mình chống chọi với mùa đông

ta lớn lên thắp triệu ngọn lửa hồng
sưởi ấm trái tim bao tình-nhân-băng-giá
thì lúc ấy mẹ còng lưng quét lá
khi đốt cháy lên không đủ ấm bàn tay

đêm mẹ nằm co – ta nhớ cái cò gầy
lặn lội bờ sông, đầu ghềnh, cuối bãi
đêm mẹ nằm nghiêng – ta nhớ dòng suối chảy
lặng lẽ trôi qua giữa náo động ồn ào...

bất chợt ta nhìn hai hố mắt mẹ sâu
đã thấy sự lo toan, buồn phiền, mệt mỏi
mẹ chỉ âm thầm và suốt đời lặng lẽ
gương mặt đăm chiêu ngay thảnh thơi nằm.

1988
(*Trong cõi chiêm bao*, Nxb Trẻ, 1989)

(sưu tập)

LÊ SÁNG

Tên thật Lê Đình Sáng, sinh ngày 21/6 (không ghi năm sinh) tại Đức Sơn, huyện Anh Sơn, tỉnh Nghệ An.

NHỚ VỀ CHA YÊU

Con đã quen rồi hơn hai bảy mùa xuân
Vắng tiếng cha, vắng nụ cười ấm áp
Ngày tháng qua đi như mây trôi bèo dạt
Nghĩ thương cha, tan nát cả cõi lòng.

Con đã quen rồi hơn hai bảy mùa đông
Cái giá lạnh thiếu thân hình che chở
Thiếu cả lời khuyên, thiếu lời dạy dỗ
Con không cha nào có thấy vui.

Thu đang sang con quen với ngậm ngùi
Ôm lấy mẹ cắn môi con chịu
Ngày một già đi, mẹ giờ đã yếu
Tại vắng cha! Mẹ thiếu tình thương.

Hai bảy năm qua một mình mẹ một giường
Đêm con ngủ mà mẹ không ngủ được
Bờ mi cay lệ con tràn sướt mướt
Cha ơi cha! Cha đang ở nơi đâu?

Con cũng đã quen với nắng hạ cháy đầu
Nhớ khi nhỏ cha thường hay quát mắng
Vì sợ con đau, sợ da con sạm nắng
Nhưng hôm nay, ai sẽ ở bên con.

Hai bảy năm rồi con thèm một lần ôm
Thèm được nắm tay được ân cần che chở
Và muốn gọi cha nhẹ nhàng là "bố"
Thật thân quen thật ấm áp cha à!

Từ bây giờ thì mãi mãi gọi cha
Không khác hơn bởi đó là định mệnh
Người đã xa con, xa mẹ già đáng kính
Để đến một phương trời mà chỉ có mình cha.

(sưu tập)

LÊ TRƯỜNG AN

Hiện ở Tam Kỳ, Quảng Nam.

NHỮNG CÁNH ĐỒNG BA ĐÃ ĐI QUA

Rồi một ngày ba lại dắt tay con
Đi trên những cánh đồng xưa cũ
Lúc đó có lẽ ba đã già,
Và con cũng không còn bé dại,
Cánh đồng sẽ bé lại,
Ngoan hiền những cỏ và hoa.

Không như cánh đồng con đang qua
Lửa đốt mặt người, khô cằn, bỏng rát,
Cánh đồng của những điều còn, mất
Và những điều mơ, thực, con đi.

Cũng ngại ngần trong bóng tối, hay đôi khi,
Chân rỉ máu vì đạp vào gai góc.
Không như ngày xưa con bật khóc,
Con lại lần theo những dấu chân ba.

Ba lại dắt con lên những cánh rừng xa,
Lúc bấy giờ sẽ không còn hoang vu và bí hiểm.
Trong tay ba, con đi và tìm kiếm,
Chút hồn nhiên con bỏ lại mỗi ngày.

Hỏi mặt trời lên đều đặn mỗi sớm mai,
Hay hỏi cơn gió ngàn đi hoang dại,
Rằng sau lưng ba đã bỏ lại,
Biết mấy cánh đồng, biết mấy rừng cây?

Ba muốn trở về mái nhà cũ xưa nay,
Nơi chúng con chào đời oa oa tiếng khóc.
Khi gió thời gian làm phai sương mái tóc,
Và sóng làm da ba những nếp nhăn.

Đâu rồi đời ba, những tháng năm?
Mà trong con ba dạt dào biển cả.
Thương những lúc ba trở mình nhức mỏi,
Để ngậm ngùi con lại dắt tay ba.

BÓNG MẸ

Mẹ lo bươn chải đời thường
Con lo bươn chải tìm đường công danh
Tóc mẹ bạc, tóc con xanh
Lời ru con sẽ hóa thành ước mơ

Mẹ mong từ lúc con thơ
Nhìn con ngồi đọc i tờ sớm hôm
Những đêm gió bấc mưa nồm
Mẹ ngồi khâu vá cho con học bài
Con đường con tới tương lai,
Đi trong bóng mẹ rộng dài biển khơi

Ngày kia con bước vào đời
Con cười rạng rỡ, mẹ cười rưng rưng
Mẹ về một nắng hai sương
Con đi chín nhớ mười thương mẹ hiền

LÊ VĂN HIẾU

Dùng tên thật, sinh ngày 20/3/1962 tại An Nhơn – Bình Định. Hiện ở Lâm Đồng. Đã có 5 thi phẩm xuất bản.

HÓA THÂN

Không cần đến nhà ngoại cảm
Con biết chỗ ba nằm
Là mô đất ấy
Là gò đất ấy
Đã biến thành ruộng đồng

Thân thể Ba hóa thân thành lúa
Thành cỏ
Thành con ốc con cá
Thành bụi đời mênh mông

Có thể nào thành bướm
Thành rắn
Ba đã từng ám ảnh
Mẹ đã từng ám ảnh

Ám ảnh mơ hồ không ai biết
Sao cái con trườn bò kia
Biết bay kia
lại là bóng của người

Lớn lên con càng không giải thích
Trong cái âm âm u u
rơi rơi...

Giá như Ba còn sống Ba nhỉ
Còn sống thì đâu có hai nấm cỏ lạc loài

Gã lấy cốt chẳng may giờ đã chết
Oan nghiệt nào nhân đôi

Gã đã nhân lên niềm ray rứt
Nhân lên mộ phần
Nhân lên thảm kịch
 Cứ hoài phân vân

Con có cần đến nhà ngoại cảm
Khi biết chỗ Ba nằm

Con thấy cây lúa
Con thấy cánh đồng
Con thấy con cua, con ốc
Đang bò trong ruột con...

CỨ THẾ MÀ LỚN LÊN

Định sửa soạn xông hơi, và cởi hồn mình ra gội rửa
Ngày xưa mẹ đã hơ hấp ta bằng lửa quê nhà
Tắm nước dừa trong xanh thanh thủy
Sú vài hạt muối mặn, mớm miếng cơm nhai nhuyễn
Cứ thế mà lớn lên.

Ta nhú dần như mụt măng nơi góc vườn ẩm thấp
Hút hơi của dòng sông không bao giờ cạn
Dù thời gian lấp bồi, chí ít vẫn còn chảy trong tâm tưởng
Nơi ta và em từng tắm truồng vô tư, vô thiên lủng
Thời đó không biết e thẹn là gì
Cứ thế mà lớn lên.

Ta không biết giờ ta sinh, giờ ta hỏi mẹ ta, mẹ ta cũng không biết nữa
Chỉ biết đó là ngày ngập lụt, nước tràn qua cửa sổ
Ta chợt nghĩ đến mùa đông
Hèn gì ta chịu rét
Thế là ta lớn lên.

Mùa đông cận kề vói tới mùa Xuân
Ta hô hấp những bông hoa, thơ ta chứa chan hương vị Tết
Mọi sự đủ đầy qua ngày đông thèm khát
Cứ thế mà lớn lên.

Trèo qua Hạ qua Thu
Ta cài những bông hoa khẳng khiu qua cánh đồng vàng úa
Tình yêu như hạt giống nảy mầm
Cứ thế mà lớn lên.

LÊ VĂN TRUNG

Bút danh Lê Nam Phương, sinh năm 1947 tại Quảng Nam. Viết trước năm 1975. Giáo chức. Hiện ở TP.HCM. Đã có trên 2 thi phẩm xuất bản.

LỜI RU CỦA MẸ CHẢY ĐẦY LÒNG CON

Mẹ nằm trong giấc mơ con
Ru câu sinh tử mỏi mòn trần gian
Mẹ nằm như chiếc thuyền nan
Lao xao tiếng sóng vỗ tràn bờ quên

Trôi đi ôi những ưu phiền
Buông đi ôi những nợ duyên nặng lòng
Mẹ hiền như một dòng sông
Chảy về đâu mà mênh mông biển trùng

Mẹ nằm trong giấc mơ con
Lời ru như gió thổi hồn mây bay
Con ngồi ru mẹ. Ô hay
Mà lời ru mẹ chảy đầy trong tim.

15:10; 2/12/2019

LỜI RU

Đôi khi nhớ đến se lòng
Một lời ru thuở còn nằm trong nôi

Bây giờ Mẹ của con ơi
Mẹ là riêng một cõi trời lòng con
Mẹ là tuyệt đỉnh chon von
Nghe lòng thiên cổ vẫn còn lời ru

Âm vang một khúc kinh cầu
Ngàn năm Mẹ một vì sao sáng ngời
À ơi giọng Mẹ ru hời
Thiên thu còn vọng tiếng cười trẻ thơ
Mẹ nằm ru một cơn mơ
Ôi lòng Mẹ như mặt hồ vừa thu

Mẹ ơi! Mẹ là con tàu
Chở con qua những nông sâu phận người
Bây giờ Mẹ của con ơi
Con còn đây với những lời Mẹ ru

Mẹ nằm, như thuở trong nôi
Con ru Mẹ với những lời mẹ ru.

MAI MỐT TÔI VỀ KHÔNG CÒN MẸ

Rồi một buổi, tôi về, không còn mẹ
Chiếc giường đơn, trống lạnh, chiếu chăn buồn
Em ngồi đó, lòng còn nguyên giọt lệ
Hồn tan hoang như bụi khói hương tàn

Rồi mai mốt tôi về, không có mẹ
Căn phòng xưa giờ cửa đóng im lìm
Em ngồi đó, soi bóng mình nhỏ bé
Tiếng đêm buồn gọi mẹ buốt trong tim

Nhớ từng bữa, tay run, từng muỗng cháo
Chan cả lòng em vào mắt mẹ dịu hiền
Từng giọt nước mẹ uống niềm yêu dấu
Mẹ mỉm cười đau quặn trái tim em

Mai mốt tôi về không gặp mẹ
Em ngồi ru rười rượi giữa chiêm bao
Cho tôi thắp nén nhang lòng nhỏ bé
Lời ru buồn mẹ vọng suốt trăng sao.

MẸ CHỜ HAI MƯƠI NĂM
Kính tặng dì Hinh, dì Tôn

mưa vườn xưa ướt lá trầu
ướt vai áo bạc, ướt màu tóc phai
ướt đôi chân mẹ yếu gầy
hai mươi năm bước qua đầy nỗi đau

mưa buồn giọt buốt chìm sâu
giọt lanh tanh gõ mộ sầu phủ rêu
nón cời áo rách mẹ yêu
vẫn xuôi ngược kiếp đói nghèo long đong

mưa vườn xưa lạnh ướt lòng
hắt hiu đốm lửa ngùi trông mấy mùa
hai mươi năm mẹ chờ ai
chiều nay mưa ướt vườn xưa mẹ già.

Đà Nẵng, 1975

MẸ VỀ ÁO NHUỘM CÂU THƠ
tặng Viên Hướng

Mẹ về đứng giữa trời thu
Nghe ngàn năm vọng lời ru đất trời
Lời ru chảy một kiếp người
Gian nan thuyền ngược, đầy vơi bến bờ

Mẹ về áo nhuộm câu thơ
Tóc sương trắng cả lòng xưa mỏi mòn
Hỡi ơi trăm suối ngàn sông
Có nghe tiếng vọng tự nguồn cội xưa?

Mẹ là nắng, mẹ là mưa
Mẹ là tiếng võng đong đưa nỗi người
Tôi nghe giọt lệ mẹ cười
Nỗi đau mẹ nuốt, niềm vui mẹ dành
... cho con

LINH PHƯƠNG

Tên thật Đoàn Văn Nhơn, sinh ngày 6/2/1949 tại Sài Gòn. Trưởng nhóm văn nghệ Hoa Đông Phương. Hiện định cư tại Rạch Giá. Đã xuất bản 6 thi phẩm, là tác giả bài thơ Kỷ Vật Cho Em, Phạm Duy phổ nhạc.

MÁ ĐÃ QUA KHỎI KIẾP NGƯỜI

Ba đã vào nơi thiên cổ
Má đã qua khỏi kiếp người
Con nương theo mùa gió thổi
Về nhà đốt nén nhang thơm

Xa quê gần chục năm hơn
Biết má một mình dõi bóng
Tựa cửa mỏi mòn trông ngóng
Cánh chim phiêu bạt giang hồ

Con đi cho hết cuộc đời
Khổ đau bên trời viễn xứ
Má đã qua khỏi kiếp người
Theo ba vào nơi thiên cổ.

THƯA CHA CON VỀ
Ngày con ra Huế tìm về quê Cha

Về quê. Ờ! Cứ về quê
Để nghe mẹ hát chân đê mỗi chiều
Khóc khi nhìn thấy cánh diều
Tuổi thơ ngây dại. Ai treo giữa trời
Bằng đôi chân đất. Con mơ
Chạy tìm cha khắp đôi bờ tử – sinh

Cánh đồng xưa nước mông mênh
Ra đi lạc xứ lênh đênh nửa đời
Bờ sông – bên lở – bên bồi
Hương rơm – mùi rạ – dại khờ – con xa
Thuở chuồn chuồn nhớ cỏ hoa
Con thèm được nói: – Thưa cha! Con về

Về quê. Ờ! Cứ về quê
Vai gầy mẹ gánh câu thề thương cha
Nợ tình như biển bao la
Chờ chồng mấy chục năm qua. Mẹ chờ
Bàn tay dụi mắt. Con mơ
Chạy tìm cha khắp bến bờ nhân gian.

LUÂN HOÁN

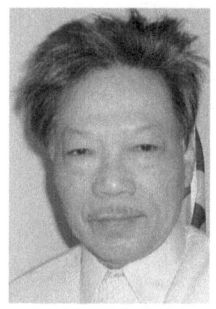

Tên thật Lê Ngọc Châu. Các bút hiệu khác đứng trên sách: Lê Bảo Hoàng, Hà Khánh Quân; trên tạp chí: Cự Hải, Lý Phước Ninh, Trần Gia Nam. Sinh ngày 10/1/1941 tại Hội An – Đà Nẵng. Hiện định cư tại Montréal – Canada. Đã xuất bản trên 30 tác phẩm gồm thơ và văn.

THÂN PHỤ TÔI VÀ TÔI

người làm cha tôi trọn đời
người làm mẹ tôi già nửa đời đào hoa
người gần như không biết già
tám tư nhắm mắt vẫn là trung niên

người bình thường không phải tiên
xác phàm thế tục đương nhiên yêu đời
suốt mọi thời kỳ ham chơi
món thơ-bát-cú lỗi thời xa xưa

bàn đèn, sông nước, mây mưa
đò sông Hương chở sớm trưa bấc nồm
vốn tây học trộn hán nôm
lúc lên khi xuống tép tôm thăng trầm

bị gánh lên liên khu năm
giữa rừng núi sống âm thầm người, ma
hồi gia xuống cấp, tà tà
áo dài trắng phố mây sa qua ngày

lưng oằn, con đấm mỏi tay
thừa tiền xem chớp bóng tây lẫn tàu
nghĩ gì cha dạy đặt câu
kể chuyện tam quốc không đầu không đuôi

ôm cha ấm áp hai người
xổ nho nhưng chợt chọc cười tiếng tây
chưa bao giờ chạm nhẹ tay
làm sao có được lằn roi mây bầm

từng lời cha con chú tâm
cổ ngữ điển tích sáng thông dần dần
con mường tượng ra Thúy Vân
còn dám mơ được rờ chân nữa là

càng lớn con càng giống cha
bà con nói vậy, thì ra thật lòng
ngoài lùi xùi bảnh bên trong
ơi hai giọt nước bềnh bồng trôi riêng

ngày cha bất ngờ quy tiên
con vào bệnh viện nhìn nghiêng ngỡ mình
thất thần rơi vào lặng thinh
cõi không bỗng chợt rộng rinh trong lòng

vậy mà con tỉnh như không
cầm Về Trời vuốt thả hồn vẩn vơ
lúa xanh thành những dòng thơ
cha bán bớt ruộng đắp bờ con đi

non tay mãi thật lạ kỳ
phập phồng xấu hổ mỗi khi phát hành...
nhớ cha cười đọc Tuổi Xanh
dạn lên chút ít mộng thành cỏ hoa

chơi thơ đến kết thúc già
lòng con đã quyết nhờ cha mẹ kèm
luân giản dị chỉ là tên
cùng người danh hoán làm thêm một người

mỗi ngày con hâm niềm vui
viết tên cha mẹ, rung đùi thói quen
lòng con chong sáng ngọn đèn
thấy hoài vóc dáng một thằng con hư

bám vai cha, bước từ từ
buông cây nạng xuống lòng từ tâm đau
chẳng còn mấy bữa gặp nhau
con chợt lo mẹ cha đâu để tìm

cõi âm nghe nói mông mênh
chín tầng mấy cửa bậc thềm nào đây
lạ kỳ lại ngước nhìn mây
cha mẹ trên đó, được bay lên cùng?
*
viết về cha mẹ không cùng
lộn xộn thương nhớ lung tung khó vừa
chỉ có thiếu không hề thừa
bố cục lỏng lẻo nay xưa nhói lòng

vẫn chưa và chắc sẽ không
viết được tươm tất những dòng đội ơn
nhớ thương là cõi mênh mông
dù rằng vẫn chỉ ở trong tâm mình.

7 giờ 32 phút, 4/10/2019

CŨ MỀM THƯƠNG NHỚ

những người đích thật văn chương
gọi cha kêu mẹ để thương giống nòi
suy tư thân phận nhỏ nhoi
gợi lên hoài bão tương lai tuyệt vời

riêng con mỏng mảnh theo đời
nhớ thương là ngợi ca người thân riêng
lần từng kỷ niệm vò viên
ngậm từ từ nuốt cầu yên phận mình

mênh mông nhớ, viết linh tinh
mong như hương khói lung linh tan liền
xuống âm phủ lên cõi tiên
tùy nghi gió thổi tâm thiền con theo

thơ thay giọt lệ trong veo
bao lần tâm niệm con treo bềnh bồng:

"... ngậm câu kinh Phật trong lòng
hoá ra tôi khóc bằng dòng khói hương
mẹ tôi chừ ở mười phương?
không đâu, mẹ vẫn ngồi đầu giường tôi..."

"... vọng cao mắt ngó lên trời
mây không bay cũng không trôi bất ngờ
với tay xin một nhúm thơ
thay hương khói kính hư vô mẹ hiền"

"mẹ là Phật của tôi riêng
tôi còn sống mẹ an nhiên sống cùng
ngoài đời mẹ mất chân dung
trong tâm tôi mẹ khiêm cung dịu dàng..."

"con đi học làm sĩ quan
mỗi tuần ba gửi vài trang chữ đầy
hóa ra con vẫn như ngày
lên năm lên sáu thơ ngây..." ấy mà

"chiết trà ra chén gan gà
tay ba kính cẩn hơn là nâng hoa
khói bay trắng tóc hay là...
không đâu, con chỉ quáng gà đấy thôi"

thơ con tầm thường vậy thôi
biết mẹ ba chẳng đau lời trách con
viết hoài chẳng khác chi hơn
nhưng nguyện cầm bút khi còn nhịp tim

bày trò tuyển tập để in
lòng con ra giấy cốt tin chắc là
con được thành người rồi mà
không phụ tình nghĩa mẹ cha sinh thành

thoát chết yểu, vẫn xuân xanh
tám mươi cộng chục đời dành thưởng con
thật ra công đức núi non
ba mẹ cho hưởng, tạ ơn đất trời

sáng nay viết nhảm nữa rồi
buồn chưa trở lại như thời trẻ thơ...

3 giờ 16 phút, 29/2/2020

ĐOẠN THƠ VIẾT TRƯỚC BÀN THỜ

thời trẻ không nhớ Mẹ nhiều
bởi tôi cảm nhận Mẹ yêu luôn còn
sống cạnh tôi, trong tâm hồn
mọi vùng da thịt nụ-hôn-ấm-Người
luôn luôn bảo bọc cho tôi
dìu từng bước lệch cuộc đời chông chênh

ngã ngựa Mẹ đỡ đứng lên
đời qua nhiều đoạn Mẹ kèm bản thân
làm hỏng của Mẹ bàn chân
Mẹ cười bảo có Mẹ nâng đây rồi
tôi ỷ có Mẹ suốt đời
thong dong một mạch qua thời khỏe vui

bây giờ đâu đó trong người
tôi già hơn Mẹ sinh thời hôm xưa
đã biết sợ trời gió mưa
đã biết lo từng sớm trưa quá buồn
cô đơn từng phút như tuồng
có thật, sờ được, nhiễu nhương phá mình

càng tọa thiền, càng làm thinh
gần như lạc mất bóng hình Mẹ thương
bao lần ngồi trước khói hương
ngắm chân dung Mẹ biết buồn thở ra
xót xa nghiệm đúng mình già
Mẹ không bỏ nhưng đã xa thật rồi

gọi không thành tiếng: "Mẹ ơi!"
con chảy nước mắt thay thời thanh niên
lệ già giọt thánh thiêng liêng
đẩy tâm trôi giữa vô biên nhớ Người
Mẹ tôi linh hiển Mẹ tôi
ở trong di ảnh trong tôi đây mà

già ư? cho dẫu tôi già
mẹ tôi vẫn cú lẫn xoa đầu, cười
con hình như đã nên người
dù làm sứt mẻ nụ vui Mẹ hiền
sống chân tình chết thành tiên
con sắp theo Mẹ về miền hư vô

nguyện mang theo tâm hồn thơ…

6 giờ 31 phút, 16/8/2019

MÀU HOA VU LAN CHỢT GẶP

mãn phần, mẹ mất thật chăng?
không đâu, mẹ lặn theo trăng trên trời
tròn sáu mươi năm cuộc đời
tôi sống thiếu vắng bóng người sinh tôi

mênh mông trong nỗi ngậm ngùi
tôi lẩn tránh chỗ lắm người cài hoa
lòng cầm không nổi xót xa
chừng như mỗi bước đều là chiêm bao

tôi đi đến những nơi nào
tiếng chuông chùa mãi nao nao chạm lòng
phảng phất hình bóng hoa hồng
hiện cùng giọng hát tay bồng ru tôi

dụi mắt xốn xang nụ cười
trán non nớt ấm hương môi mẹ hiền
tay thơm mùi sữa hồn nhiên
tôi sờ má mẹ như ghiền đã lâu

rõ ràng đã biết gì đâu
kính yêu lòng đã ăn sâu khi nào
vượt qua đầu đạn mũi dao
cũng nhờ có mẹ luôn bao che mình

người mất càng thêm hiển linh
suy nghiệm theo những sự tình chính tôi
càng tin mẹ vẫn trong đời
khi tôi còn được làm người thế gian

và hoa cho lễ vu lan
không chỉ hồng trắng trang hoàng áo ai
tôi nghe thoảng tiếng thở dài
tiếng cười khe khẽ hoa cài áo em

tôi chợt có hoa không tên
nở từ thương nhớ ngày đêm thơm lừng
khó ca ngợi nỗi mông lung
với hư ảo với vô cùng linh thiêng

cha là thánh mẹ là tiên
nôm na chỉ vậy tùy duyên mỗi người
bước tôi bất chợt thảnh thơi
về đến nhà xếp bằng ngồi bình tâm.

Vu Lan năm Đinh Dậu, 2018

CÓ LÀ BỨC XÚC?

1.
Mẹ, Cha đề tài thường rồi
ai cũng viết được, nhàm lời ngợi ca
Cha, mẹ như đồ trong nhà
dùng quen tay đã thành ra tầm thường

nhớ thương đầy năm phút buồn
nghĩa ơn nhờ ngọn khói hương thay lòng
chẳng còn là đứa trẻ con
ỷ lại cha mẹ nỉ non vòi quà

sứ mệnh lớn của người ta
tình yêu sự nghiệp bao la nặng nề
sinh nhai thọ địch tứ bề
giờ đâu mướn chữ tỉ tê khóc nhè

thi ca đâu phải chòi tre
bán nước bán bụm thuốc rê đầu làng
cái tình phải thắp dung nhan
mỹ nhân quân tử cao sang mới là...

2.
vậy mà tôi khác người ta
chắc vì thiếu học la cà vườn quê
lâu lâu xống xáng nhớ về
mẹ già khuất núi cha về cõi âm

đêm ngủ vẫn sợ mơ nhầm
hình cha bóng mẹ lạc tầm nhớ thương
vài tuần ít tháng buồn buồn
nhìn ảnh cha mẹ sau hương khói mờ

không giỏi chữ cũng làm thơ
dẫu thơ dở hơn ca dao cũng làm
đôi khi vơ vẩn tàm xàm
miễn là trám bớt cõi hoang vắng lòng

viết về cha mẹ vài dòng
tự nhiên hít thở thong dong vô cùng
ai bảo tôi không anh hùng
luôn thơ dại giữa nghìn trùng nhớ thương.

1/2020

LỮ QUỲNH

Tên thật Phan Ngô, sinh năm 1942 tại Huế, thân phụ qua đời năm được 1 tuổi. Mười năm sống ở Qui Nhơn. Đến Hoa Kỳ năm 2000, định cư tại San Jose. Đã có trên 10 tác phẩm thơ, văn xuất bản.

TÓC MÂY BAY

Hôm nay giỗ mẹ
Hoa và trái cây
Mấy ly nước trong
Mặt trời lóng lánh
Lần cuối hình ảnh
Mẹ đứng trông theo
Khung cửa liêu xiêu
Gió vờn tóc mẹ
Tóc trắng bay bay

Chừ nhìn mây bay
Nhớ làm sao mẹ
Đời mãi loay hoay
Thương hoài bóng xế
Ngày qua mỗi ngày
Quán chiếu bát nhã
Lệ ứa đêm dài
Nghe kinh báo hiếu.

ÁNG MÂY VÀNG

Giọt nước đựng trời mây
Tàn hương bay lấp lánh
Lắt lay bóng mẹ về
Tóc con chừ điểm bạc

Tám năm ngày mẹ đi
Vẫn nụ cười trên mộ
Trần gian đường gập ghềnh
Hoàng hôn đời lệ nhỏ

Một trăm rồi mười năm
Chỉ dài như hơi thở
Thanh tịnh quang chân tâm
Áng mây vàng tưởng niệm.

LƯU NGUYỄN

Tên thật Nguyễn Thế Nghiệp, sinh năm 1947 tại Quảng Nam. Giáo chức. Đã có 3 thi phẩm xuất bản.

MẸ CÓ BUỒN KHÔNG

Có buồn không hỡi mẹ già
Mười lăm năm ngóng bóng tà dương xưa
Nỗi niềm biết mấy cho vừa
Thằng con biệt xứ rất thưa tin về

Có buồn không hỡi mẹ quê
Lưng còng tóc bạc nặng nề tháng năm
Hắt hiu ngọn cỏ đẫm đằm
Lệ khô từ độ trăng rằm biệt ly

Có buồn không mẹ từ bi
Mòn trang kinh nguyện thầm thì mỗi đêm
Hương trầm quyện khói mông mênh
Cầu chư Phật độ bình yên xứ người

Có buồn không hỡi mẹ ơi
Đời con phiêu bạc bên trời khóc vay
Tha hương lạc tổ phương này
Về bên gối mẹ, đêm ngày ước mơ

Có buồn không mẹ, ầu ơ
Ví dầu từ thuở ngu ngơ chào đời
Nhớ vô cùng, giọng ru hời
Vọng qua sinh tử đất trời hồn nhiên

Có buồn không hỡi mẹ hiền
Lửa chinh chiến gọi cho triền miên đau
Đốt tàn thêm nén nhang này
Hết cơn dâu biển nghìn sau sẽ là

Xin đừng buồn hỡi mẹ già
Thằng con phiêu lãng nhớ nhà quắt quay.

MẠC MINH

Tên thật Trường Thắng, sinh tại Phong Điền, tỉnh Thừa Thiên – Huế. Hiện tại ở Thành phố Huế. Hội viên Hội Văn học Thừa Thiên Huế.

CÔNG CHA

Công ơn ghi tạc lòng son
Cha về nương chốn huyền không đất trời
Như nhiên từ biệt cõi đời
Núi xưa ẩn hiện bóng người hiền lương
Thái hư vời vợi mười phương
Sơn cùng thủy tận mãi thương Cha già…

NGHĨA MẸ

Nghĩa ơn vô hạn khắc sâu
Mẹ đi để lại nỗi sầu đầy vơi
Như tấm lòng mẹ một thời
Nước trong đục vẫn nhớ lời mẹ khuyên
Trong tâm mẹ sáng dịu hiền
Nguồn thương cảm nhớ lời nguyền mãi ghi
Chảy vào tim lệ tràn mi
Ra vào vắng mẹ biệt ly suốt đời…

NHỮNG TẤM LÒNG

Lang thang nhặt lá vàng rơi
Gom vào tâm nhớ một thời cưu mang
Bán mua vay trả non ngàn
Đạo – Đời – Hiếu – Nghĩa đôi đàng chơi vơi
Cha ánh sáng tỏa rạng ngời
Mẹ nhân đức suốt một thời khẳng khiu
Lời hay ý đẹp mỹ miều
Sao mà chơn chất nuông chiều ngọt hay
Dịu dàng tâm huyết thẳng ngay
Biết là thế những tháng ngày héo hon
Đã là bổn phận làm con
Suốt đời ghi tạc công ơn sinh thành
Một lòng hiếu để rạng danh
Làm người tử tế... chân thành thiết tha
Đắp xây trên thuận dưới hòa
Điểm hương đời để... ngọc ngà lòng nhân...

CHÚNG CON VIẾNG THĂM BA

Những lúc buồn mẹ thường nhắc Ba
Lòng quặn thắt chiều nay con thăm mộ
Đốt nén nhang lòng con như thác đổ
Mấy năm rồi nằm đất lạnh... Ba ơi!

Bên mộ phần con thương nhớ đầy vơi
Mà cứ ngỡ Ba đang khuyên nhiều chuyện
Ba sờ đầu và nhìn con trìu mến
Phải ngoan hiền nghe... các con của Ba.

Ba biết không... nơi Ba nghỉ nhiều hoa
Nào sim tím – bâng khuâng – hoa chổi...
Chiều buông mau con thầm thì tiếc nuối
Ba không sống đời...
Để các con làm nhỏ mãi của Ba...!

MẠC PHƯƠNG ĐÌNH

Tên thật Lê Tuấn Ngô, sinh quán Tam Kỳ – Quảng Nam. Sinh hoạt văn học nghệ thuật trước năm 1975. Hiện định cư tại Hoa Kỳ. Đã có trên ba thi phẩm xuất bản.

BÀN TAY MẸ

Ôi thần tiên đôi bàn tay mẹ,
đôi bàn tay tắm mát tuổi thơ
tay nâng bầu sữa cho con bú,
tay dắt con qua những dại khờ
nhịp võng tay đưa, chiều nóng nực
chăn khuya tay đắp dỗ cơn mơ
tay ấp ôm con ngày trở gió
tay ru khẽ quạt, giọng ầu ơ
tay mẹ dìu con từng bước một
đôi chân vụng dại thuở ban sơ
tay mẹ nâng con vào tuổi lớn
xa con vài bữa, mẹ trông chờ
con ngã bao lần, đau tuổi mẹ
tháng ngày khổ nhọc với con thơ
mẹ chỉ đôi tay, nhưng tất cả
niềm yêu trải rộng mãi vô bờ...

Mẹ ơi, dưới bóng đôi tay mẹ
cuộc sống con là những giấc mơ.

Cali, thu 1999

LỜI RU CỦA MẸ

Nửa khuya giọng hát nhà ai
âm ba tiếng mẹ ru dài phố đêm
lời ru khi nổi khi chìm
mang mang hoài niệm cho tim bồi hồi
ta thầm gọi nhỏ: Mẹ ơi
tháng ngày thơ ấu đẫm lời Mẹ ru
nghe trong tiềm thức sa mù
giọng xuân đầm ấm, giọng thu dịu dàng
trưa hè giọng Mẹ nhặt khoan
đêm đông lời Mẹ như than lửa hồng
một đời thân Mẹ long đong
lời ru vẫn mãi thanh trong ngọt ngào
lời ru như giấc chiêm bao
chắp con đôi cánh bay vào tương lai
mải mê biển rộng sông dài
con đi giữ nước áo phai bụi đường
lời ru tình tự quê hương
ngợi ca quốc sử anh hùng tiền nhân
lời ru Mẹ đã bao lần
giục con tiến bước trước ngàn chông gai.

Vọng khuya nghe tiếng ru dài
viễn phương lòng vẫn u hoài niềm đau.

GIAN TRUÂN TUỔI MẸ

Nắng ngoài sân trải vàng như lụa
mẹ còng lưng ngồi tựa bên thềm
trên tay, mẹt gạo mang đầy thóc
hạt gạo cửa hàng đã mốc thâm,
mẹ nhặt gạo chừng vơi phân nửa
mấy năm qua mẹ đã khóc thầm
chén gạo nhỏ nằm trong tiêu chuẩn
nuôi thân già rau cháo từng năm
xưa mẹ nuôi con bằng gạo trắng,
con lớn khôn với những thăng trầm.

À ơi sông núi vào câu hát
câu hát nào mang những hờn căm!
để mẹ bây giờ bữa no bữa đói
thương đàn con tù ngục tối tăm
một đời mẹ lúa khoai chăm chỉ
ngày tuổi già thiếu cả miếng ăn
mẹ yêu tấc đất thương bông lúa
mưa nắng nào đâu ngại khó khăn
suốt cả cuộc đời không nỗi hận
tình yêu rực rỡ tựa trăng rằm.

Mẹ gói trọn gian truân vất vả
mang vào thiên thu hai chữ thành tâm.

(trích *Lời Ru Của Mẹ*)

MAI KHẮC ỨNG

Dùng tên thật, sinh ngày 5/1/1935 tại Tân Lộc, Can Lộc, Hà Tĩnh. Là nhà nghiên cứu sử. Định cư Montréal – Canada năm 2013. Qua đời năm 2018 tại Montréal. Hai tập thơ và trên hai mươi công trình nghiên cứu, biên khảo đã xuất bản.

CHA

Tuổi xanh
Cha đã vào đời
Cuốn theo cơn lốc,
Trọn thời tuổi xanh
Mười lăm năm
Mộng tưởng thành
Lại vào tù
Bởi phía mình,
Sướng chưa!
Con đi bắt bóng say sưa
Tỉnh mơ
Tìm đến
Cha vừa chuyển lao

Trầm luân xám ngắt trăng sao
Gặp Cha
Mưa muối
Xát vào lòng con.

Trại giam tù ccrđ Thạch Ngọc, Hà Tĩnh, 1956

MANG VIÊN LONG

Dùng tên thật, sinh ngày 4/6/1946 (theo giấy tờ đang sử dụng). Năm sinh thật: Giáp Thân – 1944 tại An Nhơn, tỉnh Bình Định. Giáo chức. Viết trước năm 1975. Hiện ở quê nhà. Đã có trên 30 tác phẩm truyện ngắn, truyện dài... được xuất bản.

TÓC MẸ

Tóc Mẹ mượt dài thời con gái
Bao nhiêu mơ ước chảy êm dòng
Hoa lý bao lần cài lên tóc
Bao lần thổn thức với trăng trong?

Có chồng, tóc Mẹ kẹp sau lưng
Xếp gọn ngày vui giữa tuổi xuân
Mơ ước lùi xa nào có biết
Tảo tần hôm sớm cuộc gian truân!

Sinh con, tóc Mẹ lại cuộn tròn,
Gói hết ngày xuân giấu kỹ hơn
Búi tóc tháng ngày khô héo lại
Tóc con xanh mướt dấu Mẹ hôn!

Hôm nay giở lại rương đồ cũ
Áo Mẹ còn vương sợi tóc dài
Sợi tóc một thời, làm con gái
Một thời nhớ quá – Mẹ yêu ơi!

10/1998

MẸ LÀ TẤT CẢ
Kính gửi anh chị tôi

Mẹ là gió mát sớm thu
Ru con muôn giấc cho dù khổ đau
Mẹ là chái trước, vườn sau
Để con đêm ngủ gối đầu ước mơ.

Mẹ là cầu nhỏ, sông thơ
Ngày qua đếm nhịp giữa bờ đảo điên
Mẹ là hoa bướm – là Tiên
Con là cả những lụy phiền mẹ nâng.

Mẹ là chùa cổ quen thân
Dạy con lễ Phật mỗi lần can qua
Mẹ là sáng đẹp trăng ngà
Theo con từng bước quê nhà ngóng trông.

Mẹ là biển rộng mênh mông
Đỡ thuyền con lướt theo dòng xa khơi
Mẹ là tất cả, mẹ ơi
Ngàn năm con vẫn trọn lời yêu thương!

Vu Lan, PL 2542

MẸ, VÀ CHIẾC ÁO DÀI

Mẹ đi, còn lại chiếc áo dài
Con giữ trong rương suốt cuộc đời
Hơi Mẹ sưởi lòng con giá lạnh
Mơ hoài dáng mẹ ấm môi cười!

Năm mươi năm, áo Mẹ còn nguyên
Màu áo vẫn xanh, nút cổ viền
Một thuở hoang đường thời con gái
Ngủ im lìm trong giấc cô miên!

Nhớ Mẹ, mang áo ra giặt ủi
Bàn tay vuốt nhẹ tấm thân mềm
Mơ được một lần ôm lấy Mẹ
Mỗi lần mơ ước – chỉ buồn thêm!

Nhớ Mẹ ngày đêm mãi nguyện cầu
Vì con – Mẹ khổ, biết về đâu?
Cầu cho hồn Mẹ về an trú
Thiên giới, Tây phương hết khổ đau!

Ngày giỗ Mẹ, 27/1 âl, 2001

TRĂNG LÀ MẸ

Từ mùa Trăng hai ngàn năm trăm năm trước
Đến mùa Trăng này xa cách biết bao!
Nhưng Trăng vẫn sáng, vẫn dịu dàng, đúng hẹn
Vẫn là Mẹ yêu, con mãi hướng Tâm về!

Từ mùa Trăng thuở ấy – có mùa Trăng thắng hội
Có Trăng Vu Lan cho con nhớ nguyện cầu
Cho ân nặng được báo đền muôn một
Cho lòng con và Trăng mãi thâm sâu!

Trăng là Mẹ – những mùa Trăng là Mẹ
Không phút nào con có thể nguôi quên
Bởi vì Trăng đã sống mãi trong tim
Vầng Trăng Mẹ soi đời con tăm tối.

Con thiếu Mẹ nhưng có Trăng soi rọi
Như mắt Mẹ ngày nào tựa cửa trông con...
Trong giấc ngủ, Trăng vẫn nhìn qua cửa
Vẫn âm thầm như dáng Mẹ bên hiên!

Đêm nay một mình nhìn Trăng vằng vặc
Giữa bao la im vắng cõi đời riêng
Con nghe Mẹ thì thầm ru câu hát
Vẫn ngọt ngào da diết giấc cô miên!

Vu Lan, PL 2548

VU LAN NHỚ MẸ
Kính tặng những bà Mẹ của tôi

Mẹ tôi: chân lấm, tay bùn
Vải thô, nón lá – dép cùn tháng năm
Mẹ già gầy tợ cọng tăm
Tóc thưa, da nhúm – lưng còng gian nan

Thân cò lặn lội đò giang
Nuôi con từng hạt cơm vàng chắt chiu
Cọng rau, trái bí – sớm chiều
Túi lưng bạc cắc – tình yêu ngập lòng…

Búp măng, trái ổi, trái bòng
Trái gì cũng bán – nghĩa tình thì không!
Lời kinh tiếng mõ nhủ lòng
Mẹ vui với cả thăng trầm đời xuân

Thương Cha, nhớ Mẹ rưng rưng
Đời con sao đắp kín từng nỗi đau?
Vu Lan con khấp nguyện cầu,
Cõi xa Cha Mẹ vui câu kinh vàng!

Vu Lan, PL 2549

MH HOÀI LINH PHƯƠNG

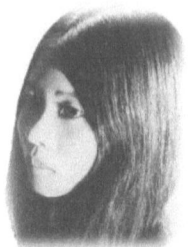

Tên thật Huỳnh Thị Mỹ Hương (M.J Huynh Nguyen). Sinh nhật: mười bốn tháng Giêng. Quê quán: Khánh Hòa. Hiện định cư tại Hoa Kỳ. Đã có thi phẩm xuất bản.

NHẬT KÝ CHO BA

Kể từ dạo... hồn thơ con kể lể
Chưa một lần... con viết gửi cho Ba
Không phải vì tình thương cũ cách xa
Mà con muốn Ba đừng buồn, lo, nghĩ...
Đừng bận tâm những vần thơ ủy mị
Những nghẹn ngào, những nức nở, đau thương
Tâm tình con – những vụn vặt đau buồn
Những cay đắng mà hồn thơ đón nhận
Con không muốn vì con... nơi chiến trận
Ba nản lòng khi gió lạnh về đêm
Hay tiến quân khi tiếng súng vang rền
Hoặc lội suối, băng rừng truy kích giặc...
... Con bé nhỏ còn nửa dòng nước mắt
Con cúi đầu sao nghẹn tiếng... Ba ơi!
Ba không về trong giấc mộng đơn côi

Để Ba vuốt tóc con và âu yếm:
"Dỗi hờn ai, con không còn trang điểm
Để mắt buồn, môi nhạt, lạnh bờ mi
Con gái của Ba, hãy chóng ngoan đi
Hay con nhớ người đi ngoài sương gió?
Chàng lính trẻ với màu alpha đỏ
Bụi phong trần vương đẹp áo chinh nhân
Cô bé ơi, Ba ước nguyện sau cùng
Khi khôn lớn, con có chồng chiến sĩ
Nối nghiệp Ba trên con đường võ bị
Đem tài trai ra giữ vững quê hương..."
Nhưng trời ơi, Ba có biết... con buồn
Tình yêu cũ bây giờ như đổ vỡ
Nên hồn thơ vẫn nghẹn ngào, nức nở
Khi người trai đã ngoảnh mặt, buông xuôi
Khi con cười là nước mắt con rơi
Chua xót lắm tình đơn phương, vụng dại
Con bé nhỏ với ân tình em gái
Cho người ta vui pháo cưới, rượu nồng
Trời không mưa sao con lạnh vô cùng
Khi màu đỏ alpha tìm lối rẽ...

Sài Gòn, 1965

VIẾT CHO BA NHÂN NGÀY ĐI BỐC MỘ

Kính dâng hương hồn Ba tôi – người đã nằm xuống trong ngục tù Cộng sản tại đồi Cây Khế, xã Việt Cường, huyện Trấn Yên, tỉnh Hoàng Liên Sơn (Bắc Việt).

Một nén nhang cho chúng con quỳ xuống
Được đưa Ba về bên cạnh chúng con
Mười ba năm nằm giữa Hoàng Liên Sơn
Hồn Ba hẳn vời trông về phố cũ?
Ba nhắm mắt không một lời nhắn nhủ
Nơi ngục tù xiềng xích – núi rừng xa...
Không người thân, mà đất lạnh là nhà
Một phần mộ không chân người lui tới
Vận nước đen, trời quê hương bão nổi
Thân phận người lính chiến cũng điêu linh
Nhớ ngày xưa... Ba bước giữa hàng quân
Mắt kiêu hãnh với niềm tin rực sáng
Và Ba chết trong ngục tù hờn oán
Tim chúng con mang uất hận, hờn căm
Làm sao quên ngày tháng bảy mươi lăm?
Đời đổi hướng như thuyền không bến đỗ...
Cửa tập trung đã bao nhiêu lần mở
Nhưng thật rồi! Ba mãi mãi đi xa...
Và bây giờ đã mười bốn năm qua
Ba trở lại ngôi nhà ngày xưa đó...

Hồn tử sĩ có về theo tiếng gió
Hài cốt này xin ở cạnh chúng con
Ngày đoàn viên Ba sẽ hết cô đơn
Lau giùm Mẹ giọt lệ mừng hội ngộ!

Rồi sẽ hết những năm dài dông tố
Trời Việt Nam rồi sẽ thấy bình minh
Xương máu hồng của lớp lớp hy sinh
Sẽ đập nát một cơ đồ tham vọng!

Sài Gòn Việt, 1989

TRÊN ĐỈNH HOÀNG LIÊN SƠN

Ta Mang Mối Thù Truyền Kiếp
"Đừng hỏi Tổ quốc đã làm được gì cho ta, mà hãy hỏi ta đã làm được gì cho Tổ quốc". (John Kennedy)
Kính dâng hương hồn Ba tôi và hồn thiêng sông núi.

"... Dù ở hoàn cảnh nào, con cũng vẫn kiêu hãnh con là con gái của Ba..."
Lá thư viết cho Ba được trả về cùng với giấy tờ tù còn vấy máu
Ngày tháng tử vong mịt mùng, ẩn giấu
Đêm Việt Nam muôn triệu tiếng hờn vang,
Ba ngủ yên thật rồi trong tay Đức Mẹ bình an
Ở vùng rừng núi xa ngút ngàn Hoàng Liên Sơn – Yên Bái
Nợ nước oằn vai, có thể nào Ba ra đi mãi mãi...
Vạn cánh tay chờ ngày quật khởi, tự do...
Gông cùm kia không xóa được ước mơ
Của người lính đã dâng trọn cho quê hương một thời tuổi trẻ
Ba đã nhắm mắt thật yên
Trong lòng đất Mẹ
Hận thù nào bốc cháy quận hồn con?
Gió có về ngang đỉnh Hoàng Liên Sơn
Cho con được quấn một chiếc khăn tang cho người cha không mộ phần, ngày tháng
Vận nước điêu linh – Nghẹn tiếng, lặng câm trong ngục tù hờn oán

Ba sống cho quê hương và chết cho Tổ quốc thân yêu
Đời lính hai mươi năm nắng sớm, mưa chiều
Đất nước đau thương – Đêm, ngày bom đạn nổ
Con lớn lên trong mồ hôi chiến trường Ba đổ
Tóc Ba bạc dần, cho con hiểu thế nào là cay cực của người lính Việt Nam
Mang tâm hồn Trưng Vương, con nung nấu những hờn căm
Và cao ngất oán thù trong ngày đoàn quân ta tan rã.

Ba thân yêu,
Trước vong hồn Ba
Mối thù thiên thu, con xin thề sẽ trả
Bởi Ba chết đi, đâu có gia tài nào để lại cho con?
Ngoài vốn liếng phải vùng lên, giữ vẹn lòng yêu nước sắt son
Xua bóng tối tan đi, mừng Việt Nam trường tồn, vĩnh cửu
Con có một tuổi thiếu nữ huy hoàng, thương quê hương qua dấu giày Ba miệt mài rong ruổi
    Con có một đời để xây dựng một nước Việt Nam Cộng Hòa
        bền vững trăm năm...

Sài Gòn, 1985

**TÔ CANH MỒNG TƠI
BÊN TRỜI HOA THỊNH ĐỐN**
Viết nhân ngày mừng tuổi thọ 83 của mẫu thân.

Thư con gái viết từ miền Đông Bắc
Sao nghe nghẹn lòng, nước mắt chan cơm
Canh mồng tơi nhắc một thời lận đận...
Ba tội tù, Mẹ thề nguyện sắt son

Trả áo phu nhân, thân cò quãng vắng
Gánh gạo nuôi chồng tù ngục oan khiên
Vai nào mang một đàn con thơ dại?
Vai nào gồng một quê mẹ ngả nghiêng?

Nước mất, nhà tan... trời cao quá đỗi!
Chất ngất hận thù... đất thấp không hay
Giữa khốn cùng, Mẹ vươn vai lá mỏng
Mong con nên người ở một ngày mai...

Mẹ có một đời bảng đen, phấn trắng
Hun đúc cho con ý chí quật cường
Thương Việt Nam vẫn còn dài tăm tối
Ba tử tù – trong huyệt mộ – bi thương!

Chúng con tha hương – những mùa xuân đất khách
Đã qua một thời khốn khó, điêu linh
Nhưng chiều nay bên trời Hoa Thịnh Đốn
Canh mồng tơi – nghe lệ nhỏ riêng mình!

Từ Đông Bắc thương Mẹ già trăm tuổi
Năm tháng quay cuồng trong căn bệnh trầm kha
Alzheimer đưa Mẹ vào hoang tưởng
Thuở xa xưa… miền quê cũ chưa nhòa…

Con bất hiếu – nghìn trùng – xin tạ lỗi
Chưa đáp đền ơn Mẹ đã hy sinh
Tô canh mồng tơi vẫn còn trong ký ức
Vẫn tươi xanh như màu biển Thái Bình!

Washington DC, 2012

MY THỤC

Nhà thơ, hiện ở tại Quảng Nam, Việt Nam.

NHỚ MÁ

Má ơi, con nhớ Má chiều nay
rợp lòng con bóng trời quê cũ
bờ kênh gió chao con diều nhỏ
Má cười nhìn con chạy lon ton...

con lớn lên lẻ mẹ xa quê
thương nhớ tổ, thèm hơi của Má
thèm dụi hít hà nguôi cơn nhớ
khoanh tròn trong lòng Má, Má ru...

Má ru rằng: "... cái giống đa truân...
vui đi với anh, buồn nhớ về... má đợi..."
chừ muốn khóc mà quê xa vợi
se tóc mình ngỡ Má vuốt ve...

... quê người vắng, chiều loang bóng lẻ
nắng xiên trời níu vội tà dương
lũ diều ngác ngơ nương gió nổi
rưng rức lòng con nhớ... Má ơi!

NGÃ DU TỬ

Tên thật Phạm Ngọc Dữ, sinh ngày 10/9/1957 tại Hành Đức, Nghĩa Hành, Quảng Ngãi. Hiện ở TP.HCM. Đã có 5 thi phẩm xuất bản.

BIỂN BỜ CHA
Thế gian mãi ca tụng mẹ
Ít người nhắc đến ơn cha.

Ngày mới lớn cha thường ban bảo
Rằng áo cơm cũng khó nhọc khôn cùng
Còn tri thức vạn lần hơn thế nữa
Và rất nhiều lý lẽ của riêng chung

Tôi chưa hiểu những cơ, thời, lý, mệnh
Nên bâng khuâng trước ngữ nghĩa cha mình
Rồi vào đời trong lúc khó mưu sinh
Mới lần rõ chuyện nhọc nhằn tình lý

Cha bây giờ rong chơi cùng thiên sứ
Ông ngao du khắp trời đất muôn trùng
Tôi đứng trước đôi bờ phong vận... cùng thông
Lòng cứ nhớ những lời cha ngày cũ

Có những đêm trường tư lự
Bao mầm xanh bật chết trước can trường
Đời có đẹp như cha thường hay nói
"Đạo làm người hơn cả những danh xưng"

Giữa đời thường lòng đôi lúc rưng rưng
Thương cha lắm cứ thủ thường liêm khiết
Giữ đạo làm người có là thua thiệt
Nhưng cả đời gìn được chữ thanh gia

Đường trần gian ai cũng đi qua
Và có lẽ cái nhìn chưa bao quát
Hành vi mỗi người là hạt
Trái ngọt chua là kết quả mai này

Đời chập chùng quá khứ đến tương lai
Càng đơn giản khi quay về đạm bạc
Muôn lý giải giữa hai dòng thiện ác
Chẳng bằng ung dung trước rộng chật vô cùng.

GIỌT NGUỒN

Giọt sữa ấm nuôi con ngày mở mắt
Lớn khôn rồi vẫn nhớ vị nồng thơm
Ai không lớn bằng ngọt tình sữa mẹ
Tiếng vỗ về tay mẹ mãi còn hương

Đêm sâu lắm, mẹ vẫn còn thức giấc
Tiếng àu ơ thỏ thẻ giấc con nồng
Đêm trở gió với mùa đông rét buốt
Miếng hôn thơm ấm trọn tấm thân hồng

Ngày đi học đầu tiên tay mẹ dắt
Thuở hân hoan lòng nghe khúc dạt dào
Ai không quý buổi đầu non nớt ấy
Chẳng làm sao thấm được chất ngọt ngào

Và nỗi sợ học trò vào lớp mới
Cũng bình yên yêu bục giảng học đường
Mùa thu ấy đã đi vào cổ tích
Đã thành người tay mẹ vẫn tròn thương

Ơi, thân mẹ suốt cả đời tận tuỵ
Nuôi con mong sẽ đẹp vóc nên hình
Đời hiền hậu một đời chăm và bón
Ta làm sao không ghi khắc chữ tình

Ngày mẹ mất con cúi đầu thổn thức
Tiễn đưa người nắng gió sớm đưa hương
Quánh mắt lệ trước dòng người thương tưởng
Ngậm ngùi con – mẹ xa quá. Vô thường.

NGÀN THƯƠNG

Tên thật Bùi Công Toa, sinh năm 1948 tại Thành nội – Huế. Viết trước năm 1975. Đã xuất bản 8 tập thơ. Góp mặt trên nhiều báo, tạp chí và nhiều thi tuyển trong và ngoài nước. Hiện sinh sống và viết tại Huế.

BÀY TỎ

Dẫu có viết nhiều bài thơ viết về cha mẹ
Vẫn không sao nói hết nghĩa sinh thành
Mùa Báo Hiếu khói hương trầm xông ngát
Tiếng kinh cầu cứu độ chợt long lanh

Con nhớ cha khi Thu sang lành lạnh
Nhớ mẹ hiền trong gió heo may
Hình bóng thân yêu giữa đất trời thoáng hiện
Dưới mưa Ngâu rơi trên tóc vươn dài

Tháng bảy buồn vì thời tiết đổi thay
Và cuộc sống mỗi mùa mỗi khác
Bao thuận duyên – chướng duyên dồn dập
Cơm áo gạo tiền như bão nổi không hay

Con vẫn còn nguyên vẹn hình hài
Nhưng tâm trí chẳng lúc nào êm ả
bông hồng trắng con cài trên áo
mỏi tay rồi xin cha mẹ thứ tha.

TRƯỚC ẢNH CHA

Cha đâu còn nữa trên đời
Để con tủi phận mồ côi từng ngày
Nén hương con thắp chiều nay
Tâm hồn hóa khói nhẹ bay lên trời

Chuông chùa thánh thót chơi vơi
Gợi bao kỷ niệm một thời bên cha
Sáng mùa đông với ấm trà
Cha ngồi kể chuyện sưởi nhà ấm lên

Bây giờ một bóng đêm đêm
Ảnh cha như kéo dài thêm sợi buồn
Con ngồi xe lại khúc thương
Nhận ra cái lẽ vô thường cha ơi!

NGHĨ VỀ CHA

"Ngày của cha" lại về trong tâm tưởng
Núi Thái Sơn chớp bể mưa nguồn
Mây vần vũ giăng sầu đỉnh Ngự
Nghĩa tình thâm vời vợi giữa dòng Hương

Chiếc roi mây cha vắt trên chái bếp
Con biếng lười bị cha đánh thẳng tay
Không dám khóc dẫu vết hằn in đậm
Trên mông con ngày ấy bỗng lăng trầm

Kỷ niệm xưa đêm nao về thao thức
Khúc Nam Bình nhả điệu hành vân
Con mơ cha trong màu cổ lục
Nụ cười tươi cưỡi hạc xuống dương trần.

BÓNG MẸ

Mẹ biền biệt giữa hai đầu mưa nắng
Con rưng rưng tìm bóng mẹ bên trời
Nhưng bóng mẹ đã mịt mờ sương khói
Nẻo con về từ đó hóa mồ côi.

ƠN SINH THÀNH

Dẫu có cõng trên vai mẹ cha đi cùng khắp
Dẫu cung phụng bạc tiền châu báu thế gian
Vẫn không thể nào đền đáp được
Ơn sinh thành cha mẹ đã cưu mang.

NGÔ NGUYÊN DŨNG

Tên thật Ngô Việt Dũng, sinh năm 1951 tại Sài Gòn. Quê nội Bến Tre. Du học và định cư tại Đức từ năm 1970. Viết đều từ năm 1975. Chủ bút báo Măng Non, chủ biên văn nghệ tạp chí Độc Lập tại Đức. Đã xuất bản trên 10 tập truyện.

KÝ ỨC VỀ CHA (*)

cha tôi là người ái mộ phim ảnh
tối tối ông thường dẫn
má và chúng tôi đi xem phim
nơi sinh quán tôi
quận nhất Sài Gòn thuở ấy
có tới bốn rạp chiếu bóng

những mùa nắng dạo nọ
tôi còn quá nhỏ
không thể ngồi một mình trong ghế xếp
lẽ đó tôi được phép cuộn mình
thoải mái trong lòng cha

thường khi tôi ngủ gật
với *"Cuốn Theo Chiều Gió"*
hoặc *"Chiến Tranh và Hòa Bình"*
và chỉ tỉnh giấc
khi màn ảnh
bật tiếng răng rắc và đì đoành
tôi ngái ngủ nhìn lên
thấy *"chàng"* cứu thoát *"nàng"*
khỏi đám cháy rực lửa
trong khoảnh khắc sau cùng

không bao giờ tôi ngủ quên
khi xem những phim hoạt động
lúc người da trắng và da đỏ bắn nhau
hoặc hiệp sĩ đạo đấu gươm cùng thổ phỉ
trong tràng pháo tay hào hứng

sau khi vãn hát
cả nhà thường ghé ngang
quán mì Trung Hoa
lót dạ cơn đói đêm

ấu thơ tôi cứ vậy
trôi nhanh
tôi chỉ còn đi xem phim với bạn
tại những rạp có máy lạnh
trong phố chính
đôi khi để xem những phim
cấm trẻ em dưới mười tám

những chuyện phim thay đổi
theo thời gian
người da đỏ không còn là
những nhân vật xấu và người da trắng
không phải lúc nào cũng tốt

cha tôi không còn
rời nhà vào buổi tối
những lần xem hát đêm thuở nào
cũng không còn
cho tới ngày tôi lìa quê nhà
và cha rời xa chúng tôi
mãi mãi

giờ đây mỗi khi tôi
xem một cuốn phim thuở xưa ấy
chiếu trên truyền hình
tôi lại cảm nhận hơi ấm
lòng ôm cha
khi màn ảnh vô tuyến vang tiếng
răng rắc với đì đoành
nỉ non và khúc khích.

5/2018

(*) phóng dịch từ "Anekdote über meinen Vater", cùng tác giả.

NGƯNG THU

Tên thật Phùng Thị Như Hà, sinh năm 1968. Hiện là giáo viên giảng dạy môn Vật lý tại Bình Thuận-Việt Nam. Hội viên hội văn học nghệ thuật tỉnh Bình Thuận - Việt Nam. Tập thơ đã xuất bản: Đi qua mùa gió thổi (nhà xuất bản Hội Nhà Văn 2013).

MẸ ĐAN SỢI NẮNG ĐÊM ĐÔNG

Mẹ lặng thầm lần dò từng que đêm
Bên làn đông rét buốt
Đan từng sợi nắng thuở mùa Thu mẹ gom nhặt được
Cho con ngực ấm đường xa
Nét mẹ cười nhăn nheo vách lá
Đêm nghiêng, đêm nghiêng...
trăng đổ bóng hiên nhà
Nhấp nhô nhấp nhô...
gầy gò chiếc que đan
Thành dáng áo mẹ thương...
mãn nguyện

Ngoài kia gió…
Gió ru lời Thu xa bên trời buồn miên viễn
Tóc mây thương màu trắng ngang đồi
Nhớ con trôi mấy trăng ngoan:
Mẹ đợi!
Thương con đường trần ngực gió
Đau lòng màu cỏ hoang vu
Trở đêm…
Mẹ tựa vào ngày…
cùng rạ rơm lam lũ
Cánh cò quê…
thương ngóng dáng con về
Se sắt chiều ruộng
Đông ngàn tím tái lê thê

Mẹ lại về…
lần dò từng mũi que đêm
Đan sợi nắng mà chờ
Tóc bạc lưng còng
Cứ ngỡ con mình vẫn còn bé ngây thơ…

VẦN THƠ ƠN MẸ

Ngày rét tháng ba xưa mẹ không mang áo ấm
Chiếc khăn choàng trên cổ cũng phong phanh
Thân cò vẫn sớm chiều bên vuông đất
Lo cho con từng bữa những ngọt lành.

Xuân qua rồi mẹ lại đón hạ xanh
Ngày mùa nắng trên đồng mồ hôi giọt
Đêm rét run nằm nghe mưa thánh thót
Mẹ mong chờ lúa trẩy hạt ươm mơ.

Có mẹ trên đời con có cả trời thơ
Bao năm tháng ủ êm tình của mẹ
Có mẹ trên đời con sướng vui là thế
Hạnh phúc nào bằng... con biết sánh gì hơn?

Mẹ! Mẹ ơi! Làm sao để đáp đền...
Lòng mong mỏi mẹ bên con mãi mãi
Như ngọn đèn dầu hắt hiu ngày gió lại
Mẹ đã già, con sợ tháng ngày trôi.

Dẫu là con cũng đã lớn khôn rồi
Vẫn cần lắm những lời yêu của mẹ
Rét tháng ba về choàng ấm khăn mẹ nhé
Hạnh phúc nhất trên đời...
Con còn có mẹ để yêu thương.

HẠNH PHÚC CÒN TRONG VÒNG TAY CỦA MẸ

Trong ánh mắt mẹ nhìn giờ đây đã lờ mờ hoen đục
con thấy một tình yêu vĩnh cửu, một thiên đường
ôi thương những ngoằn ngoèo, những chằng chịt vết chân chim
mẹ đã đi ngang đời khó nhọc.

Những ngón tay trần trùi mẹ lần tìm mỗi khi con khóc
vỗ về ru mỗi cô đơn
xuân, hạ, thu, đông... bốn mùa đi rũ áo vai sờn
vần thơ cũ neo đơn héo mòn khói ám
chút lãng mạn quên từ tay mẹ bế bồng con.

Những đêm trắng ngồi đong đếm lo toan
đong cả yêu thương rót vào hồn thơ trẻ
vẫn ngọn gió thơm mát từ tay mẹ
mạch sống chân quê nuôi dòng chảy nồng nàn
thương lắm cuộc đời truân khổ mẹ riêng mang.

Nhớ mẹ con về
tìm ấm áp một vòng ôm
chợt thấy cõi lòng ôi bình yên quá đỗi
quên khoảnh khắc bơ vơ
quên những muộn phiền, quên bao tiếc nuối
bởi còn có vòng tay của mẹ hướng con về
có hạnh phúc nào bằng trái tim mẹ ấm êm.

NGƯỜI QUÊN CẢ NẮNG MƯA

Mẹ về trên quang gánh
vai nặng oằn câu chuyện mưu sinh
chiều chậm trôi
con đường sỏi gập ghềnh
đau gót chân xưa
Con bước ra đời
khờ như bông lúa nõn trước mùa
sân vườn lặng im gốc mai già rụng lá
cất vào khuya sự âm thầm cơn gió trở
đau mềm vạt lưng cha
chịu đựng.
Con thắp vần thơ cháy bùng lên đêm nhớ
sách vở thơm thơm mùi mẹ từ muôn thuở
điệu đàn ấm hơi cha
ước vọng và niềm tin nuôi ý chí xa nhà
con về cõng ước mơ bay.

Tia nắng chiều loang
thương ráng đỏ cuối ngày
thương vạt ruộng khô
thương những luống cày
mẹ cha một đời quên nắng mưa đi.

BÓNG MÁT CỦA CHA

Gió quất vào không gian những trận roi giận dữ
Cơn bão chiều nay
Đánh cắp của con rồi... bóng mát yêu thương
Cây trứng cá Cha trồng gãy rạp trong mưa
Bỗng nghe thương những ngày nắng
Buổi học chiều
Con đứng chờ xe bus chuyến trưa
Tàn trứng cá không đủ vừa che nắng
Cha tưới cây trứng cá từng chiều
Mong cánh lá tốt thêm mỗi chút
Bóng mát cho con nhân rộng thêm nhiều
Đã bao lần con đọc thơ về Mẹ
Tình yêu thương con hiểu đến vô bờ
Nhìn cây ngã con bỗng dưng rơi lệ
Dòng cho cha con chưa viết bao giờ
Ví sao được công ơn Người như biển
Những trang thơ sao viết hết tình cha
Sợ so sánh sẽ trở nên khập khiễng
Con giấu lòng trong sâu thẳm trái tim
Cơn bão đã qua... Con còn mãi đi tìm
Bóng mát cha cho bây giờ không còn nữa
Nhưng còn đó trong con điểm tựa
Cha dành cho con...
Tình yêu của Người hơn cả núi non.

NGUYÊN NHƯ

Tên thật Lê Ngọc Dũng, sinh ngày 18/10/1995. Hiện ở thôn Nam Thanh, Nâm N'Đir, Đăk Nông, Việt Nam.

MẸ TRONG ĐÊM

Buông thả hồn bay lên cùng bọt nước
Giọt miên man lơ lửng giữa tầng trời
Ôi ảnh hình! Hiện ra từ đáy mắt
Dáng mẹ gầy thấp thoáng gọi, con ơi!

Màn đêm xuống và run trong bất chợt
Vạt da nâu đã nâu đến tột cùng
Ngồi dung dị, lời ru đẫm hương lúa
Để bầu trời sao sáng, hệt hoàng cung

Dòng suối khuya ràng rịt chòm hoa sóng
Tấm lưng trần bóp méo cả mưa sương
Mẹ vẫn thế như cái cò cái vạc
Lầm lũi đi trên vạn khúc Nghê Thường

Buông thả hồn, đưa môi ngậm nhành cỏ dại
Nụ cười bình yên mẹ gửi gắm trong ngần
Từ đêm vô thức vầng trăng tròn cháy lửa
In bóng mẹ đầy... Năm tháng xa xăm.

3/3/2020

NGUYỄN AN BÌNH

Tên thật Lương Mành, sinh năm 1954 tại An Bình Cần Thơ. Tốt nghiệp Đại học Sư phạm. Hiện ở Việt Nam. Đã xuất bản trên 9 thi phẩm.

VỀ BÊN GỐI MẸ

Về nghe từng chiếc lá vàng
Lay theo gió rụng khẽ khàng ngoài sân
Thềm rêu giếng nước trong ngần
Hình như dáng mẹ bước chân về gần.

Về nhìn con nước lớn ròng
Thương thân cò trắng long đong mấy mùa
Trăng gầy theo nhịp võng đưa
Ngỡ lời ru ấm ngày xưa vẫn còn.

Về trong bóng ngả hoàng hôn
Nhớ đôi mắt ấy mỏi mòn đợi ai
Hương cau thơm giữa đất trời
Đêm sương hoa rụng ngậm ngùi hắt hiu.

Về nằm bên gối mẹ yêu
Thèm nghe lời dạy nhuốm điều nghĩa nhân
Xa xôi lại ước được gần
Mới hay dâu bể muôn phần mẹ ơi!

9/2014

MÂY TRẮNG TRONG GIẤC MƠ TÔI
Mùa Vu Lan nhớ mẹ, tháng 8/2015

Trong mơ chợt thấy mẹ về
Trời treo chớp bể tứ bề mưa giăng
Mẹ qua sương núi mây ngàn
Dõi theo tôi mãi đường gần nẻo xa

Hạc bay cuối nẻo trăng tà
Trăng non hao hớt trăng già mồ côi
Chiều ngồi bên mộ mẹ ơi
Lắng nghe cỏ hát mấy lời tình tang

Trong mơ chợt thấy mẹ nằm
Ru tôi cánh võng trần gian một đời
Đò chiều một chiếc lá rơi
Mùa Vu Lan đến đâu người cài hoa

Sông dài đổ mãi khơi xa
Tình yêu mẹ chảy lời ca dao buồn
Tóc người gột cả khói sương
Mẹ thành mây trắng suối nguồn trong tôi

NGÀY CỦA MẸ

Ai cũng có một tình yêu của mẹ
Tiếng ru hời đẹp tựa cõi thần tiên
Con bướm trắng mộng mơ thời thơ trẻ
Bay chập chờn trong giấc ngủ bình yên

Mẹ ươm nắng sớm đồng xanh chim hót
Mẹ che mưa chiều mỗi bước con qua
Lòng của mẹ lục bình theo con nước
Tím suốt mùa dâng hiến cả đời hoa

Tiếng võng đưa trôi qua thời niên thiếu
Cánh diều bay xa tít mãi mù khơi
Đi chưa hết đường trần gian lận đận
Ai chở che mưa nắng ở bên đời.

Ngày của mẹ thơm tho dòng sữa ngọt
Cánh cò xưa trôi mất mấy mùa cau
Ngôi nhà cũ mênh mông chiều gió ngút
Khói lam chiều chim mỏi cánh về đâu?

Ngày của mẹ nén nhang còn bảng lảng
Con đi tìm mây trắng cuối phương trời
Lang thang mãi giữa lòng người hiu quạnh
Tiếng vạc sành rúc bụi cỏ khôn nguôi

13/5/2018

MẸ VẪN NGỒI BÊN BỜ BIỂN ĐÔNG

Mẹ vẫn ngồi bên bờ biển Đông
Chờ tin con se thắt cả lòng
Ngày ra đi hẹn về thăm mẹ
Qua bao mùa mưa nắng bão dông.

Dáng mẹ gầy bóng đổ liêu xiêu
Mòn mắt trông từng đợt thủy triều
Ngỡ chân con băng qua trảng cát
Như ngày nào thốt tiếng mẹ yêu

Mẹ nào hay trùng khơi nổi sóng
Bãi san hô con đã yên nằm
Lời thì thầm gửi theo chim biển
Mẹ hiền ơi con đã về thăm.

Hoa muống biển nở trên mộ gió
Hàng phi lao tiếng sóng rì rào
Đợi con về sửa ngôi nhà dột
Thiếu hơi người bếp lửa hư hao

Mẹ vẫn ngồi bên bờ biển Đông
Biển vẫn xanh ôm sóng vào lòng
Người lính trẻ thôi không về nữa
Hồn hòa vào cây cỏ núi sông.

16/06/2014

NGUYỄN BẢO CƯỜNG

Tên thật Nguyễn Cửu Quảng, sinh ngày 4/3/1943 tại làng Dương Hòa, huyện Hương Thủy, tỉnh Thừa Thiên – Huế. Hiện ở đường Nguyễn Sinh Cung – Huế.

TƯỞNG NHỚ

Cha Mẹ ơi nơi cõi trời
Có nghe con gọi khóc vời Mẹ Cha
Sương Thu vương lối hiên nhà
Con nghe trong gió hồn Cha Mẹ về

TẾT VỀ NHỚ MẸ TA XƯA

Tết về nhớ mẹ xa xưa
Những ngày lạnh giá gió đưa buồn về
Giêng Hai mưa bụi lê thê
Nón che sao hết đời lê phận nghèo

Mẹ già năm tháng hắt heo
Trông con mòn mắt bọt bèo chiếc thân
Thương con lạc bước phong trần
Mê câu danh vọng tình thân hao mòn

Tỉnh rồi mới thấy vàng son
Chỉ là hư ảo dìm tan hoang người
Quê hương chân lý sáng ngời
Là nơi có Mẹ suốt đời bao dung.

TƯỞNG NHỚ CHA

Bao năm rồi Cha đi biền biệt
Bỏ vợ con đau khổ chốn dương trần
Cha tung cánh đến phương trời miên viễn
Không hận thù, không tráo trở điêu ngoa

Cha bỏ sau lưng bao ước vọng
Cống hiến một đời theo gió lãng quên
Cha nằm xuống không một lời trăng trối
Cha đi rồi ngàn nỗi nhớ vây quanh

Đời u buồn kể từ khi Cha mất
Mẹ chẳng còn biết nương tựa vào ai
Con nổi trôi chịu bao điều sóng gió
Sống âm thầm không một chút tương lai

Trời vào xuân sao lòng con tơi tả
Nỗi đau thương buồn nhớ lại năm nào
Xuân tang tóc một ngày xuân đen tối
Xuân sum vầy Cha lại bỏ đi đâu?

Ngồi nhớ Cha càng thương về bóng Mẹ
Nghĩ đến Cha con cắm cánh hoa này
Cánh hoa nghiêng như đời Cha ngã đổ
Con vẫn buồn cho đến mãi hôm nay

Đêm giao thừa nhìn ảnh Cha mờ ảo
Nến lung linh như thoáng hiện Cha về
Cha đã mất tấm lòng còn sống mãi
Một vầng trăng trong tỏa sáng bên con

Cha ơi Cha! Bao nhiêu năm rồi đó
Cha ngủ yên trong huyệt lạnh hoang vu
Cha có biết một đời con sầu thảm
Một đời con băng giá biết bao Thu

Con cắm lại một cành hoa tưởng nhớ
Một nén nhang xin cúi lạy ơn người
Xin tha thứ cho bao nhiêu lầm lỗi
Chút hương lòng con dâng kính, Cha ơi!

TƯỞNG NHỚ MẸ
Kính dâng hương hồn Mẹ

Chiều Thu lạnh mẹ ơi con buồn nhớ
Mẹ đi rồi con quạnh quẽ trần gian
Chốn âm dương xa cách mãi đôi đường
Con nhớ Mẹ cả cõi lòng tan nát

Dù vẫn biết cuộc đời là dông bão
Tử sinh nào cũng một kiếp phù du
Hoa sớm nở tối tàn đời tử biệt
Sao lòng con cứ quặn thắt buồn đau

Mẹ ơi Mẹ! Sao bỏ con đành đoạn
Đời bơ vơ thân lưu lạc quê người
Biết lấy gì con đền đáp công lao
Ơn dưỡng dục nặng sâu như trời biển

Chiều Thu lạnh hình ảnh xưa hiện đến
Bóng Mẹ già ngồi tựa cửa chờ mong
Tháng ngày qua mẹ thui thủi sớm hôm
Thân một bóng ngọn đèn khuya trước gió

Đời lao nhọc một kiếp người gian khổ
Mẹ vì con lận đận tháng năm trường
Muốn thét lên cho vơi bớt nhớ thương
Nhưng âm dương con làm sao níu lại

Lời Mẹ dặn con còn ghi khắc mãi
Nẻo ngay lành mẹ trao lại cho con
Lòng dặn lòng sống thanh bạch sắt son
Mong đáp nghĩa ân sâu trong muôn một

NGUYỄN DUY

Dùng tên thật, sinh ngày 7/12/1948 tại Thanh Hóa. Hiện sống tại TP.HCM. Đã ghé thăm bạn văn ở Hoa Kỳ và Canada. Đã xuất bản trên 20 tác phẩm thơ, văn.

NGỒI BUỒN NHỚ MẸ TA XƯA

Bần thần hương huệ thơm đêm
Khói nhang vẽ nẻo đường lên niết bàn
Chân nhang lấm láp tro tàn
Xăm xăm bóng mẹ trần gian thuở nào

Mẹ ta không có yếm đào
Nón mê thay nón quai thao đội đầu
rối ren tay bí tay bầu
váy nhuộm bùn áo nhuộm nâu bốn mùa

Cái cò... sung chát đào chua
Câu ca mẹ hát gió đưa về trời
Ta đi trọn kiếp con người
Cũng không đi hết mấy lời mẹ ru

Bao giờ cho tới mùa thu
Trái hồng trái bưởi đánh đu giữa rằm
Bao giờ cho tới tháng năm
mẹ ra trải chiếu ta nằm đếm sao

Ngân hà chảy ngược lên cao
quạt mo vỗ khúc nghêu ngao thằng Bờm...
bờ ao đom đóm chập chờn
trong leo lẻo những vui buồn xa xôi

Mẹ ru cái lẽ ở đời
sữa nuôi phần xác hát nuôi phần hồn
bà ru mẹ... mẹ ru con
liệu mai sau các con còn nhớ không

Nhìn về quê mẹ xa xăm
Lòng ta – chỗ ướt mẹ nằm đêm mưa
Ngồi buồn nhớ mẹ ta xưa
miệng nhai cơm búng lưỡi lừa cá xương...

(sưu tập)

NGUYỄN ĐÔNG GIANG

Tên thật Nguyễn Văn Ngọc, sinh ngày 6/2/1943 tại An Hải – Đà Nẵng. Giáo chức. Định cư tại San Jose – Hoa Kỳ. Đã xuất bản 4 thi phẩm.

MÙA XUÂN VÀ MẸ CỦA TÔI

Mùa Xuân của tôi không có ở nơi đây,
mùa Xuân của tôi ở bên kia Thái Bình Dương,
đất nước.
Tháng Chạp về heo may báo trước,
mai nở báo tin mừng,
pháo chuột đì đùng xa.
Mùa Xuân vẫn không chịu theo tôi,
mùa Xuân vẫn ở lì bên ấy.

Tháng Chạp bên này, mặt trời không thấy
sương mù che lấp những mảnh non sông.
Quê hương tôi nằm cạnh bên dòng sông,
nên mặt trời về tắm sông buổi sáng.

Bên này thức dậy chờ vầng dương ló dạng,
nhìn mặt trời muốn khóc
chẳng hiểu vì sao!
Năm nay Tết đến ngày nào,
mà sao tôi nhớ quê hương ray rứt,
gối mền nao nức, nhớ ngủ không yên.
Hay tôi bị phân tâm?
Lòng những muộn phiền.

Buổi sáng quê hương hiện lên theo mặt trời phương đông.
Mẹ hiện về theo ánh trăng đêm vời vợi
Mặt trời thì ấm áp – bao la – vun xới,
trăng thì dịu hiền – vỗ về – xoa dịu vết thương đau.
Mặt trời mọc phương đông buổi sáng,
trăng hiện về đêm sau buổi trời tàn.
Nên hỏi sao tôi không nhớ Mẹ
và Quê hương cho được?

Nhớ xưa nghèo đói ở quê nhà,
con mẹ có nhau.
Nay quê người đầy đủ,
Mẹ lại không còn để con được đền đáp ơn sâu nghĩa nặng.
Ngày nào mẹ gùi cơm mắm muối
đi thăm nuôi con ở trại tù Cao Sơn nước độc.
Thân mẹ già đường xa,
núi rừng đèo dốc,
khập khễnh bước leo.
Bây giờ ở quê hương mẹ nằm yên trong mộ một mình,
không ai hương khói.
Vậy mà con không về được,
ra mộ thắp Mẹ nén hương lòng.

Năm nay xuân lại về trên đất khách,
con bước ra sân, con nhìn trời – nhìn đất,
con hướng về phương đông của mình và:
Con nhớ Mẹ – nước mắt chảy
Con nhớ Quê – trằn trọc giấc đêm...
Có Quê như mất không về được
Xuân đến rồi đi biết bao lần
Con vẫn bên trời –
xa quá Mẹ

Quê người – Tết đến –
những bâng khuâng
Mồng Một mộ người hương khói tỏa
Mẹ ta – mồ nấm lạnh bên đường
Con vẫn không ngờ – con bất hiếu
Bên trời khóc mẹ – ngóng cố hương.

NGUYỄN ĐỨC BẠT NGÀN

Tên thật Nguyễn Đức Cẩm, sinh năm 1948 tại Vĩnh An – Thừa Thiên. Định cư tại Alberta – Canada. Qua đời ngày 27/9/2019. Đã xuất bản 5 thi phẩm

MẸ ĐÃ VỀ

con tuổi nhỏ bên sóng gầm tai họa
mẹ ngồi thương sông bên lở bên bồi
trắng cơ nghiệp là lưu đày xa lạ
bóng cò chiều bảng lảng bóng sông trôi

như đời mẹ chung thân cùng sông núi
giữa địa cầu sao nhẹ hẫng hai vai
năm châu đó ngọn đèn mù tăm tối
mạch đất ngầm cày xé cả tương lai

còn gió buốt một đời cha nặng nợ
quê nghèo trôi theo chú bác phiêu bồng
đầy cay nghiệt trong lòng cha người thợ
suốt bao đời quầy quả mãi không xong

con khuất lấp cùng dặm mòn dâu bể
mẹ theo cha về với đất nghìn năm
còn di huấn là nụ cười ngạo nghễ
cho đời con càn lướt giữa xa xăm...

11/10/1991, ngày phát tang mẹ
(trích thơ)

NGUYỄN HẢI THẢO

Tên thật Nguyễn Thành Thảo, sinh năm 1954 tại Sài Gòn. Tốt nghiệp Sư Phạm Sài Gòn năm 1974. Có thơ, truyện đăng trên các báo, tạp chí, tuyển tập trong và ngoài nước từ năm 1969. Hiện ở đường Bình Long, phường Phú Thọ Hòa, quận Tân Phú, TP.HCM. Đã in 4 tác phẩm, gồm: 3 thơ và 1 truyện ngắn.

MẸ NUÔI

Mẹ như mẹ đẻ của con
vì chưng mẹ đã nuôi con thành người
công dưỡng quý sánh ngang Trời
dẫu chưa nghe được một lời mẹ ru!
thay "ầu ơ" bằng "nam mô"
từ lâu mẹ đã khuyến tu con rồi
đêm đêm quỳ trước Phật đài
con theo mẹ tụng đủ thời kinh xưa...

Một ngày mẹ bỏ đi xa
mình con sót lại cõi ta bà buồn
mình con bước mỏi trên đường
gập ghềnh, khúc khuỷu trên từng lối đi
con giờ như cánh chim di
chưa tìm ra được hướng đi đời mình
nửa đời sống kiếp lênh đênh
nửa đời đeo những lụy phiền trĩu vai

Đêm nay nhớ quá bàn tay
mẹ chăm con những tháng ngày ấu thơ
biết rằng chỉ có trong mơ
mà sao con vẫn khát chờ... mẹ ơi!
con thương mẹ nhất trên đời...

BÀI THƠ DÂNG MẸ

Khi con vừa khóc chào đời
Mẹ cười long lanh sóng mắt
Khi con rời khỏi vành nôi
có mẹ kề bên dìu dắt

Khi con đi vào cuộc sống
bằng chân chim nhỏ ngập ngừng
Mẹ là niềm tin thắp sáng
dìu con qua những gai chông

Mẹ là khúc hát ca dao
ru con lớn theo năm tháng
Mẹ là dòng suối ngọt ngào
chảy suốt đời con không cạn

Mẹ là vầng trăng sáng tỏ
soi đường con lúc gian lao
Mẹ là mùa xuân vĩnh cửu
cho con sức sống dạt dào

Con viết bài thơ dâng mẹ
giữa đêm thao thức chạnh lòng
Mẹ đi xa thành nỗi nhớ
nào phai trong trái tim con!

NGUYỄN HÀN CHUNG

Dùng tên thật, sinh năm 1951 tại Điện Bàn – Quảng Nam. Giáo chức. Định cư tại Hoa Kỳ từ năm 2006. Đã xuất bản trên 5 thi phẩm.

NHỚ MẸ

Những người già nhớ mẹ
nhiều hơn thời thanh niên

Già hóa thành đứa trẻ
gần như là bé con
cựa cái là nước mắt
tự nhiên lăn thành dòng

Thời thanh niên lăn lộn
ít khi nào thảnh thơi
mẹ trong tim đang ngủ
chỉ chưa thức mà thôi

Khi tuổi già chạm đến
đôi mắt người trong mơ
thế là mẹ thức dậy
thành muôn vàn trang thơ

Đừng trách người trai trẻ
ít nhớ mẹ hơn già
nỗi nhớ cô thành khối
đợi một ngày tan ra.

CÕNG BỐ VỀ QUÊ

Ngày xưa cha cõng con chơi
Chân con kẹp cổ miệng cười ríu ran
Quanh co mấy khúc đường làng
Cha con mình cõng thời gian xa dần

Bây chừ cõng bố trên lưng
Dường con cõng cả núi rừng cha ơi!
Ước chi nghe tiếng cha cười
Ngâm nga cái giọng ầu ơi ồm ồm…

Mãi đi xa khuất cánh buồm
Con xao nhãng việc sớm hôm cha già
Bố lo cơm áo người ta
Giấu con gánh chịu phong ba một mình

Nâng niu còn chút lung linh
Bố cho con hưởng mối tình phụ thân
Cho con cõng bố một lần
Kẻo mai đất cát chiếm phần đón đưa

Rừng chiều muối vạt lau thưa
Có người gói ghém nắng mưa cõng về.

Quảng Nam – Houston, 1976-2019

NHỮNG KHI TRĂNG HOUSTON

Những khi trăng Houston
bị cơn mưa rầm rào vỡ nát
ấu thời nhớ con
nhập vào giấc mơ gầy bóng mẹ
khu nhà thuê không có ngõ sau
con chỉ biết ngó mông lung vào ký ức
Lầm lũi đi trong khu hàng sale phiên chợ xứ người
những đồng xu trong túi con nhao nhao đòi mua gì đi biếu mẹ
dằn vặt con. Chuyện xưa.
Thời khó không nghiến ngấu được con
nhưng dư lực đẩy con về tám hướng
con vẫn một cơn nhìn không chấp chịu tàn phai

Thành phố Houston của xứ sở cao bồi chợ mọc tràn như nấm
Đồng lương dù ít ỏi của con cũng dư sức mua bất cứ món gì mẹ ước
Nhưng. Thẫn thờ cúi gằm mặt con đi
Cả những bậc thiên tiên cũng không đủ tài xua tan quá khứ

Những mùa đau tiếp theo râm ran
Con biết đã tự thả đời mình
vào đường bay không góc
Nhưng khi trăng Houston
bị những khu nhà cao tầng che lấp
Ấu thơ nhớ con bóng mẹ chập chờn
Con mới hiểu vì sao những người già
thường hay khóc mếu hơn trẻ con...

Houston – Texas, Mùa Vu Lan Canh Dần

ĐI CƯỚI VỢ CHO CHA

Không biết con có lỗi phải gì không khi đội cau trầu
đi cưới vợ cho cha
con không khát khao tìm mẹ mới
mẹ con mất lâu rồi đã hóa thành gió sông mây biển
con chỉ muốn cha vui...
Dù sao người đi cũng đã đi rồi
người còn lại một mình vò võ
con ngày ngày tán tỉnh rong chơi cô này cô nọ
đêm về nằm một mình còn cảm thấy cô đơn
giá như mẹ có linh thiêng biết con làm việc này mẹ
cũng sẽ vuốt đầu con khen ngoan
thằng con trai có hiếu

Cha cũng có quyền gối đầu lên cánh tay trần của
người đàn bà cha yêu
ăn miếng cơm canh nóng sốt bù những ngày lấy
mì gói làm canh
sao bắt ba đoạn đành từ bỏ hạnh phúc của một
người suốt đời lo cho vợ con
để được tiếng đàn ông chung thủy?

Thưa mẹ rồi, con đội trầu cau làm sính lễ
con không thèm nghe lời xóm giềng dị nghị

Đi cưới vợ cho cha
thế gian này dù chỉ có một người
thì người ấy vẫn là con trai của cha, cha ạ!

GIỖ CHA ĐẤT KHÁCH

Giỗ cha hai vợ chồng mình
mâm cơm nho nhỏ một bình hoa tươi
cha đang trên mấy tầng trời
hay cha cưỡi hạc xa chơi niết bàn

Ngày xưa còn mẹ lo toan
giỗ cha cố xứ bạn sang dặt dìu
bây chừ viễn xứ liêu xiêu
tàn hương ngồi ngó mâm nhiều hơn ăn

Ba mình không mấy ham văn
cày sâu cuốc bẫm thường hằng đăm chiêu
cả đời ba mẹ hẩm hiu
cả đời ba mẹ khổ nhiều hơn vui

Giỗ cha ở chốn phương người
nén hương thắp vội vắng người hàn huyên
mâm cơm không có láng giềng
bà con nên vẫn còn nguyên giữa bàn.

tranh Lê Phổ

NGUYỄN HỮU THỤY

Dùng tên thật, sinh ngày 1/1/1954 tại Đại Lộc – Quảng Nam. Hiện ở TP.HCM. Đã có thi phẩm xuất bản.

NGÀY GIỖ CHA

Đáp chuyến Jetstar về quê đám giỗ
Một chương dài khép lại 43 năm
Ngẫu lục tang thương (*) – khí uất u trầm
Người từng trải cũng khó cầm nước mắt

Nấm mồ cha hai lần xây trên cát
Điện Dương buồn phơi nhiễm nắng chang chang
Chết ba đời – xong! dồn lại nghĩa trang
Phu thê đồng đường cõi âm nay thịnh

Ba tấc đất chôn theo lòng thành kính
Chia nỗi buồn cùng những kẻ như ta
Mất kiểng mất quê động đến mồ Cha
Giải tỏa trắng khỏi ngôi nhà ký ức

Còn vết sẹo nổi gai trong tiềm thức
Ngày giỗ Cha chưa hẹn buổi quay về
43 năm tự thân con ngựa què
Thồ chồng chất những ải đày chiến bại

Đất còn dung Trời còn thương ngó lại
Vận còn may rừng núi có lưu tình
Thoát khỏi tay đám thiên tướng âm binh
Trong giấc ngủ còn giật mình kinh khiếp

Bao chớp bể dội mưa nguồn liên tiếp
Chín tầng cao vừa lặng một khoảng trời
Ta trở về kết lại những tao nôi
Cảm nhận hết mồ côi và bất hạnh

Giọt oan cừu tan giữa đời nguội lạnh
Lòng thứ tha khi rõ nghĩa trắng đen
Thế giới vĩnh hằng cõi chết bình yên
Còn hương khói bên nhau ngày tưởng niệm.

Đà Nẵng, 24/4/2011

(*) *Tang thương ngẫu lục*: một tác phẩm của Phạm đình Hổ và Nguyễn Án – nội dung ghi chép tình cờ trong cuộc bể dâu, viết trong thời Lê mạt và Nguyễn sơ – cuối thế kỷ thứ XVIII đầu thế kỷ thứ XIX tại Việt Nam.

NGUYỄN HUY CÔN

Dùng tên thật. Nhà văn, nhà thơ, nhà báo. Bút danh: Kim Thi, An Ngọc, Tri Tân, Trần Toàn Xương. Đã xuất bản hơn 40 sách tại Việt Nam và nước ngoài.

MẸ YÊU ƠI

Mắt mẹ sâu tựa biển xanh
Cái nhìn thấu suốt lòng lành của con
Mẹ cười đâu khác trăng non
Chiều hè quyến rũ vẫn còn lung linh
Vầng dương, ánh nguyệt, kim tinh
Sáng lên dẫn dắt con mình tới nơi
Ghì chặt, lòng mẹ tỏa hơi
Bên người con thấy thảnh thơi cuộc đời
Tình yêu mẹ trao cho rồi
Sao mà chê được, đâu thời nhạt phai
Mẹ ơi! Ngay lúc giận hoài
Con vẫn yêu mẹ, lời nào xứng đây?

(Trích Mấy vần lưu niệm)

NGUYỄN MIÊN THƯỢNG

Tên thật Nguyễn Văn Sinh, sinh ngày 25/12/1947 tại Hội An – Quảng Nam. Hiện ở TP.HCM. Đã in trên 11 tác phẩm văn và thơ.

XUÂN CỦA MẸ

Mẹ ngồi đếm sợi xuân sang
Long lanh óng ánh tơ vàng mùa qua
Chiều nghiêng bóng hạt xế tà
Lung linh sợi tóc bay qua hiên đời

Nuôi con thân xác rã rời
Tháng năm đời mẹ nhuộm lời hát ru
Mây bay về cõi xa mù
Mùa xuân còn đọng thiên thu mẹ già.

BÓNG XUÂN CỦA MẸ

Xuân qua rồi chạnh nhớ xuân xưa
Có mẹ già bên cạnh song thưa
Cơi trầu xinh đựng bình vôi đỏ
Móm mém mẹ nhai đọt nắng thưa

Con trộm nhìn tóc mẹ bạc phai
Đau đáu niềm riêng tiếng thở dài
Đếm xuân biết mẹ thêm một tuổi
Lòng con thương mẹ mấy cho vừa

Bao nhiêu năm cực khổ vì con
Vượt gian nan chân vững đá mòn
Mỗi độ xuân về khoe áo mới
Mẹ vui cười mắt đỏ lòng son

Thoáng chốc xuân đi xuân lại về
Đón xuân ngùi nhớ mẹ hiền quê
Thời gian vó ngựa qua cửa sổ
Nhìn di ảnh mẹ buồn tái tê

Mùa xuân mùa xuân chóng đi qua
Nỗi nhớ khôn nguôi bóng mẹ già
Con cháu sum vầy vui ngày tết
Ơn mẹ an vui đến ngập nhà.

QUÊ NHÀ MẸ VÀ XUÂN

Con sẽ về ngày xuân bên mẹ
Bẻ một cành đào tặng mẫu thân
Chúc mẹ mùa vui đầy sức khỏe
Cuộc đời tươi xuân sắc trăm phần

Bên cơi trầu mẹ chờ tết đến
Mừng cháu con vui đón giao thừa
Áo mới khoe màu chào năm mới
Bánh mứt tràn đầy với hạt dưa

Năm nay mẹ vui hơn năm trước
Vì có con về đón gió xuân
Nhiều năm xa xứ thân phiêu bạt
Mỏi mòn đôi mắt mẹ rưng rưng

Mẹ già nua mái tóc bạc phơ
Thời gian nhuộm trắng sợi mong chờ
Xuân này con đã về bên mẹ
Bỏ tháng năm biền biệt xa mờ

Xóm giềng đón những ngày xuân mới
Hạnh phúc xẻ chia cả thôn làng
Quê hương lộng gió lòng phơi phới
Mùa xuân về phúc lộc khang an

Mấy chục năm mải miết đi xa
Cố hương mây phủ trắng mẹ già
Xuân khứ xuân lai xuân bất tận
Xuân nay có mẹ với quê nhà.

MÙA XUÂN VÀ TUỔI MẸ

Bao nhiêu năm thân mẹ hao mòn
Cực khổ tháng ngày với đàn con
Gạo châu củi quế còng lưng mẹ
Nắng dãi mưa dầm chạnh nước non

Tuổi xuân đời mẹ chóng qua nhanh
Lo toan cơm áo chỉ một mình
Xuân hạ thu đông lưng oằn nặng
Sức tàn lực kiệt với đàn con

Rồi mẹ già nua theo tháng năm
Bao nhiêu bòn rút tấm thân tằm
Nhả tơ dệt áo cho con ấm
Mẹ thấy vui và mãn nguyện lòng

Hôm nay trời đất lại vào xuân
Hoa lá cỏ cây cũng tưng bừng
Mẹ vui dõi mắt nhìn con cháu
Sum vầy nhà cửa cũng thịnh hưng

Kính cẩn nghiêng mình chúc mẹ yêu
Trăm năm trăm tuổi sức khỏe nhiều
"Phúc như đông hải" bao la rộng
"Thọ tỷ nam sơn" bát ngát chiều.

XUÂN NÀY VẮNG BÓNG MẸ YÊU

Xuân này vắng bóng mẹ yêu
Nghe chừng nhà cửa quạnh hiu u buồn
Tây hiên quạnh quẽ chiều buông
Gió ru sợi tóc lời buồn đong đưa

Quây quần bên mẹ sớm trưa
Ngày xuân rất ngắn như chưa xuân thì
Kể từ mẹ bỏ con đi
Xuân qua ô cửa sầu bi ngoằn ngoèo

Trông vời bóng mẹ gieo neo
Nỗi niềm thương nhớ dài theo tháng ngày
Buồn càng lắng nhớ càng dày
Ước chi còn mẹ xuân này đoàn viên.

NGUYỄN MINH NỮU

Dùng tên thật, sinh ngày 6/1/1950 tại Hà Nội. Định cư tại Virginia Maryland từ năm 1995. Bắt đầu viết năm 1971. Đã có nhiều tác phẩm văn, thơ ấn hành.

TÁCH TRÀ THƠM BUỔI SỚM MAI

Nâng tách chè thơm buổi sớm mai
Dáng người như một vệt sương phai
Lẫn vào hương thoảng trầm hương cũ
Lẫn cả hương đêm lúc rạng ngày.

Là lúc thời gian đọng giữa chừng
Không gian dường cũng rất mông lung
Mẹ nối bây giờ cùng quá khứ
Và gửi tương lai một tấc lòng

Con quấn trong chăn, đã dậy rồi
Nhưng nằm mở mắt ngắm xa xôi
Quanh con như lớp tơ mềm óng
Chỉ thở mà ngân tiếng nhạc vời

Thấp thoáng hương bay cuốn bệ thờ
Ánh mắt Cha nhìn như ánh thơ
Con thấy Mẹ nâng tay tách nước
Nghe rung động suốt cõi mơ hồ

Thinh lặng giữa đôi bờ hư thực
Hương chè mạn lục thoảng qua môi
Hắt hiu một bóng soi trên vách
Mà khay vẫn có tách song đôi.

Những sớm mai kia, có chẳng nhiều
Mẹ già bạc tóc với cô liêu
Con thì phiêu bạt theo năm tháng
Đắng lưỡi tê môi với sớm chiều.

Đời con rồi ghé vào hưng phế
Đã biết bao nhiêu cuộc đổi dời
Tĩnh tâm chỉ có khi ngồi lại
Sớm mai nhớ Mẹ, tách chè thôi.

Sớm mai bên Mẹ tách chè thôi
Tâm nhẹ nhàng theo dáng mẹ ngồi.

MÊNH MÔNG TRỜI BẤT BẠT
trước mộ cha

Bất Bạt ngừng ngay giấc ngủ ngày
Yên Kỳ ngàn mộ mở vòng tay
Đón tên phiêu bạt bao năm cũ
Mềm lòng quay lại cố hương đây.

Thắp nén nhang thơm ở giữa đồi
Nghe lòng thương nhớ đã trùng khơi
Xa trong cõi khác người quay lại
Rộng lượng Ba Vì, mây trắng thôi.

Muốn khóc lên cho nhẹ ngậm ngùi
Xin quỳ để thấy xót xa nguôi
Ai xui chim Việt về Nam nhỉ
Bốn chục năm trường nhạn lẻ đôi.

Nắng mới triêu dương trời đã tối
Chồi chưa đủ lá đã phong ba
Lưu thân đi những phương xa lạ
Tiếp mạch thư hương, giữ nếp nhà.

Muôn dặm thiết tha hồn lữ thứ
Nồng nàn hương sắc Thủy tiên xưa
Trước mộ tâm dâng lời khấn nguyện
Nối dòng, xin nối lại dòng thơ.

Sơn Tây, Sơn Tây mưa lê thê
Đời sao hứa được lúc ta về
Gói cả núi đồi vào ký ức
Ta nhớ, và Sơn Tây nhớ nghe.

NGUYỄN MINH PHÚC

Nguyễn Minh Phúc, sinh ngày 1/8 tại Quảng Ngãi. Hiện sống và làm việc tại Kiên Giang. Đã xuất bản 1 tiểu thuyết, 8 tập truyện ngắn và 1 tập thơ.

MÂY TRẮNG

có lần con hỏi mẹ
sao mây chiều lại bay
sao mặt trời cao vợi
lại nép mình trong mây?

cơn gió nào trôi mãi
giữa mênh mông phận người
thân rồi về cát bụi
khi đời chìm hư vô?

bên kia bờ giác ngộ
là trăm nghìn bến mê
phải mây trôi đời mẹ
che con những lối về...

thế giới mênh mông thế
đâu rộng bằng lòng mẹ (*)
bầu trời cao vợi thế
sao mây còn nghiêng che?

bao nhiêu lời con hỏi
theo cùng mẹ tháng ngày
đám mây nào cũng vậy
ôm mặt trời trong tay

con ví mẹ gì đây
sông biển dài – không phải
là vầng dương sáng mãi
càng không đúng mẹ rồi

hay mẹ là mưa thôi
con nương nhờ dòng nước
trên dốc chiều xuôi ngược
mẹ che đời con trôi

mà cũng không phải đâu
mẹ càng không là gió
nhỡ khi trời bão tố
mẹ con mình sao đây

đúng rồi – mẹ là mây
bên đời con dừng lại
suốt một đời mê mải
chở che con kiếp người

bây giờ mẹ lên trời
trời thì nhiều mây trắng
mà mây thì yên lặng
đâu chuyện trò cùng con

những chiều vàng lên non
mây tràn qua đỉnh núi
ơi phận người cát bụi
bao giờ con gặp me

... thế giới mênh mông thế
đâu rộng bằng lòng me
bầu trời cao vợi thế
sao mây còn nghiêng che...

(*) lời một bài hát của nhạc sĩ Trần Tiến.

VỚI MẸ TÔI

Ngày tôi xa mẹ đến gần
Khi hoàng hôn sắp lặng thầm bước qua
Liêu xiêu chiếc bóng mẹ già
Cành khô rụng lá lạc loài bóng tôi

Ai mà chẳng phải mồ côi
Rau răm ở lại cải trôi về trời
Tuổi già như giọt sương thôi
Giờ ngồi đếm tóc mẹ tôi rụng nhiều

À ơi trong ngẩn ngơ chiều
Mẹ mang câu hát dặt dìu ru tôi
Ơi à trong bóng đơn côi
Mẹ giành gánh hết nổi trôi phận người

Nhăn nheo đôi mắt mẹ cười
Ngày ru tôi ngủ bên trời gió dông
Một mình một bóng chờ mong
Mẹ ngồi xiêu vẹo mênh mông gió chiều

Lặng thầm trong khói tịch liêu
Gió hiu hắt thổi dặt dìu mây trôi
Thương sao dáng mẹ tôi ngồi
Trả bao thương nhớ lại đời cho tôi

Sẽ không còn gặp mẹ ơi
Ngày tôi ngồi khóc mồ côi mẹ mình...

RU MẸ CHIỀU NAY

À ơi mẹ ngủ đi thôi
Con ru mẹ ngủ bồi hồi ca dao
Cái cò lộn cổ xuống ao
Lời ru của mẹ thuở nào nằm nôi

Ơi à mẹ ngủ đi thôi
Chập chờn lo lắng mẹ ngồi không yên
À ơi... cò đậu cành mềm
Thương con nên ngã xuống triền ao sâu

Lời ru từ thuở cơ cầu
Hôm nay con lại ru hầu mẹ đây
Ơ nào mẹ ngủ cho say
Cho vơi đi những cơn đau buốt lòng

Cái cò cái vạc cái nông
Thương cho đời mẹ long đong tháng ngày
Đôi tay vất vả dạn dày
Hai vai đã mỏi chân gầy đã run

Mẹ ơi mặn muối cay gừng
Giờ con ru mẹ thấm từng nỗi đau
Ơi à mẹ ngủ cho mau
Lời ru trả mẹ vạn ngày ấu thơ

Mẹ ơi biết đến bao giờ
Mẹ ru con ngủ mẹ chờ con say
Cái cò cái vạc chiều nay
Có hay cánh võng đong đầy tiếng me

Đêm dài nằm ngủ với quê
Bao nhiêu năm mới trở về quê ơi
Nghe mùi rơm thoảng sân phơi
Câu ca dao mẹ ướt đời tôi mang

Nghe từ hương lúa chín vàng
Bóng con đò nhỏ khẽ khàng trôi nghiêng
Nghe đêm vỗ sóng mạn thuyền
Cánh chuồn cõng nắng đậu triền sông bay

Quê hương một khoảng trời đầy
Bâng khuâng cánh võng bàn tay mẹ gầy
Ru tôi khôn lớn từng ngày
Mang theo nỗi nhọc nhằn đầy trên vai

Tôi về vẫn trắng hai tay
Đời cho đắng chát chua cay phận người
Mong chia bù mẹ nụ cười
Vậy mà chỉ gió bên trời liêu xiêu

Giờ thì một bóng quạnh hiu
Chiều không còn mẹ nhìn theo nữa rồi
Mong manh giọt nắng bên trời
Buổi về cay mắt khói đời lặng trôi

Quê đây mà mẹ đâu rồi
Đêm nay tôi khóc mồ côi một mình...

Ngày mẹ mất, 9/8/2018

NGUYỄN NAM AN

Tên thật Lê Văn Mùi, sinh tại Đà Nẵng. Bút hiệu khác: An Phú Quang. Định cư tại Hoa Kỳ từ năm 1975. Viết và thành danh tại hải ngoại. Đã xuất bản 6 tập thơ, 3 tập truyện ngắn, tùy bút.

BUỔI SÁNG MẸ

Buổi sáng mẹ hình như ra ngoài đó
rồi đi lên bên phải những căn nhà
lại đi xuống bên trái là chỗ ở
nhà, nhà nào cũng đóng cửa như xa

thành phố đây đi ra là thấy Mễ
lúc gặp nhau mẹ cũng sang sảng chào
"hi" cộng "bye" rồi "morning" vi vút
lặng lẽ về theo niềm vui trẻ thơ

mẹ đi ra sân sau chờ chim xuống
mở cải lương buồn thúi ruột qua ngày
mở phim bộ nghe chuyển âm cà chớn
mở thêm ngày, dài của mẹ đó đây

buổi sáng mẹ: "Good Morning..." ơi mẹ.

7/5/2003
(sưu tập)

tranh Lê Phổ

NGUYỄN NGỌC HẠNH

Dùng tên thật, sinh năm 1953 tại Đại Lộc – Quảng Nam. Hiện ở Đà Nẵng. Đã xuất bản 5 thi phẩm riêng và chung.

QUA ĐÒ, NHỚ MẸ

Tôi sinh ra
từ bến sông này
Sông thì hẹp
mà quê dài rộng thế
Đời mẹ nhọc nhằn
bao mưa nguồn chớp bể
Ấp ủ đàn con
trong đôi gánh tảo tần

Bóng mẹ gầy
lặn lội bờ sông
Đêm giá lạnh
ẵm bồng ru tiếng khóc
Nỗi niềm trôi xuôi
theo con đò dọc
Trôi cả thời thiếu nữ mẹ tôi

Không gọi đò, con gọi mẹ ơi!
Trên bến sông này

ngày xưa mẹ tắm
Nước tận đầu nguồn
chảy ra biển lớn
mang theo phù sa
từ sữa mẹ ngọt ngào

Đau đáu bên lòng
một khúc ca dao
Chợ sớm chợ chiều dãi dầm đời mẹ
Thân cò dạt trôi
bao mùa dâu bể
Mẹ một đời đứng tựa bờ ao

Con trở về lặng lẽ
non cao
Núi vẫn xa xanh
mẹ già không còn nữa
Nghe đâu đây
có tiếng ai vừa gọi
Bếp lửa ngời lên
trong mắt mẹ đang cười

Không gọi đò, con gọi mẹ ơi!
Sông thì hẹp
mà vô bờ đến vậy
Con đi qua hết một thời trai trẻ
Từ chiếc đò lòng mẹ
Qua sông.

Ôi con đò lòng mẹ
mênh mông!

28/3/2009

CHA

Khi nói ra điều này với cha
Thì mọi thứ trên đời con sắp hết
Dẫu đã muộn, vẫn còn kịp lúc
Lỗi lầm này đâu chỉ riêng con

Cả một đời lội suối trèo non
Cha gánh hết muôn phần khổ nhọc
Thương mẹ tảo tần, nuôi đàn con ăn học
Bao đau buồn đều dành hết cho cha

Mấy chục năm rồi người đi xa
Tóc con bạc như tóc cha ngày ấy
Mới nhận ra một điều thật bình dị
Có mấy ai trọn đạo sinh thành?

Chữ hiếu lững lờ trôi mong manh
Con vừa chạm, đã tan rồi, không kịp
Khi hiểu được thì đời con sắp hết
Dẫu muộn màng xin tạ lỗi cùng cha

Bể trần này ai sắp bày ra
Mà giọt lệ cứ lặng thầm rơi xuống
Tóc bạc rồi, cha ơi quá muộn
Con giật mình nước mắt lại trào lên.

18/1/2015

CHỖ MẸ NẰM

gửi lại em chỗ ướt mẹ nằm
gửi ngọn gió lùa kẽ phên đêm trở dạ
giá rét trên từng manh chiếu vá
mẹ chừa bên ráo để con lăn
gửi lại em đời mẹ chênh vênh
héo hon cả thời thiếu nữ
đi biển một mình đêm sóng dữ
cho con lành lặn giấc mơ
gửi lại em anh của bây giờ
còn hơi ấm chiếu chăn ngày ấy
nơi mẹ nằm yêu thương đến vậy
nên suốt đời chỗ ướt vẫn chưa khô
mẹ nằm đây giữa núi non cao
rừng đã khép một đời dông tố
chiều tháng ba trời đầy gió bão
chỗ mẹ nằm sũng ướt mưa rơi
gửi lại em câu hát à ơi
bên ráo con nằm ướt đẫm tình mẹ
hơi ấm từ trong tim lặng lẽ
cứ lịm dần vào thịt da em.

29/3/2015

CHỢ QUÊ

Chưa nghe hết tiếng đêm trôi
Đã nghe thì thầm ngọn gió
Sương rơi ướt mềm cây cỏ
Mới hay là xuân sắp về

Ai bày ra buổi chợ quê
Mà nghe đậm đà hương tết
Nắng phơi đầy con ngõ hẹp
Hoa cau rụng trắng đường về

Làng tôi núi bọc bốn bề
Ấp yêu như vòng tay mẹ
Ôm tôi cả thời thơ bé
Bao ngày trôi dạt xa quê

Làng xưa cứ mỗi lần về
Lời ru dịu mềm ngọn gió
Không còn mẹ ra đầu ngõ
Mà nghe ai gọi thì thầm

Làng ba mươi tết chợ đông
Bày bao phận đời khốn khổ
Mấy ai từ làng ra phố
Mà quên buổi chợ quê nghèo

Ai bày ra giữa chợ quê
Cây đòn gánh cong đời mẹ
Chiếc nón cong vành dâu bể
Cho đời con được thẳng ngay

Ai bày, nào có ai bày
Mình tôi ra chợ chiều nay
Ngồi chỗ mẹ ngồi thuở ấy
Mà sao đôi mắt cay cay...

NGUYỄN NGỌC OÁNH

Dùng tên thật, sinh ngày 13/8/1937. Quê tại Quỳnh Bá, Quỳnh Lưu – Nghệ An. Hiện thường trú tại Hà Nội. Đã có trên 7 tác phẩm xuất bản.

CHA VÀ BIỂN

Cha là người của biển
Mắt trông vời đại dương
Giọng cha trầm tiếng sóng
Trán lô xô cát cồn...

Trốn vào trong kẽ đá
Chân còng nhọn tăm tre
Suốt đời đạp sóng dữ
Sao chân cha to bè...

Chống trời cong sóng cong
Lưng cha giờ đã còng
Lòng cha đầy những biển
Con sóng vỗ vào trong...

Cánh hải âu bình thản
Cha một đời sóng chao
Sóng không thôi vật vã
Đời cha tự dạt dào...

Cha là người của biển
Ngổn ngang sóng bốn bề...

11/1989

MẸ

Cành bàng thả lá heo may
Mẹ gầy, cái dáng khô gầy cành tre
Gót chai nứt nẻ đông hè
Ruộng sâu bấm mãi đã tòe ngón chân

Mẹ ngồi vá áo trước sân
Vá bao mong ước, tay sần mũi kim
Bát canh đắng lá chân chim
Lẫn vài con tép Mẹ tìm dành con

Co ro một mảnh chăn mòn
Tàn đêm giấc ngủ hãy còn ngoài chăn
Mẹ gom giẻ rách, giấy manh
Mặc đôi quang thủng giữ lành tiếng rao

Áo nâu phơi vẹo bờ rào
Cái phận đã bạc còn cào phải gai
Quả cà cõng mấy củ khoai
Con thút thít, Mẹ nghẹn hai ba lần

Tối về đến lớp bình dân
I tờ nhặt được đôi vần lại rơi
Cha con trời gọi về trời
Chái nhà mưa dột, ướt lời ru thương

Tiễn con ra chốn chiến trường
Gạt thầm nước mắt mong đường con khô
Hai tay hết sẽ lại cho
Còn phần Mẹ – một thân cò qua sông...

1994
(sưu tập)

NGUYỄN NHÃ TIÊN

Dùng tên thật, sinh năm 1952 tại Đại Lộc – Quảng Nam. Hiện định cư tại Thanh Khê – Đà Nẵng. Trước năm 1975 có thơ đăng tạp chí ở Sài Gòn. Đã có trên 7 tác phẩm xuất bản gồm thơ và văn.

LẠC MẸ
Kính dâng hương hồn mẹ tôi

Tóc đã bạc rồi, con xa mẹ
Đời trống trơn chân hụt trên đường
Chưa bao giờ con thấy mình nhỏ thế
Ngõ nào cũng lạnh cóng quê hương

Ngã phía nào đây ơi trái đất
Núi thì cao còn bể rộng vô cùng
Mẹ xa rồi gió qua đời thông thốc
Mây quê nhà bay cũng dửng dưng

Con chạy về làng, làng xa lắc
Ngó về nguồn ráng tím đầu non
Ngó về sông, một dòng sông trắng
Dâu héo cồn khô những bãi hoang

Nhớ mẹ, con chạy về quê nội
Sông ơi sông chia ngọt sẻ bùi
Bến đã lở những đời tằm trôi dạt
Nỗi buồn nước kể mãi không nguôi

Nhớ mẹ con chạy về quê ngoại
Nơi mía người, mía đất mông mênh
Lòng người ngọt, đất thì phèn chua mãi
Vàng ngón chân gầy dấu mẹ đầy đêm

Con vào đồng sâu, con qua ghềnh cạn
Con lạc loài lếch thếch gió Phường Đông
Đêm bẹ cau rơi giật mình thức giấc
Sao mờ, trầu rụng lá đầy sân

Lạc mẹ rồi con tựa vào hương khói
Gió ở trên cao, gió hú vọng về
Mẹ ở trên đồi, mẹ bay trong gió
Chập chùng bóng mẹ khắp trời quê

Tựa phía nào đây ơi trái đất
Chông chênh ngõ tối bước vô hồn
Mẹ xa rồi đời con ngu ngốc
Tóc bạc mỗi ngày dại lắm hơn khôn.

Làng Phường Đông, tháng Chạp/ 1996

NGUYỄN SÔNG TRẸM

Tên thật Nguyễn Văn Tư, sinh năm 1952 tại Thới Bình – Cà Mau. Hiện định cư tại Biên Hòa – Đồng Nai.

VIẾT TRONG MÙA THANH MINH

Vườn xưa ba má nằm yên nghỉ
Tháng tư vời vợi nắng quê nhà
Hương khói bao mùa vương mộ chí
Đâu đủ ấm lòng nỗi chia xa!

Con đếm thời gian trên bia mộ
Thấy mình sống thọ hơn mẹ cha
Ngày xưa lam lũ đời cơm áo
Con khóc Người đi trước tuổi già!

Con nhìn hương khói bên phần mộ
Ngỡ Người về theo bóng mây qua
Đời con đã bao mùa sương gió
Đâu còn được phụng dưỡng mẹ cha

Thanh minh về gợi bao nỗi nhớ
Gió thổi tràn đồng giữa tháng tư
Dâng chút hương hoa ngày tảo mộ
Nỗi niềm con cũng bạc mái đầu!

KHI KHÔNG CÒN MẸ

Mẹ không còn khi tôi chưa kịp lớn khôn
Nước mắt khóc mẹ rơi giữa thời niên thiếu
Từ lúc ấy tôi bắt đầu thấu hiểu
Trên đời này không còn mẹ chở che!

Tôi thương các em, thương tôi – một đời cút côi
Tiếng chuông cà rem leng keng buồn theo ngõ phố
Mâm hàng rong đeo đẳng một thời thơ dại
Sau buổi đến trường đâu còn lúc vui chơi...

Thấm đẫm giọt mồ hôi cho hạt gạo mỗi ngày
Trong giấc mơ tôi thèm bữa cơm mẹ nấu
Thèm hương vị của ngọt ngào và đầm ấm
Trong ngôi nhà như mẹ vẫn đâu đây!

Khoảng trời tuổi thơ thấm đẫm nỗi buồn
Anh em tôi lớn lên trong sẻ chia đùm bọc
Mười sáu tuổi – tôi xa nhà tìm trường học
Nương náu những ân tình để tiếp tục bút nghiên...

Tôi đã hiểu nỗi buồn của tuổi nhỏ mồ côi
Là những ước mơ cuộc đời khép lại
Khi trôi dạt giữa dòng đời mê mải
Vẫn nghe thèm được gọi tiếng "mẹ ơi"!

VIẾT TRONG NGÀY GIỖ MÁ

Thưa ba, thưa má! Con về đây!
Vườn cũ nhà xưa bao đổi thay
Con đi đã cuối đời phiêu bạt
Một nẻo quê nhà mây trắng bay

Con vẫn là con thuở ấu thơ
Hồn nhiên bên mái ấm quê nghèo
Để nghe thương lắm ngày xưa ấy
Vai mẹ hao gầy bao nỗi lo!

Đồng ruộng như còn in dấu ba
Chắt chiu từng hạt lúa quê nhà
Con thơ no ấm ngày thơ dại
Vất vả đời ba bao nắng mưa!

Từng đêm thức trắng với dòng sông
Ba chống xuồng nghiêng, nước ngược dòng
Con cá con tôm mùa đi "trễ"
Nhọc nhằn cho con được lớn khôn!

Má từng lặn lội những dòng kênh
Kéo lưới làm thêm mắm cá đồng
Rừng xa, xuồng chở về đầy củi
No ấm đàn con, má tảo tần!

Má cũng từng một nắng hai sương
Nắng mưa dầu dãi với ruộng vườn
Sông dài xuôi ngược xuồng ba lá
Má nhọc nhằn nuôi con lớn khôn

Những khi ngồi phiên chợ sớm mai
Con cá, mớ rau dành dụm từng ngày
Áo mới đến trường con nào biết
Sương gió dãi dầu áo má sờn vai!

Một đời ba má lo đàn con
Khi đàn con chưa đủ lớn khôn
Ngơ ngác đàn chim non mất mẹ
Mây xám giăng đầy ngày chớm đông!

Di vật là chiếc áo vá vai
Để lại cho con hơi ấm bao ngày
Em thơ chưa dứt bầu sữa mẹ
Đất lạnh má về đâu có hay?

Ba một mình – gà trống nuôi con
Lặng lẽ đời theo dấu chân tròn
Chúng con khôn lớn ngày phiêu bạt
Mê mải quê người chuyện áo cơm

Nước mắt đàn con lại khóc ba
Xuôi tay về với đất quê nhà
Con cài lên áo bông hồng trắng
Để biết mình không còn má và ba!

Đường đời chúng con dắt nhau đi
Tình thương máu mủ vẫn đong đầy
Nhà xưa vẫn kết thành tổ ấm
Di ảnh Người trong khói hương bay

Chúng con giờ tóc đã hoa râm
Đời cũng qua năm tháng nhọc nhằn
Thương ba thương má ngày xưa ấy
Cả cuộc đời nặng gánh áo cơm

Thưa ba, thưa má – con về đây!
Nhà xưa giờ gạch lát, tường xây
Nghiêng nghiêng bóng nắng trong chiều muộn
Ngỡ như còn ba má đâu đây!

Thới Bình, đầu tháng 10 âl/ 2011

ĐIỀU ƯỚC CỦA CON

Nếu chỉ được một điều ước thôi
Con ước sao còn mẹ trên đời
Ước sao mỗi mùa Vu Lan đến
Cánh hoa màu hồng cài lên áo, mẹ ơi!

Nếu con được chọn một niềm vui
Là xin nuôi dưỡng mẹ trọn đời
Vui sao mỗi ngày nghe tiếng mẹ
Khi mẹ già, con cõng mẹ đi chơi (*)

Mẹ đã nghìn trùng xa, rất xa
Từ khi con còn tuổi mười ba
Thời hoa niên ấy con nào biết
Đời con không thấy mẹ tuổi già!

Đời con sớm lạc mất mùa xuân
Trong tim là dáng mẹ tảo tần
Có khi về lại vườn xưa ấy
Lòng con có ấm chỗ mẹ nằm?

Giờ con tóc đã bạc mái đầu
Đường đời cũng qua những bể dâu
Nhưng có nỗi buồn nào bằng mất mẹ
Con đi tìm – tìm mẹ nơi đâu?

(*) *Cõng mẹ đi chơi: tên một bài hát của nhạc sĩ Trần Quế Sơn.*

NGUYỄN TẤN NGHIỆP

MỘT THỜI CỦA MẸ!

Thuở ấy quê nhà, nghề "lao, khổ" (dệt chiếu)
Quần quật quanh năm chỉ "giật gấu vá vai"
Cha mẹ bàn nhau, nhiều đêm thao thức
Di dân vào Dak Lak kiếm tương lai
Câu dân gian "đất cũ đãi người mới"
Ngẫm ra đúng thực tế vô cùng
Đất đỏ ba dan, mẹ cha hớn hở
Phát rẫy, lập vườn ngan ngát màu xanh
Cây cao su lớn nhanh như thổi
Nhờ sức cha, công mẹ bón chăm
Đàn con nhỏ, áo quần tinh tươm đến lớp
Cha mẹ cười vui, bỏ bụng mừng thầm
Ngó chưa vừa mắt, tai ương ập đến
Cha bỗng dưng lâm bệnh hiểm nghèo
Hai năm trời nằm nhà thương thí

Đôi vai gầy mẹ gánh nặng gieo neo
Mùa nắng, mẹ một mình rẫy cao su, lầm lũi
Đôi bàn tay rớm máu, cỏ mắc cỡ sinh sôi
Mùa mưa mẹ dầm mình quanh con suối
Cắt môn rừng ra thị xã bán cầm hơi
Con còn nhỏ, vô tư chẳng biết
Tiếng thở dài mẹ lặng lẽ đêm đêm
Lại nằng nặc khóc nhè đòi đi theo cho được
Ngồi xe lam ra thị xã mút cà rem
Chiếc xe lam của tuổi thơ ngày ấy
Người chật như nêm, quang gánh treo đầy
Gặp dốc dài khói đen nghi ngút
Tiếng máy gầm gừ nhức óc đinh tai
Cha vắn số, theo ông bà, đoàn tụ
Ít lâu sau giặc giã nổi lên theo
Mẹ đứt ruột gởi thân xác cha cho rừng núi
Đùm túm đàn con thơ về lại quê nghèo
Chiếc xe lam bây giờ vắng bóng
Mẹ về non cao, mới đó đã mười năm
Con vẫn nhớ đôi chân đỉa cắn đầy vết máu
Ngày mẹ cắt môn rừng thuở ấy xa xăm!

Phan Sơn 17/3/2020

NHỚ CHA!

Mới lên tám, con mặc đồ tang trắng
Đi chân không, mũ mấn đội trên đầu
Nghĩa địa bìa rừng, tiễn cha đi mãi mãi
Và con bắt đầu thấm thía chữ mồ côi!
Giặc giã nổi lên khi cha nằm chưa ấm chỗ
Đạn bom thi nhau cày xới đất Dinh điền
Mẹ đùm túm đàn con thơ về phố Hội
Nương nhờ cô, chạy chợ kiếm cái ăn!
Con thơ dại, đã nếm mùi côi cút
Cha không còn, gót chẳng đỏ màu son
Cắp sách đến trường, bạn bè bắt nạt
Nín nhịn làm đầu, chẳng dám thua hơn!
Thèm con tôm cỏ, ngày thôn Đông cha mò xiếc
Nhớ mùi bánh thơm, Tết, cha Phan Thiết mua về
Ngày thơ ấu còn cha, con làm mình, làm mẩy
Cha khuất núi rồi, ăn mặc chẳng dám chê!
Chiến tranh triền miên, xác thân cha, mẹ đành đoạn
Gởi lại núi rừng heo hút đất Buôn Mê
Hòa bình, con lớn khôn nhưng đành chịu
Tháng năm dài, xương mòn da mỏng ở quê!
Cõi trời xa, mong cha tha thứ
Tội của con lớn lắm cha ơi!
Nắm xương tàn, cha chẳng được về cố xứ
Mà lạc xiêu nơi đất khách quê người!

Phan Sơn 1/12/2019

VỚI MẸ MÙA XUÂN!

Con biết bây giờ âm dương cách biệt
Nhưng thế nào mẹ cũng nương gió về ngày Tết với cháu con
Con vẫn thế, tha phương, năm nào về cũng muộn
Thấy vắng con xin mẹ đừng buồn!
Con nhớ mẹ, nhớ cây dông sau nhà có dây trầu leo xanh ngát
Thuở sinh thời mẹ cặm cụi bón chăm
Mẹ đi xa, dây trầu buồn, héo rũ
Cây dông chết khô, chỉ còn là quá khứ xa xăm!
Những bụi tre trong vườn ngày xưa, giờ vắng bóng
Con thêm nhớ mùa giông bão sắp về, mẹ nhắc con chẻ lạt rồi lại phên nan
Nhớ bếp lửa mùa hè mẹ chụm rác tre luộc khoai, luộc rau ăn qua bữa
Dành bó củi nhánh tre gai cho ngày mưa bão, nước ngập tràn
Các cháu nội giờ lớn khôn, sống theo trào lưu mới
Nhưng chẳng quên những kỷ niệm thuở bên bà
Thi thoảng trong mâm cơm vẫn nhắc "tội nghiệp bà ngày xưa ấy..."
Con cửa miệng cười vui mà lòng dạ xót xa!

Giờ Hà Tân đã có cầu qua chợ chiều Bàn Thạch
Không còn cảnh lụy đò khi phải qua sông
Mỗi bận về quê, trên cầu con hay dừng lại
Tưởng tượng dáng mẹ co ro ngày rét giá chiều đông
Xóm làng mình bây giờ đã nhiều thay đổi
Ánh điện đêm đêm sáng rực những con đường
Đã qua rồi cái thời hết bữa trưa, lại lo bữa tối
Nhưng nỗi niềm riêng, con lại mãi vấn vương!
Con ao ước bây giờ còn có mẹ
Để cho con chữ hiếu được vẹn tròn
Trong tim con luôn khắc ghi hình ảnh mẹ
Cả một đời vất vả chỉ vì con!

Phan Sơn 2/1/2020

NGUYỄN THÁI DƯƠNG

sinh năm 1952 tại Đập Đá, An Nhơn – Bình Định. Trước năm 1975, sáng tác với bút danh Nguyễn Mặt Trời và Nguyễn Thái Dương. Hiện sinh sống tại Việt Nam. Đã có trên 12 tác phẩm văn, thơ xuất bản.

ĐÔI BẦU MẸ QUẨY

Từ đôi bầu ấy, mẹ đi
Gánh sương gió, quẩy xuân thì trên vai
Sải chân thách thức dặm dài
Mòn đường chết cỏ mưa dai nắng giòn

Đôi bầu, đầu nọ là con
Vô tư cười giỡn theo hồn tuổi thơ
Đầu này, bánh trái đung đưa
Chênh chao đôi gióng, vai vừa đổi qua

Mẹ đi, tay đánh đằng xa
Bước dài bước ngắn chợ ra chợ vào
Cho con khai phóng bề cao
Mai này cơi nới chiều sâu lòng mình...

KỶ VẬT
(gửi Q)

Người đàn ông ấy đã thản nhiên bỏ đi
Một kỷ vật vô tình nằm lại
Mẹ lặng lẽ vượt biển một mình trong chuyến đi chiều ấy
Dù sóng chồm lên, mẹ con vẫn vuông tròn

Bốn mươi năm qua, mẹ lẫn lộn trong lòng
Nỗi nhớ niềm đau không còn ranh giới nữa
Nhớ là đau; đau nghĩa là đang... nhớ
Tiếng thở dài – dài theo vóc dáng con

Mẹ hát trên môi, nước mắt chảy trong hồn
Lời ru ngược, lời ru xuôi theo dòng kinh buồn bã:
Mồ côi cha ăn cơm với cá
May cho con: không phải lót lá nằm!

Bốn mươi năm những tưởng nỗi đau thầm
Sẽ chìm lắng dưới dòng sông đen đúa
Ai ngờ được suốt cuộc đời góa bụa
Phút cuối cùng còn giữ mảnh tàn y

Con nhận ra điều này sau lúc mẹ ra đi
Giờ khâm liệm, hiện hình trong chiếc rương nhỏ thó:
Manh áo bạc người đàn ông năm đó
Trang trọng nằm... giấu dưới chiếc áo the

Mẹ khổ đến một đời, con choáng váng chỉ một giây:
"Mẹ giữ nó làm gì, trời ơi là mẹ!"
Lúc vào cỗ quan tài, chiếc áo ấy cứ run run theo lời khấn vái:
Cầu mong đó là của người tình, chứ không phải của... bố con.

BẦU TRỜI THƠ, HẠT BỤI THƠ

Mười năm trời hít thở với thi ca
Chưa viết nổi cho cha dòng lục bát
Dù biết vậy nhưng cách gì khác được
Câu thơ con đuối sức đến dường nào

Con ở thị thành, còn cha ở non cao
Nỗi ray rứt se vào đôi mắt ngó
Đưa tay với trên thượng tầng cư xá
Một chòm mây bạc trắng cuối trời xa

Ơi chòm mây trong điển cố thi ca
Người xưa đứng chỉ tay vào thương nhớ:
"Đấy là nơi cha ta đang ở..."
Còn bây giờ, con ngước mặt nhìn thôi

Đôi mắt con bất lực mất rồi
Đưa hai tiếng cha ơi vào lục bát
Ôi hai tiếng kêu lên thì dễ thật
Mà viết ra, cứ ngượng nghịu thế nào

Con ở thị thành, còn cha ở non cao
Kẻ cầm bút; người cầm cày, cầm cuốc
Cha thì tự hào nhà có phúc
Mà sao con xấu hổ quá cha ơi!

Nâng chén cơm lên, đã thấy bóng cha rồi
Cái hình bóng bên nương còm cõi ấy
Mười năm trời, ngòi bút con run rẩy
Viết về cha, là bị gãy giữa chừng

Cứ mỗi chiều, nhìn mây trắng bâng khuâng
Đưa tay với, chẳng cách gì với nổi
Cha là bầu trời thơ; thơ con là hạt bụi
Con lẫn vào cha từ bé đến muôn đời...

PHÍA CHÂN THANG

Mười hai năm chốn tha ma
Mười hai con giáp vút qua phận người
Thôi đi, thôi đứng, thôi ngồi
Cha nằm mắt nhắm tay xuôi từ ngày...

Mẹ giờ sớm thẫm chiều phai
Trở trời, gió máy... quấy rầy, hăm he
Khi rành rọt lúc u mê
Quên sau nhớ trước... cặp kè thay nhau

Riêng lòng mẹ rất chiều sâu
Bao nhiêu giỗ quải tự xâu chuỗi vào
Lớp lang, gốc ngọn làu làu
Cúng bà hôm nọ, ngày nào cúng ông...

Trưa này từ cõi thinh không
Cha về ấm áp một vùng khói nhang
Mẹ lần bước phía chân thang
Tiếc không lên thắp được bàn thờ cha...

TỪ LY

Lửa xong nhiệm vụ, lửa tàn
Vẹn nguyên, tro đợi băng ngàn xuyên mây

Lặng im nhỏ thó hình hài
Mẹ ngồi an định trên tay con mình

Nói cười vang vọng xung quanh
Vẫn không át được lặng thinh nỗi lòng

Tan vào khói bụi mông lung
Mẹ theo con chuyến cuối cùng phi cơ

Mẹ bồng con suốt tuổi thơ
Con ôm mẹ chỉ một giờ từ ly

Mấy ai hiểu được điều gì
Sao người khách cứ ôm ghì hũ tro...

NGUYỄN THÀNH

Tên thật Nguyễn Văn Thành, sinh ngày 25/8/1958 tại Sài Gòn. Cộng tác với nhà xuất bản Nhân Ảnh – Hoa Kỳ. Hiện phụ trách trang Văn Học Unescom. Đã xuất bản 1 tập thơ.

NỤ NHÂN SINH

Tiết thu năm ấy chuyển trời
Long lanh mắt mẹ ngợi ngời buồn vui
Tha phương luống những ngậm ngùi
Thương con chuyển dạ dập vùi bơ vơ

Thời chinh biến có ai ngờ
Giấc mơ trắc trở đôi bờ bể dâu
Khai hoa giữa dải ngân sầu
Nụ nhân sinh nở nhuộm màu lấm lem

Cũng nhờ phước mẹ mà yên
Trải qua dông bão vẫn nên phận người
Hồng trần vinh nhục đầy vơi
Đức năng thắng số dòng đời vượt qua

Giờ ngồi nhớ mẹ ở xa
Ráng chiều cuối ngõ nhạt nhòa đợi mong
Biển khơi xô sóng ngược dòng
Về ôm bờ cát thỏa lòng đại dương...

MẸ

Mẹ giờ tóc đã muôn chiều
Chiều quên, chiều nhớ thêm chiều phôi phai
Nắng tàn ru chiếc lá bay
Thu như cuối độ thoảng lay lắt buồn

Hoàng hôn nhạt ánh tà buông
Mắt mờ đau đáu thả luồn trời hoang
Mẹ bảo thằng Út nó ngoan
Mà sao đi mãi trăng loang chưa về

Thằng Hai thì cứ lề mề
Sài Gòn xuôi ngược bộn bề bể dâu
Nhớ thương trằn trọc đêm thâu
Mẹ ôm chiếc bóng cơ cầu ngày mai

Ngày mai rồi lại ngày mai
Mẹ già như chuối chín cây đợi chờ
Hoa xuân nở muộn bên bờ
Con ngồi ôm cả một trời quắt quay…!

NGUYỄN TRỌNG TẠO

Dùng tên thật và 5 bút danh khác, sinh ngày 25/8/1947 tại Diễn Châu – Nghệ An. Sinh hoạt thơ, văn, nhạc, họa. Qua đời ngày 7/1/2019. Đã xuất bản 25 tác phẩm riêng và chung.

MẸ TÔI

mẹ tôi dòng dõi nhà quê
trầu cau từ thuở chưa về làm dâu
áo sồi nâu, mấn bùn nâu
trắng trong dải yếm bắc cầu nên duyên

cha tôi chẳng đỗ trạng nguyên
ông đồ hay chữ thường quên việc nhà
mẹ tôi chẳng tiếng kêu ca
hai tay đồng áng lợn gà nồi niêu

chồng con duyên phận phải chiều
ca dao ru lúa câu Kiều ru con
gái trai bảy đứa vuông tròn
chiến tranh mình mẹ ngóng con, thờ chồng

bây giờ phố chật người đông
đứa nam đứa bắc nâu sồng mẹ thăm
(tuổi già đi lại khó khăn
thương con nhớ cháu đêm nằm chẳng yên)

mẹ tôi tóc bạc răng đen
nhớ thương xanh thắm một miền nhà quê

(sưu tập)

tranh Lê Phổ

NGUYỄN THỊ MINH THỦY

Dùng tên thật, sinh trưởng tại Biên Hòa. Vượt biên và định cư tại Pháp từ năm 1979. Đến Hoa Kỳ năm 1981. Viết trên nhiều tạp chí hải ngoại. Đã có thi phẩm xuất bản.

GỬI VỀ MẸ

bao nhiêu bài thơ viết
chẳng nhắc đến mẹ hiền
vì sao? con chợt hiểu
– vì tình mẹ vô biên!

vì tình mẹ vô biên
suối sông nào sánh nổi
lời con như thuyền nhỏ
trôi dạt biển nhân duyên

mẹ ơi, lòng mẹ rộng
mẹ ơi, tình mẹ sâu
phủ vây con huyền diệu
ấp ủ con nhiệm mầu

sẻ chia con máu thịt
chăm chút tự bào thai
răng cắn môi, đau, mệt
tạo cho con hình hài

con học thi, mẹ thức
con lụy tình, mẹ đau
con võ vàng, mẹ khổ
con lo âu, mẹ rầu

những khi con vấp ngã
mẹ nâng con dịu dàng
con trôi ra biển cả
mẹ mắt lệ rụa ràn

con làm thân viễn xứ
mẹ mỏi mắt chờ tin
đêm tụng kinh, niệm chú
cầu cho con an bình

kiếp vô phần lưu lạc
khóc lẻ loi quê người
con điếng hồn, nuốt lệ
gửi về mẹ nụ cười.

(trích *Cõi Riêng*)

NGUYỄN THỊ THANH BÌNH

Dùng tên thật, sinh năm 1955 tại Huế. Đến Hoa Kỳ năm 1975. Hiện cư ngụ tại Virginia. Cộng tác cùng nhiều báo, tạp chí tại hải ngoại. Đã xuất bản nhiều tập truyện ngắn, truyện dài, thơ và dịch thuật.

HỎI CHI HOA MAI NỞ

Tuyết lạnh Virginia
Sầu con càng tê tái
Mẹ mất tại quê nhà
Ngàn trùng chưa gặp lại

Ra đi từ dạo ấy
Tháng tư trút hơi thở
Trên biển sóng ngất ngây
Sao đành lòng không ở

Chiều thấp xuống bơ vơ
Nơi ngực đời ngưng lại
Dõi mắt đâu bến bờ
Một phố biển nên thơ

Mẹ ơi con nhớ mãi
Tóc con mẹ vuốt chải
Gỡ rối mỗi sớm mai
Chừ gương lược thở dài

Đời chỉ mình mẹ hiểu
Kỳ quan nào lớn nhất
Vì không ai dám biếu
Còn nhận lấy đủ điều

Trái tim mẹ tuyệt xảo
Hy sinh mẹ tuyệt vời
Đời không nguôi gió bão
Nên mủi lòng mưa rơi

Mưa rơi ngấn lệ xưa
Khóc một lần xa mẹ
Ngờ đâu càng xa nữa
Nên ướt hoài mái che

Giờ mẹ ở bên trời
Con nhìn khung hình nhỏ
Khóc một trận đã đời
Nhớ mẹ lắm trời ơi

Nhớ ngày xưa thơ dại Mẹ
bồng bế trên vai
Lưng còng đâu biết mỏi
Nuôi con tiếng ru dài

Bây giờ con chỉ muốn
Về bên mộ quỳ xuống
Ôm mẹ trong bàng hoàng
Vách đá lạnh nghĩa trang

Giữ giùm ba mộ gió
Bên mộ tím co ro
Xin họ đừng phủi mộ
Ba về dẫu xác khô

Nhớ mẹ con chỉ biết
Nhắn cùng tuyết tuyết lạnh
Nhắn cùng mưa mưa buồn
Nhắn cùng lệ thơ tuôn

Mẹ mất vào cuối năm
Hỏi chi hoa mai nở
Chờ gì én phất phơ
Ngàn đời xuân biệt tăm

Ngàn đời mây bay mãi
Nên ngàn đời biệt tăm!

tranh Lê Phổ

NGUYỄN TRUNG DŨNG

Dùng tên thật, sinh năm 1936 Phú Thọ, Bắc Việt. Khóa 14 Bộ binh Thủ Đức. Định cư tại Hoa Kỳ từ năm 1992 (H.O. 11). Trước năm 1975 xuất bản 3 tập truyện. Tại hải ngoại phát hành thêm ba tập truyện.

ĐẤT CỦA MẸ
ĐÂU PHẢI LÀ TORONTO

đất của mẹ đâu phải Toronto
trong quan tài mẹ nằm thanh thản
ngủ lặng thinh như lúc sinh thời
vẫn nét mặt và vầng trán ấy

nến thắp, nhang đèn, lửa và khói
vòng hoa tang và áo sô gai
mõ, kinh tụng trong băng cassette
qua lời kệ nhịp bi ai

con đứng khóc nghẹn ngào tức tưởi
nói kể gì mẹ cũng lặng thinh
sinh ký cõi đời là ký gửi
thác lại về một cõi siêu linh

đất của mẹ đâu là Québec
Toronto hay Montréal
sao mẹ không đợi về quê hương cũ
nơi chôn nhau cắt rốn bình an

mẹ ơi tuyết rơi tròn và trắng
đất cứng gai và nghĩa địa vắng
những mộ bia cùng những cây khô
mẹ nằm ngủ quên trong im lặng

(trích *Cúc Vàng*, Thư Ấn Quán – Hoa Kỳ, 2011)

NGUYỄN VĂN GIA

Dùng tên thật, sinh năm 1951 tại Thanh Khê – Đà Nẵng. Tốt nghiệp Đại học Sư phạm Huế. Hiện ở quê nhà. Đã có 3 thi phẩm xuất bản.

NÉT CHỮ THƯƠNG YÊU

Năm xưa con còn bé
Mẹ dắt con đến trường
Nhớ làm sao buổi đó
Con cứ khóc đòi về

Năm tháng qua thật mau
Làm sao con quên được
Bao nhiêu lần ăn roi
Vì học bài không thuộc

Mẹ một đời cơ cực
Kĩu kịt gánh hàng rong
Chỉ mong sao con được
Cùng anh em đến trường

Nay con làm thầy giáo
Mẹ theo lớp bình dân
Trên bảng đen nhìn xuống
Con thấy lòng rưng rưng

Thương ơi bàn tay mẹ
Lần đầu tiên cầm bút
Vẽ không tròn chữ O.

BẦU TRỜI ĐÃ MẤT

Không còn mẹ
để con gọi mẹ ơi
Bông hồng trắng
cài buồn trên ngực áo
Muốn báo hiếu
chừ làm sao báo hiếu
Khi mẹ yêu
chẳng còn nữa trên đời!

BÓNG QUÊ NHÀ

Thương chút nắng
quê nhà
Nhuộm vàng
buổi chợ tan
Bóng ai
như dáng mẹ
Mờ mờ
theo cố hương.

MẸ ƠI MẸ ĐÃ VỀ TRỜI

Ước gì
thành mây trắng
Bay vào
giữa trang thơ
Chữ reo
như lửa ấm
Sưởi mẹ già
trong mơ.

QUÊ MẸ

Em – Cháu ngoại họ Hoàng
thôn Vỹ Dạ
Cũng mơ màng
lá trúc mặt che ngang
Đời vắng biệt rồi
những Hàn Mặc Tử
Nên sợi buồn
thả xuống bến sông trăng.

NGUYỄN VĂN NHÂN

Dùng tên thật, sinh năm 1957 tại Hội An. Tiến sĩ Toán. Hiện dạy học tại TP.HCM. Đã có 3 thi phẩm xuất bản vào các năm 2007, 2008, 2010.

HỒI XƯA

Hồi xưa con còn nhỏ xíu
Ba chở con đi xi-nê
Ăn chè ngã năm mệt xỉu
Sướng rân suốt quãng đường về

Xi-nê Chợ Cồn chán chết
Ba coi, con ngủ đã đời
Phim chi hun hoài bắt mệt
Con chờ ăn muốn hụt hơi

Ngồi sau lưng ba ấm áp
Con dòm ông trăng trên cao
Ổng cứ theo mình sát rạt
Về tới tận nhà là sao

Lâu lâu được vô Hội An
Giỗ quải tùm lum trong nớ
Ba vui ngó mặt họ hàng
Con vui đồ ngon dễ sợ

Xe đò Phi Long Tiến Lực
Vĩnh Điện ghé gì thiệt lâu
Chả lọn bánh mè thơm phức
Ngậm nghe mà đã tới đâu

Cột đèn dây giăng phía trước
Oằn lên oằn xuống lạ kỳ
Xa xa đường loang loáng nước
Tới gần sao chẳng thấy chi

Ba giờ trên kia vui không
Đường trần con đi mệt quá
Bữa trước con về thăm má
Thấy quê mà lạnh cõi lòng.

31/7/16

MÁ ƠI (1)

Má ơi ráng đợi con về
Mấy mươi năm sống xa quê xót lòng
Cõi người lận đận long đong
Con còn mải miết quay vòng trần ai

Má ngồi tựa cửa hôm mai
Gánh đời đã nặng bờ vai mỏi mòn
Tiễn chồng rồi lại ngóng con
Những hoàng hôn những hoàng hôn quê nghèo

Con già Má cũng già theo
Mấy mươi năm đã bay vèo đi đâu
Con về chẳng ở được lâu
Mưa đêm viễn xứ bạc đầu Má ơi.

5/12/2012

MÁ ƠI (2)

Má chôn nhau con đường Đoàn Thị Điểm
Cạnh nhà lao Nha Trang
Chắc Má ru thai bằng thơ
Hèn chi con bụng ỏng da vàng

Thầy nào cũng ớn
Má bồng con lên chùa
Bán con cho Phật
Tiếng đại hồng chung thơ khùng chạy mất

Nên con sống tới bây giờ
Phật đi đâu rồi con lại làm thơ
Ngắc ngoải cho qua hết thời mạt pháp
Tờ kinh xưa con đem làm nháp

Tiếng mõ gặm mòn canh khuya
Sông Thu quê Ba vẫn gọi người về
Củ khoai sùng vẫn oằn mình chòi lên đứng dậy
Má cho con đôi mắt để nhìn trái tim để thấy
Nắng đã phai rồi Má ơi.

29/11/14

NGUYỄN VĂN THU

VẪN CẦN CÓ MẸ

Cho dù con sắp già rồi
Con vẫn cần mẹ như thời trẻ thơ
Vẫn cần mẹ hát ầu ơ
Ru con khỏi những bơ vơ lòng mình!

Cho dù sáng giá công danh
Con vẫn cần mẹ ân cần sớm hôm
Một chén nước, một bát cơm
Từ tay mẹ, vẫn sướng hơn tiệc tùng!

Cho dù con là người hùng
Con vẫn cần mẹ mắc mùng đêm khuya
Gió từ tay quạt mẹ đưa
Mát hơn ngàn vạn cơn mưa đầu mùa...

Mẹ ơi, con biết là thừa
Nói câu "ơn mẹ", dù chưa bao giờ!
Con biết mẹ cũng chẳng chờ
Nuôi con khôn lớn để nhờ mai sau!

Nhưng mà con thấy xót đau
Cả đời mẹ đã dãi dầu, đắng cay
Con đi biền biệt tháng ngày
Lúc dừng chân đã mây bay trắng đầu!

Bơ vơ, tội nghiệp giàn trầu
Tủi thân biết mấy thân cau trước nhà
Con về gần, mẹ đã xa
Câu thơ lỏng chỏng giữa nhà mồ côi!

Mai sau dù có già rồi,
Con vẫn cần mẹ như thời trẻ thơ!

NƯỚC MẮT BỐ

Có lần con theo bạn bè bỏ học
Bố gọi về nọc ra đánh một roi
(Chỉ một roi duy nhất trong đời)
Bắt con hứa phải quay về lớp học
Đánh con xong, vào nhà bố khóc
Con dại khờ không hiểu được vì sao!

Rời quê hương trong mơ ước lao xao
Con từng bước, bước vào đời rất thật
Những hiền lành, thật thà, chân chất
Được những thật thà, chân chất nâng niu
Nhưng cuộc đời vốn chẳng thuận chiều
Những người tốt, phần nhiều, khổ nhất
Những thật thà, hiền lành, chân chất
Thường bị đau đòn gấp mấy roi xưa!
Bởi thật thà tin giọt mát là mưa
Bởi chân chất tin trong mơ gặp Bụt
Tin hiền lành sẽ được người cứu giúp
Tin chân thành sống tốt được yêu thương
Có ngờ đâu cuộc sống quá vô thường
Trong yêu thương đã chứa nhiều dại dột
Trong vô tư ngọt ngào lòng tốt
Đã có lửa ngầm thiêu đốt cả tin yêu…

Con đã nghe khắc khoải tiếng chim chiều
Đang xoải cánh bay về miền Hạnh Phúc
Thương chim nhỏ bay ngược chiều gió bấc
Cố lên chim, Hạnh Phúc cuối chân trời...

Con đã hiểu hơn nước mắt, nụ cười
Đâu phải chỉ buồn vui mới có
Khi nụ cười còn quá nhiều méo mó
Thì nước mắt không tròn khi nó tuôn rơi!

Đã dạn dày qua những đòn roi
Nhớ ơn roi xưa, con thầm tụng niệm:
Bố ơi trong cõi Ta Bà
Giọt nước mắt Bố thật là giọt trong!

(sưu tập)

NGUYỄN VŨ SINH

Dùng tên thật, sinh ngày 16/3/1953 tại Diên Khánh – Khánh Hòa. Cựu quân nhân VNCH. Viết trước năm 1975. Tác phẩm phổ biến trên các trang báo mạng, FB nhưng chưa in thành tập.

CÓ BAO GIỜ?

Có bao giờ nghe tiếng mẹ thở than
Bao nỗi lo toan, khổ đau gánh chịu
Những buồn vui ngỡ chỉ riêng người hiểu
Trên môi cười dù lòng mẹ héo hon.

Lưng mẹ còng cho ta vươn đứng dậy
Thuở nằm nôi cho đến lúc lớn khôn
Ánh mắt mẹ nhòa cho ta trông thấy
Đường chông gai khỏi vấp ngã trăm lần.

Có bao giờ đôi khi ta lầm lỗi
Mẹ mở lời quở trách những con thơ
Để khi ta hiểu thật nhiều về mẹ
Người còn đâu, đã xa tự bao giờ?

Nên suốt đời ta luôn thầm tự hỏi
Có bao giờ nghe lời mẹ thở than?!

15 giờ, 22/2/2020

MẸ TÔI

Nhớ bên hiên dáng mẹ tôi
Miệng nhai móm mém đang ngồi têm cau
Vôi trắng nêm với lá trầu
Trầu xanh nhai bã hóa màu đỏ tươi

Giờ đây mẹ đã xa rồi
Bên ngoài hiên vắng còn tôi thẫn thờ
Ước gì về lại ngày thơ
Để nhìn tóc mẹ bạc phơ mái đầu

Người ngồi bên chiếc khay trầu
Miệng nhai móm mém quyện màu cau khô.

Già trăm tuổi vẫn là con của mẹ
Vì bên người luôn thấy được chở che
Ta ngỡ mình vẫn như là đứa trẻ
Thuở còn thơ trên nôi nhỏ khóc nhè!

Gió ơi qua nhẹ nhẹ thôi
Đừng lay giấc ngủ mẹ tôi đang nằm
Mái đầu người đã hoa râm
Xin mây đừng ghé lạc nhầm tóc chia

Vì nơi trận tuyến chưa về
Nhắn mây gửi gió xin kề mẹ tôi
Trời trưa hè nắng bỏng sôi
Gió qua lay nhẹ quạt nơi mẹ nằm.

(bản thảo *Thơ Ngày Xanh*)

NHẬT MINH

Tên thật Phan Chu Minh, sinh năm 1938 tại Núi Thành – Điện Bàn. Hiện ở TP.HCM. Đã có tác phẩm xuất bản.

TỪ LỜI RU MẸ

con làm thơ
từ lời ru của mẹ
mẹ ngâm đoạn Kiều than
mẹ hát khúc ca dao
ầu ơ giọng mẹ ngọt ngào
võng đưa hòa nhịp mưa rào bên hiên

con nghe trong giấc bình yên
mây mang nghĩa chữ qua miền quê hương
mùa sang giọt nắng giọt sương
nông, sâu, mài miệt ruộng vườn tháng năm
tay siêng canh cửi dâu tằm
tay chăm ấy lúa trắng ngần hạt cơm
ngô khoai nặng trĩu chiều hôm
trường xa về muộn đầu thôn mẹ hờ

bây giờ nghe tiếng ầu ơ
ai ru con trẻ mà ngơ ngẩn lòng
bổng trầm quãng đục quãng trong
con gieo vần chữ cho lòng nhả tơ
ầu ơ
giọng mẹ
ầu ơ...

(trích tuyển tập *Đất Quảng Tình Quê*)

NHƯ KHÔNG

Tên thật Đinh Quang Trung, sinh năm 1951 tại Quảng Nam. Thường viết dưới tên Quang Trung Đinh, cả thơ lẫn nhận định – giới thiệu văn học... Đã xuất bản 1 tập thơ.

MẸ VÀ EM

Xưa em ghen đánh anh. Anh về méc Mẹ
Mẹ bênh anh
Nên gặp em, Mẹ hỏi
"Mi đánh hắn ra răng
Chừ đánh thử tau coi..."
Mẹ mình tuổi cao mỗi ngày mỗi yếu
Nay Mẹ mất rồi... Anh biết méc ai?

NẤM ĐẤT

Mẹ ơi
Căn nhà vắng quá
Tủ sách
Giàn hoa
Lạnh lẽo vô cùng!
Con mở cửa phòng
Dẫu đã biết sẽ không còn thấy Mẹ
Lòng vẫn mơ hồ một nỗi trống không
Ra đi một chuyến ngàn trùng
Đầu mây chân gió... mịt mùng xa xăm
Mẹ ra ngoài ấy Mẹ nằm
Một mình mưa nắng...
Âm thầm
Mẹ ơi!

MẸ
Kính tặng Mẹ.

Thưa Mẹ
Con đã vẽ rất nhiều bức tranh
Sơn dầu, màu nước
Vẽ chân dung những anh hùng Lương Sơn Bạc
Trọc lóc đầu. Cây Thiền Trượng nghênh ngang
Vẽ nhà sư Lỗ Trí Thâm
Rượu say lảo đảo về chùa
Nhét thịt chó vào miệng pho tượng Phật
Vẽ Thúy Kiều
Rũ rượi một mình xõa tóc
Giọt nước mắt rơi xuống khúc Tỳ Bà
Mười lăm năm
Lưu lạc một đời hoa
Con vẽ ông Nelson Mandela
Hai mươi bảy năm sống giữa ngục tù
Để có một ngày những trái tim Phi châu
Biết làm người
Đứng thẳng
Dẫu con cầm cọ nhiều năm
Vẫn chưa từng một lần vẽ Mẹ

Con hoạn nạn
Đời mịt mù bốn phía
Những người đàn bà bỏ con đi biền biệt
Nhưng dẫu cay cực thế nào
Vẫn Mẹ một bên
Hơn nửa đời người
Phiêu dạt lênh đênh
Dẫu cuối đất cùng trời
Vẫn còn Mẹ cho con ghé lại
Những giọt nước mắt giữa đời người
Thường là quá trễ
Vào một ngày không Mẹ
Giữa đời con
Bạc nửa mái đầu vẫn còn thơ dại
Rất gần thôi...
Ngày Mẹ sẽ không còn...

2016

PHẠM CAO HOÀNG

Dùng tên thật, sinh năm 1949 tại Tuy Hòa – Phú Yên. Quê quán Phú Thứ, Tuy Hòa – Phú Yên. Tốt nghiệp Cử nhân Anh văn và Sư phạm. Hiện ở Virginia – Hoa Kỳ. Đã có trên 5 thi phẩm xuất bản.

SAU CHIẾN TRANH TRỞ LẠI TUY HÒA

khi về thăm lại cố hương
thấy quê nhà nghĩ càng thương quê nhà
hắt hiu một bóng mẹ già
một ngôi mộ cỏ xanh và khổ đau
bâng khuâng một chút vườn sau
ngậm ngùi ngõ trước lao xao nắng vàng
đã qua chưa cuộc điêu tàn
đám mây năm cũ biết tan nơi nào.

Tuy Hòa, 1976

MÂY KHÓI QUÊ NHÀ

bữa đó con về thăm Phú Thứ
gặp lại mùi hương của ruộng đồng
gặp lại những năm và tháng cũ
mây khói quê nhà nhẹ bước chân

mùi hương của đất làm con nhớ
những giọt mồ hôi những nhọc nhằn
cha đã vì con mà nhỏ xuống
cho giấc mơ đời con thêm xanh

mùi hương của đất làm con tiếc
những ngày hoa mộng thuở bình yên
nồi cá rô thơm mùa lúa mới
và tiếng cười vui của mẹ hiền

ngày mai con lại ra đi nữa
cứ đi hoài mà chẳng đến nơi
ước mơ ngày ấy giờ chưa đạt
mà bóng thời gian đã muộn rồi.

Tuy Hòa, tháng 11/1999

CHA TÔI

và bài thơ tôi viết đêm nay
là bài thơ sau bốn mươi năm
kể từ hôm vượt đèo Ngoạn Mục xuống Sông Pha
chạy ra Tuy Hòa
trở vô Sài Gòn
và nhận tin cha tôi đã chết
ông qua đời khi chiến tranh kết thúc
để lại trần gian nỗi nhớ khôn nguôi
để lại đàn con trên quê hương tan tác
để lại trong tôi vết thương mang theo suốt cuộc đời

bốn mươi năm rồi con vẫn nhớ, cha ơi!
ngày mùa đông cha mặc áo tơi ra ruộng
ngày nắng lửa cha gò mình đạp lúa
những sớm tinh mơ cùng đàn bò lầm lũi đi về phía bờ mương
rồi mùa thu cha đưa con đến trường
con thương ngọn gió nồm
mát rượi tuổi thơ những ngày đầu đi học
đi ngang qua Duồng Buồng bọn nhỏ trong thôn vẫn thường trêu chọc
chiều chiều ngọn gió thổi lên
học trò Thầy Bốn chẳng nên đứa nào
thương cha một đời lận đận lao đao
cầm lấy chiếc cày để tay con được cầm cuốn sách
thương chiếc áo cha một đời thơm mùi đất
thương đất quê mình thơm mãi mùi hương

rồi mùa thu cha đưa con đến trường
con thương những con đường
cha đã dẫn con đi về phía trước
con vẫn còn đi sao cha đành dừng bước
bốn mươi năm trời con thương nhớ, cha ơi!

Virginia, tháng 3/2015

DẪU THẾ NÀO
CON CŨNG TRỞ LẠI MIỀN TRUNG

dẫu thế nào
con cũng trở lại miền trung
nơi mẹ đã ôm con bằng vòng tay bao la của biển
nơi giấc ngủ con được ru bằng tiếng sóng
nơi những ngọn phi lao nô đùa cùng tuổi thơ con
mẹ ơi!
con muốn tìm lại mảnh trăng tròn
treo lơ lửng đêm rằm nơi cửa biển
con muốn nhìn nước của đại dương và bầu trời xanh biếc
cánh chim hải âu và ngọn hải đăng
con yêu miền trung yêu biển quê mình
yêu những con còng hiền lành
và những ngư dân chất phác
yêu những đôi tình nhân
để lại dấu giày trên cát
đêm và những chiếc thuyền câu lấp lóe ngoài khơi
mẹ ơi!
xa quê hương con ngồi ở một góc trời
con nhớ biển nhớ vòng tay của mẹ
miền trung năm nào cũng phải chịu những cơn bão dữ
năm nào cũng ngâm mình trong lũ lụt kinh hoàng
và bây giờ biển khóc dân lầm than
nhìn cá chết trắng bờ thương miền trung quá đỗi
biển bình yên cả triệu năm
nay bỗng thành nạn nhân của những mưu đồ đen tối
nạn nhân của bọn người không có trái tim
dẫu thế nào
con cũng trở lại miền trung
nơi mẹ đã ôm con bằng vòng tay bao la của biển
mỗi người một tay cùng nhau cứu biển
biển sắp chết rồi không lẽ cứ ngồi yên?

Virginia, tháng 5/2016

CUỐI NĂM Ở TRẠM HÀNH

ngó quanh chỉ thấy rừng tiếp rừng
một trời sương trắng phủ mùa đông
những bông quỳ nở cùng hơi bấc
quê nhà tan với bóng sương tan

mẹ ạ, con đang ở Trạm Hành
trời đang mùa rét lạnh căm căm
cuối năm vượn hú trên kè đá
con hát nghêu ngao hát một mình

con bước lang thang bước dặm trường
nhủ lòng đâu lại chẳng quê hương
ở đâu cũng dưới trời thương nhớ
một bóng cò lặn lội bên sông

mẹ ạ, con đang ở Trạm Hành
nơi đây còn những khóm su xanh
những vườn mận chín mùa xuân mới
những đồi trà thơm ngát bình yên

những chiều hiu hắt bóng sương rơi
con thở bằng hơi thở núi đồi
con bước cùng sương đi với khói
con ăn gió lạnh uống mây trời

mẹ ạ, con đang ở Trạm Hành
đâu đây trời đất báo xuân sang
con bỗng nghe lòng con rộn rã
tiếng quê nhà giục giã trong con

cuối năm, ừ sắp hết năm rồi
nơi đây còn một bóng con thôi
ngó quanh nào biết đâu phương hướng
quê nhà, nghe xa lắc, mẹ ơi.

Trạm Hành, 1972

tranh Lê Phổ

PHẠM CHU SA

Tên thật Phạm Đình Thống, sinh năm 1949 tại Bình Định. Hiện ở Việt Nam. Viết trước năm 1975. Đã có 3 thi phẩm xuất bản.

TRƯA THÀNH PHỐ NGHE TIẾNG GÀ NHỚ MẸ

Lạc lõng tiếng gà trưa
Giữa phố phường rộn rịp
Văng vẳng điệu bổng trầm
Như vọng từ tiền kiếp!

Nghe xao xác trong hồn
Một thời nào chợt thức
Tuổi thơ trong ký ức
Nhịp võng mẹ ru hời

Điệu ca dao não nuột
Trong gió chiều chơi vơi
Rồi năm tháng trôi qua
Đời cuốn con xa mẹ

Trưa nay nghe tiếng gà
Ngỡ mình còn thơ bé
Nằm dưới mái hiên xưa
Nghe ầu ơ giọng mẹ…

Điệu ca dao năm cũ
Vẫn ẩn chìm trong tôi
Tiếng gà trưa xao xác
Nghe xúc động bồi hồi

Viết bài thơ nhớ mẹ
Mang âm điệu ru hời
Như lần đầu tập nói
"Con thương mẹ" Mẹ ơi!

PHẠM DẠ THỦY

Tên thật Phạm Thị Hoa, sinh ngày 9/5/1950 tại Ninh Hòa – Khánh Hòa. Hiện ở Việt Nam. Khởi viết năm 1980. Hội viên Hội Nhà văn Việt Nam và Hội Nghệ thuật tỉnh Khánh Hòa. Đã có 9 thi phẩm xuất bản.

MẸ VÀ ĐẤT

Núm nhau của chị em con mẹ đã chôn sau vườn,
nơi có mấy gốc chuối già, lá tả tơi vì gió
Sáu năm bố mẹ sống bên nhau,
sáu năm hạnh phúc buồn vui con nào tỏ.
Chị em con bé như hạt thóc,
tuổi ăn chơi vòi vĩnh biết gì đâu

Ba mươi tuổi bố vĩnh viễn ra đi,
con khăn trắng trên đầu,
vẫn vô tư trong cảnh đời cùng cực.
Bữa điểm tâm –nửa miếng bánh mẹ chia mỗi sáng,
suốt tuổi thơ có biết chi cao lương mỹ vị để mà thèm
Ngày tháng trôi, trong tình yêu của mẹ,
lớn lên, nối nghiệp bố con trở thành cô giáo.
Con mơ ước thật nhiều…

Ngôi nhà đất sẽ xây thành nhà gạch.
Sẽ sắm xe chở mẹ đi hóng gió mỗi chiều
Sẽ suốt đời trong vòng tay mẹ thương yêu
Hạnh phúc đời con sẽ tô hồng đời mẹ

Chợt một sớm, nơi xa ấy
chừng như bố gọi.
Mẹ ra đi
khi con còn cơ cực quá mẹ ơi!
Chưa dâng mẹ một miếng ăn ngon,
chưa chăm mẹ một thang thuốc bổ
Em trai con lớn lên trong chiến tranh
lỡ thầy, lỡ thợ,
không nghề nghiệp,
không bạc tiền,
lây lất giữa dòng đời cuộn chảy,
chơi vơi
Con – chiếc phao cứu sinh đã kiệt sức rồi.
Chiếc phao mỏng dần,
mỏng dần trong vũng xoáy
Mẹ ơi!
Con phải làm sao
giữa dòng đời vẫn vô tình cuồn cuộn chảy.
Cả con bây giờ cũng chơi vơi, chơi vơi
Núm nhau của chị em con đã hòa chung với đất
– đất của ngày-xưa-có-mẹ
– đất của hôm-nay-mồ-côi
đất của tình-yêu-và-kỷ-niệm-muôn-đời

Con đã khóc,
nhiều đêm con đã khóc.
Biết làm sao giữ đất, đất ơi!

(trích *Ru Xa*)

PHẠM DOÃN HỨA

Dùng tên thật, sinh ngày 6/10/1936 tại Vĩnh Điện, Điện Bàn – Quảng Nam. Đã xuất bản 1 tập thơ in chung.

MẸ
kính thương dâng về Má

Ừ, biển rộng sao bằng lòng mẹ
tình bao la vũ trụ hẹp nhiều
bút mực nào tả cạn niềm yêu
con khôn lớn, rõ lòng của mẹ

từng giọt mặn mẹ cho con bé
để biến thành sữa ngọt nuôi con
tiếng à ơi, đọng mãi trong hồn
"mẹ phía ướt, cho con phần ráo"

lần đầu đến với trường mẹ bảo
học đi con mẹ sẽ cho quà
lúc tan trường mẹ đợi con ra
dang cánh trắng con sà vào mẹ

con khôn lớn mẹ nhìn vẫn bé
lo cho con từng phút từng giờ
con tắm sông, mẹ đứng bên bờ
sợ con mẹ sẩy chân uống nước

tình trời biển nói làm sao được
chẳng có gì đáp nổi phần ơn
bóng mẹ già mây trắng đầu non
con dâng kính lòng thành chúc thọ.

1976

(trích *Chung Dòng*)

PHẠM HỒNG ÂN

Dùng tên thật. Quê quán Cà Mau. Cựu Sĩ quan Hải quân VNCH. Hiện định cư tại Hoa Kỳ. Đã có nhiều tác phẩm xuất bản.

TÔI VỀ, NHÌN MÁ TRÊN GIƯỜNG BỆNH

Tôi về giẫm dấu giày lang bạt
Hồn lạc loài như đứa trẻ hoang
Tôi về ôm trái tim tan nát
Nhìn má nằm im thở nhọc nhằn

Tôi về úp mặt lên tay má
Tìm lại bình yên thuở thiếu niên
Ôi, cánh tay gầy như cánh lá
Vườn đời lận đận một niềm riêng

Tôi về gối mộng lên nguồn cội
Nghe ấm từng chương lục bát xưa
Mười năm tựa áng mây trôi nổi
Bèo dạt hoa trôi chuyện nắng mưa

Tôi về nhìn má trên giường bệnh
Bên ánh đèn phai nhạt bóng đêm
Má ơi! Con đốt trầm hương cũ
Tìm lại bình yên thuở thiếu niên…

MÁ ƠI, CON ĐÃ MỒ CÔI
Kính dâng hương hồn Má thân yêu

Má ơi, con đã mồ côi
Còng vai gánh nặng một trời tiếc thương
Chiều nay đất Mỹ bão dông
Khi hung tin xé nát lòng con ra

Đường từ Chương Thiện mù xa
Chín năm con mãi bôn ba xứ người
Chín năm chẳng thấy Má cười
Chỉ nghe tiếng khóc bồi hồi chờ mong

Bây giờ Má đã hư không
Bây giờ nước đã bỏ sông ra nguồn
Con về hai nhánh tay buông
Dài như thân phận lưu vong tù đày

Con về bước đắng bước cay
Giẫm chân đi giữa chông gai cuộc đời
Má ơi, con đã mồ côi
Còng vai gánh nặng một trời tiếc thương.

TRỞ VỀ MÁI NHÀ XƯA
Nhân ngày Father's Day

Con trở lại ngôi nhà xưa lạnh lẽo
Nhìn dòng sông in bóng nước phù vân
Ba thật sự trở thành người thiên cổ
Bình hương tro nằm đựng xác thân tan

Con đứng giữa gian từ đường hoang phế
Lòng sắt se tưởng nhớ thuở vàng son
Ba đã sống trọn niềm đau thế hệ
Và bạc đầu theo từng bước chân con

Ba để lại bình trà vàng sĩ khí
Sùng sục sôi tiết tháo một nhà nho
Mùi trà bay thơm tận cùng ý chí
Sáu mươi năm con giữ vẹn từng giờ

Ba như gốc bách tùng cổ thụ
Che đời con khỏi nắng dữ mưa thâm
Cây bao giờ cũng vươn cành hy vọng
Làm bóng râm cho thành tựu nảy mầm.

Ba là gió cho tình con lồng lộng
Là mây xanh cho ước mộng con bay
Là dòng sông cho thuyền con xuôi sóng
Là núi cao cho ngất ngưởng thân trai

Ba là sách gối đầu con vinh hiển
Là nước nguồn làm trong sạch đời con
Là ca dao đưa con về nguồn cội
Là quê hương vang dội tiếng hò khoan

Con trở về ngôi nhà xưa dột nát
Bới tàn tro để tìm lại dư hương
Chỉ còn đây di ảnh ba nhòa nhạt
Ôi mất rồi một mái ấm yêu thương

RAU MÁ

ngày xưa má dắt tôi về ngoại
trên chuyến xe ngang mấy bến phà
nhà ngoại lá vườn che kín mái
đường trơn mây rắc bụi mưa hoa

bữa cơm đạm bạc canh rau má
mà thấy đau đau dáng ngoại còng
ôi, lá rau thơm bình dị quá
nhắc lòng tôi nghĩ đến quê hương

má đem rau má về quê nội
gây giống trồng lên giữa xứ người
rau bung lá nõn xanh rười rượi
nuôi đám con thơ sống chợ đời

rồi tàn cuộc chiến... vào ngục thất
rau má nuôi tôi khắp trại tù
rau lót bụng tôi khi đói khát
lúc buồn, rau hóa những lời ru

hôm nay nắng hạ trời ly xứ
nhớ má, nấu canh rau má tươi
ôi, lá rau người thân lữ thứ
không làm canh ngọt vị quê tôi.

PHẠM THỊ ANH NGA

Dùng tên thật. Giáo sư Đại học Sư phạm Huế và Đại học Ngoại ngữ Huế. Đã có 2 tác phẩm xuất bản.

MƯỜI LĂM NĂM
kính dâng hương hồn Ba

Mười lăm năm Ba nằm dưới huyệt lạnh
có một điều vẫn vẹn nguyên
trong giấc mơ ngày cũng như đêm của con
Ba luôn hiện hữu ở cõi trần
cùng những ưu tư khắc khoải
nét mặt trang nghiêm
cái nhìn đăm chiêu nụ cười buồn xa xăm bất đắc chí
và Mạ vẫn khỏe khoắn vào ra
tất tả nhọc nhằn
chăm chút cho Ba và chúng con từng chén cơm tấm áo
hệt ngày nào
Nhưng thật quá đỗi lạ lùng
những băn khoăn tích tụ bấy lâu không lời giải đáp
cứ tù mù
trong giấc mơ sao con không hề nhớ ra
để hỏi Ba
để khi tỉnh ra những dấu hỏi to từng ấp ủ vẫn còn đây
nguyên vẹn

Và mười lăm năm
sự mất mát thuở nào vẫn còn tươi mới
bởi mãi mãi không còn
cột mốc cho con bám vào từ thuở chập chững đầu đời
trong những bước đi chớm tuổi trưởng thành và suốt
những chặng đời gập
ghềnh còn lại
cột mốc bám víu niềm tin
sự xẻ chia những giá trị vĩnh hằng
chẳng còn
cả những câu chuyện tranh cãi
giữa Ba và đứa con gái bướng bỉnh hay cãi của Ba
Ngày Ba vĩnh viễn đi xa
con chỉ vừa qua xứ người ngày hôm trước
Ba khéo chọn ngày
tránh cho con cảnh chân bước không rời
lòng xa không dứt
nhưng sao sân bay Charles de Gaulle khi anh Hai ra đón con
tưởng chừng đã ngập đầy nước mắt
hở Ba

Có phải
tại con biết trước Ba sắp sửa đón chuyến xe cuối cùng
từ những hôm lặng lẽ ngồi nghe Ba thủ thỉ dặn dò trên
giường bệnh
những điều ôi tâm huyết
sâu kín trong góc tim và chỉ bật ra khi Ba nửa tỉnh nửa mê
như con đã quắt quay
nhất quyết về thăm nhà bằng những chuyến bay mà giá vé
vượt xa khả năng tài chính của con
mặc cho bao người ngăn cản
để khi
vừa nhìn thấy Ba
con biết ngay mình không hề nhầm lẫn
rằng trái tim tinh nhạy đã mách bảo cho con về được bên

Ba
những ngày sau cuối
Và Ba ơi
con đã đón hung tin
cái tang lớn nhất đời mình
như linh cảm đã dự báo
một mình
một mình với niềm đau
một mình trong cái se lạnh của Paris vào thu xa gia đình nguồn cội
một mình với những nén hương liên tục cắm trên bàn thờ lập vội
chân dung Ba phóng to cắt từ hình đám cưới ngày nào của con
cái khung ảnh nhỏ chiếc bình hoa tình cờ mang từ nhà sang
mảnh khăn tang xé từ chiếc áo cũ nào con không còn nhớ
và lần lượt
lần lượt
bạn bè con những người thân quen và học trò cũ của Ba đến xẻ chia

Ngày về nước
về nhà
nhà chúng con rồi nhà Ba Mạ
con bơ vơ khác gì đứa con trai vừa đầy bốn tuổi của con
khi nó ngơ ngơ ngác ngác
lục lọi khắp các góc phòng chẳng tìm đâu ra cái dáng lom khom run run
của ông ngoại
Con không chạy quanh kiếm tìm nhưng con nhận thấy
phòng ngủ của Ba trống
thư phòng của Ba trống
những đĩa hát và băng cải lương những hộp kẹo hộp bánh đầu giường
bỗng trở thành di vật

cả những bộ áo quần thẳng thớm thơm tho Ba tiếc không
dám mặc ngày còn ở dương trần
và hơn tất cả
những gì Ba chưa kịp nói và những gì con chưa kịp hỏi Ba
Ba ơi
có phải với chút sức tàn còn sót lại
Ba chỉ kịp hàn gắn cho máu mủ nối liền
giữa phương xa và quê nhà
giữa anh Hai và chúng con
như con tin chính nhờ Ba phù hộ
khi anh Hai càng mở rộng vòng tay nâng bước chúng con
hơn cả những ngày còn có Ba trên đời

Cũng có thể trước mất mát chung chúng con hiểu còn sót lại
cho mình
những gì yêu dấu
và nâng niu tình máu mủ
và cũng có thể
những lời Ba căn dặn ngày nào
đã trở nên mệnh lệnh trái tim
sưởi ấm những tâm hồn bắt đầu biết mồ côi bố của chúng
con
ôi mồ côi
một lần đã là vĩnh viễn
dẫu con tin ở nơi xa rất xa Ba vẫn luôn đau đáu dõi về
chúng con
Rồi năm tháng tiếp liền năm tháng
những cái tang khác liên tục dội xuống những mảnh đời bất
hạnh của
chúng con
bất ngờ và nghiệt ngã
nước mắt đến cạn kiệt héo khô
Trong đớn đau khôn cùng
dường như vọng từ cõi âm lời hóa giải cho những oán giận
thù hằn dương

thế
nhắc nhở chúng con biết thứ tha
trước những lỗi lầm tưởng như chẳng thể nào dung thứ đã
trả giá bằng những cảnh đời oan nghiệt
và từ đó
lòng dung thứ dần vượt lên oán hờn và thương yêu dần
khuất lấp hận thù
và qua đó
con tin Ba đã mỉm cười thỏa nguyện
trút bỏ một gánh âu lo từng dai dẳng một thời
và tim Ba bớt đau

Nhưng rồi vì đâu Ba ơi
dông tố cuồng phong lại gióng lên lời hủy diệt loại trừ
xoáy vào những thương tích xưa tưởng chỉ còn là hoài niệm
vực dậy những hận thù tưởng đã vùi lấp từ lâu
ôi thắt lòng
Và đau đớn thay
tất cả đều nhân danh Ba và lòng hiếu thảo
sao vậy hở Ba...
Con không tin
những điều dã tâm nhường ấy lại có thể là tâm ý của Ba
nhưng Ba đang ở đâu Ba ơi
chúng con biết bám víu vào đâu
Mạ vẫn khi tỉnh khi mê
lời nói ngu ngơ
có tỉnh táo cũng chỉ vừa đủ nhận ra những ai thực tình
thương mến

Trong tuyệt vọng và với bao lời khẩn cầu tâm huyết
những nén hương trên mộ Ba trên bàn thờ nhà con và nhà
Ba Mạ cuối
cùng đã oằn cong
và con tin ở điều linh ứng
tin Ba chứng giám

chấp thuận cho chúng con
vẫn luôn thương kính phụng thờ Ba
nhưng không tôn Ba lên hàng một vị thần bậc thánh
Ba vẫn chính là Ba thôi một con người thực với đủ đầy
những đặc thù nhân tính
những yêu ghét riêng đôi khi lạ lẫm đến buồn cười
tự nhận mình là thú ăn thịt nên chẳng thiết ăn rau
thèm nghe cải lương hơn tân nhạc
ưa thích sự nghiêm túc chỉn chu nhưng những lúc vui vẫn
bổ bã với bạn bè
một cách rất người
rất đời
rất thực
bởi như Ba đã từng dạy chúng con
con người luôn ở giữa thiên thần và loài vật
kẻ nào tự cho mình là thiên thần sẽ rơi vào hàng ác thú (1)

Và con hiểu
đã là người nào ai có thể vẹn toàn không tì vết
như ngày con còn thơ bé Ba vẫn ưa thích liệt kê những tật
xấu của con
những khi Ba đu đưa trên võng và con leo lên người Ba
ngân nga "nằm trên mình Ba sướng quá ta ơi"
Ba thường cười ha ha và bắt con kể ra đủ mười tật xấu của
con
và con vui vẻ xòe tay kể hết chẳng ngại ngần
dữ nè tham ăn nè đái dầm nè nhác học nè...
Với tuổi đời chồng chất những tật xấu xưa bớt dần và cũng
lùi xa những
"sướng quá ta ơi" thời thơ bé
nhưng muôn đời Ba vẫn là Ba của con phải không Ba
muôn đời với con
Ba vẫn là tấm gương sống rạng ngời khí tiết
lý tưởng và hướng thiện
thậm chí nghiệt ngã với con tim đớn đau của chính mình để

bảo tồn lý trí
Nhìn lại những chặng đường đã qua
khi con đã trải qua gần hết những năm tháng dài cống hiến
đôi lúc con tự hỏi
phải chăng con lại đi trên con đường trước kia Ba đã đi
lẳng lặng tránh xa bao lợi danh thế sự bao chen chúc chốn quan trường
giữ vẹn cho tâm mình sự thảnh thơi trong trẻo
như Ba thuở nào

Ngày kết thúc cái nghiệp của mình con vẫn sẽ chỉ là
một cô giáo yêu nghề
với thật nhiều thế hệ học trò thương mến
Có thể con có đôi chút may mắn hơn Ba
khi được công nhận cái gọi là học hàm học vị
và sẽ ổn định những đồng lương hưu trí
thay vì chút tiền trợ cấp còm cõi của Ba mà đắng cay thay
cuối cùng cũng bị
cắt mất dù con đã cố khiếu kiện đủ đường
nhưng thực chất con vẫn chỉ là
người đưa đò tận tụy
âm thầm giản dị
như Ba thuở nào

Mười lăm năm Ba đi xa
con vẫn hoài ghi nhớ
Ba từng dặn con hãy tránh xa những điều dữ những người hung ác
biết phục thiện và giữ gìn khí tiết
nhân đạo với cả kẻ thù như bố của Hugo (2)
sống giản đơn và không hổ thẹn khi đối diện với lương tâm mình
và Ba từng dạy con
hạnh phúc gia đình chỉ có được khi anh chị em ruột rà kết thành một khối

trong tình thương yêu
Hãy tiếp tục phù hộ cho chúng con Ba ơi
hãy giúp chúng con luôn đùm bọc nâng đỡ nhau
để Ba thực sự nhẹ lòng nơi cõi ấy
để máu cuối cùng sẽ chảy trọn vẹn về tim
không lạc loài
và hận thù ngàn đời hóa giải
Và ngày đến lượt con đến xứ sở của Ba bây giờ
Ba sẽ ra kịp để đón con với một nụ cười hân hoan Ba nhé
đừng để con lại bơ vơ không biết bám víu vào đâu
và Ba con mình
sẽ cùng điểm lại những tật xấu dễ thương ngày nào của con
ở dương trần
dù cho rất khác Ba con ngày càng thích rau hơn thịt
nhớ nghe Ba thương yêu
nhớ nghe Ba
ơi Ba thương yêu của con.

Ngày giỗ đầu lần thứ mười lăm của Ba, Mùng 4 tháng 8 năm Kỷ Sửu (22/9/2009)

(1) "L'homme n'est ni ange ni bête. Et le malheur fait que qui veut faire l'ange fait la bête". (Người không là thánh, cũng không là thú. Không may kẻ nào muốn làm thánh hóa ra lại làm thú) – Blaise Pascal.

(2) Bài thơ "Après la bataille" (Sau trận đánh) của Victor Hugo bắt đầu bằng "Mon père, ce héros au sourire si doux..." (Bố tôi, người anh hùng với nụ cười dịu hiền nhường ấy...) kể về câu chuyện xảy ra với ông bố của nhà thơ, một vị tướng, khi ông đã ngăn không cho lính của mình giết kẻ thù đang bị thương, và ra lệnh đem nước cho anh ta uống vì anh ta đang khát.

(trích *Nhật Nguyệt Dấu Yêu*)

PHẠM THỊ VĨNH HÀ

Nhà thơ Phạm Thị Vĩnh Hà sinh năm 1971, tốt nghiệp khoa tiếng Nga trường Đại học Sư phạm Ngoại ngữ tại Hà Nội. Hiện nay chị là giáo viên trường Trung học cơ sở Hùng Lô, thành phố Việt Trì, tỉnh Phú Thọ. Bài thơ này được trao giải Nhất giải Thơ Sinh viên cụm 10, quận Cầu Giấy, Hà Nội và được đăng báo Phụ nữ Việt Nam ngày 18 tháng 5 năm 1992 và đã được nhạc sĩ Xuân Phương phổ nhạc.

NGƯỜI ĐÀN BÀ THỨ HAI
Kính tặng mẹ của anh

Mẹ đừng buồn khi anh ấy yêu con
Vì trước con anh ấy là của mẹ
Anh ấy có thể yêu con một thời trai trẻ
Nhưng suốt đời anh yêu mẹ, mẹ ơi!
Mẹ đã sinh ra anh ấy trên đời
Hình bóng mẹ lắng vào tim anh ấy
Dẫu bây giờ con được yêu đến mấy
Con vẫn chỉ là người đàn bà thứ hai
Mẹ đừng buồn mỗi hoàng hôn hay mỗi sớm mai
Anh ấy có thể nhớ con hơn nhớ mẹ
Nhưng con chỉ là cơn gió nhẹ
Mẹ mãi là bờ bến của đời anh
Con chỉ là cơn mưa mỏng manh
Mọi người đàn bà khác có thể thay thế con trong trái tim anh ấy
Nhưng có một tình yêu suốt đời âm ỉ cháy
Anh ấy chỉ dành cho mẹ, mẹ ơi!
Anh ấy có thể cùng con đi suốt cuộc đời
Cũng có thể chia tay ngày mai... có thể...
Nhưng anh ấy suốt đời yêu mẹ
Dù thế nào con cũng chỉ thứ hai...

(sưu tập)

PHẠM QUANG NGỌC

Dùng tên thật, sinh tại Phú Nhi, tỉnh Sơn Tây, Bắc Việt. Bắt đầu sinh hoạt văn thơ nhạc sau năm 1975. Hiện định cư tại Úc. Đã xuất bản 2 tập thơ, 3 tập nhạc, 3 đĩa nhạc.

NHỚ MẸ

tôi vẫn thường thở dài khi ngồi bên mẹ
ôi sao tóc mẹ bạc trắng bay bay
tôi vẫn thường úp mặt mình trong bàn tay
để nghe mẹ vỗ về những lời khuyên nhẹ

Ở bên mẹ như con còn bé
như tuổi hồn nhiên chạy vòng tắm mưa
con sân đất ngã u đầu, sứt trán, bằng thừa
mẹ đã tưới lên đau của con mình
bằng những dòng tinh huyết
hằng đêm con vẫn nghe mẹ trở mình
vì mỗi ngày tuổi lồng bóng xế
mà đàn con bàng bạc màu áo phong sương
đứa con gái yêu chết tuổi đến trường
người con út tử vong trên chiến địa

Phú Giáo! Phú Giáo!
địa danh này mẹ tạc dạ ngàn thu
ba người anh còn say máu quân thù
để mẹ sống như bóng ma trần thế
bố bỏ mẹ đi giữa thời dâu bể
mong còng lưng quảy gánh thê lương
một nắng hai sương khắp các nẻo đường

mẹ đứt gánh nhọc nhằn trong cơn quốc nạn
khi lòng người phân tán
tháng Tư Đen tháng Tư Đen!
mẹ khóc con,
nay con đi tìm xác mẹ...

tôi thường trầm tư thở dài ngao ngán
trong tế bào mình ẩn tinh khí mẹ cha
bủa tầm nhìn rút ngắn chẳng còn xa
lòng vất vưởng hướng về quê cũ...

đâu bóng mẹ canh khuya ủ rũ
nay chỉ là bóng tối phù vân
mẹ dạy con nếp trán phong trần
đẩy tia mắt ngang tầm nhìn ngay thẳng...

mất mẹ, con chẳng còn ham sống
đùa với năm canh, gác gió hững hờ
con viết những vần thơ
để dâng mẹ như lời sám hối

Mẹ ơi! Mẹ ơi
mất mẹ, con mất cả bầu trời!

(trích *Tuyển tập 6 nhà thơ Úc châu*)

PHAN NGỌC HẢI

Dùng tên thật, bút hiệu : Ngọc Hải, Phan Ngọc Thủy Chung. Sinh nhật 16/9. Giáo chức. Hội viên Hội Văn học Nghệ thuật Tiền Giang. Đã xuất bản 2 tiểu thuyết.

BA ƠI!

Ngày Má con qua đời
Ba ngồi như phỗng đá
Mắt lạc thần chơi vơi
Tóc đang xanh – sương giá!

Giọt nước mắt đục lừ
Lặn nhanh vào nỗi nhớ
Ôm ba mảnh đời thơ
Lòng Ba như trăng vỡ!

Vừa thân đó, thân đăng
Đồng xa, mồ hôi mặn
Giấu bao nỗi nhọc nhằn
Cho đời con trơn, trắng.

Bàn chân Ba tứa máu
Cắm trong đất phèn chua...
Làm ngàn cây chắn bão
Con nguyên lành hồn Thơ!

Chưa! Con chưa bao giờ
Nghe Ba than – buồn, khổ?!
Chỉ khuya, góc Ba ngồi
Điếu thuốc rê... rực đỏ!

Cả một đời rong ruổi
Con là áng mây xa
Ba – tre già ngóng đợi
Con bay về – bay ra!

Như lều tranh tốc mái
Sau cơn bão ùa vào
Là ngày Ba đi... mãi
Là đời con... chênh chao!

Bao nhiêu lời hoa mỹ
Bao nhiêu áng Thơ, Văn...
Không sánh công trời bể
Ngọn núi BA – vĩnh hằng!

Sài Gòn, trưa thứ năm 5/4/2012

THƯƠNG BA... THUỞ ẤY VÔ CÙNG!

Ngày má rời cõi thế
Tuổi Ba vừa năm mươi
Đời tang điền... dâu bể
Ôm con thơ – nghẹn lời!

Vừa thân đó, thân đăng
Chênh chao – đôi vai oằn
Tóc Ba đầm sương muối
Gót hồng, con tròn trăng!

Hôm Nội, Ngoại – bảo rằng
Có người ngoan, đảm đang
Yêu thương Ba. Cô sẽ...
Về nhà ta – muộn màng!

Bưng mặt, con khóc ngất
Bên mộ Má – không ăn!
Giọt nước mắt tròn lăn
Ba ôm con. Siết chặt!

Con biết đâu – phút đó...
Rào rạt ngọn sóng lòng
Ba đấu tranh tàn khốc
Cất khát khao... vì con!

Giờ tuổi Ba... ngày ấy
Duyên phận còn long đong
Thơ tình – con ấm lạnh...
Thương Ba –
cành... khô cong!

PHAN NHIÊN HẠO

Dùng tên thật, sinh năm 1967 sinh tại Kon Tum – Việt Nam. Cử nhân Việt văn. Định cư ở Hoa Kỳ từ năm 1991. Đã có 3 thi phẩm xuất bản.

BÀI CHO MẸ

đêm qua tôi mơ thấy trở về
căn nhà bên dòng sông
những ngày ấu thơ như quyển sách hiếm
mua bằng tiền mồ hôi của mẹ
mảnh giấy nhỏ còn ở trong ngăn:
"các em,
đọc sách giữ gìn cẩn thận
anh mua bằng tiền của mẹ đó!"
có một người đứng trên cầu
vào một ngày lặng gió
gốc gác trôi ra biển
viết một mảnh giấy khác để lại trong ngăn:
"Mẹ yêu,
con phải ra đi
vì con không thuộc về nơi nào
những quyển sách ấu thơ
xin mẹ giữ giùm
cho đến ngày dòng sông cạn nước..."

(trích *Thiên Đường Chuông Giấy*)

PHAN NI TẤN

Dùng tên thật, sinh ngày 6/3/1946 tại Buôn Mê Thuột. Định cư tại Toronto – Canada từ năm 1980. Viết văn, làm thơ, sáng tác nhạc. Đã xuất bản 14 tác phẩm thuộc nhiều thể loại.

MÁ

Rốt cuộc gì rồi má cũng tới
Mừng thôi hết biết để nói ra
Má tới như một bài ca mới
Nhịp vui cho đời đồng thanh ca

Mười mấy năm tình thâm cách biệt
Thiệt tình mới đó mà lẹ ghê
Gặp má cứ tưởng như nằm mộng
Tim con gia tốc đập hả hê

Chèn ơi má coi già quá ể
Thời gian nhuộm trắng cả mái đầu
Mẫu tử trước sau hai thế hệ
Tóc xanh con cũng đã phai màu

Thưa má đây là ông bà nhạc
Ăn ở hiền như nắng sớm trưa
Suốt ngày hết tụng kinh gõ mõ
Ăn chay niệm Phật lại đi chùa

Còn đây là hiền thê con đó
Tấm lòng trắng muốt tợ như bông
Sẽ là gương con dâu hải ngoại
Đảm đương hiếu thảo với mẹ chồng

Bồng trên tay là thằng mít ướt
Ấy lại là cháu nội đích tôn
Thằng Lân con tánh tình ngộ lắm
Có giác quan thứ sáu trong hồn

À má trước ngày đi có nhớ
Gói đem theo chút đất gì không
Lâu lắm con thèm cơn bụi đỏ
Hít vô cho đỏ ngực thắm lòng

Gặp má con mừng mừng tủi tủi
Nhớ tới ba mà tiếc cho người
Phải ba còn sống qua đây má
Đãi ba nhậu một trận đã đời

Con nhớ ba những đêm trăng sáng
Thường xách đờn ra kéo ò e
Bốn vọng cổ nghe rầu thúi ruột
Mê mẩn hồn con tới tận giờ

Qua đây má khỏi lo gì nữa
Vợ chồng con cáng đáng đủ rồi
Suốt một đời nắng mưa tần tảo
Có bao giờ má được thảnh thơi

Già yếu rồi nghỉ ngơi nghen má
Dạ coi đây là đất dưỡng thân
Để tụi con có phen đền đáp
Ân dưỡng dục của đấng sanh thành.

MẸ VỘI VÀNG

Chạy đi đâu mà vội
Mà vàng thế Mẹ ơi
Đất không nằm phía đó
Nước đã cạn kiệt rồi

Đất của dân chúng cướp
Phân lô bán làm giàu
Nước cong hình chữ S
Líu ríu chảy về đâu

Đất nước không còn nữa
Chúng đã hiến cho Tàu
Còn bức dư đồ rách
Che sao hết nỗi đau

Chạy đi đâu mà vội
Mà vàng thế Mẹ ơi
Đất không còn thở nữa
Nước cũng đã qua đời

Có vượt qua ô mả
Cũng vấp phải ô mồ
Mẹ chạy xuôi hay ngược
Cũng đâm vào hư vô

Chạy đi đâu mà vội
Quên cả con sau lưng
Ngủ như không còn thở
Mẹ chạy vào hư không

Suốt một đời Mẹ chạy
Không tới nổi thiên đường
Tội nghiệp con buồn ngủ
Theo Mẹ về vô phương

Làm sao con kịp lớn
Để cứu một con đường
Hai bên mọc rải rác
Mồ những kẻ tử thương

Biết con có kịp lớn
Giữa đất nước tang thương
Học làm người chân chính
Đi giành lại quê hương.

RỒI MÁ CŨNG ĐI
để nhớ Nhạc Mẫu

Cuối cùng rồi Má cũng ra đi
Chuyến xe xuôi về miền thiên cổ
Môi chưa nói hết được những gì
Tháng mười khuya buồn như tiếng khóc

Giọt nước mắt tháng mười trong suốt
Treo mặn mòi sướt mướt nỗi đau
Buổi trưa nắng dưới tàn phong úa
Theo gió mùa rót xuống mộ sâu

Giọt lệ khô vắt ra tiếng khóc
Nén giữa khuôn ngực nức nở hoài
Trang kinh Phật hứng lời chuông mõ
Đất sụt sùi cỏ xót tâm ai

Mọc trên vai mộ bia lấp loáng
Thịt xương người ngủ giấc mồ côi
Những vòng hoa cất lời than oán
Tiếng thơ tôi rụng xuống im ngồi

Đêm nối ngày mọc lên vạm vỡ
Nỗi tiếc thương đẫm ướt mắt người
Má đi rồi còn ai canh giữ
Buồn vui xưa thả trắng lưng đời

Quê nhà núp sau bờ sông Hậu
Ôm vết thương chảy máu phù sa
Bờ đất cũng mọc lên kỷ niệm
Thỏi bùn non sướt mướt bóng tà

Sông ơi giữ giùm tôi nước mắt
Rửa vết tôi trăm nỗi nhọc nhằn
Con đò cũ mòn như gốc rạ
Bờ tre xưa nhớ Má nên cằn

Đôi mắt Má khép vào thanh tịnh
Sợi tóc bay theo nắng vàng sa
Chỗ Má tới rất xa miền cố thổ
Nẻo Má đi không có bóng quê nhà.

TÌNH MÁ HẬU GIANG

Thương hoài ngày bỏ xứ
Má tôi đi không về
Lòng mang theo chút nhớ
Gói trọn miếng tình quê

Một chút sông bến nước
Ngược xuôi bao con đò
Một chút hương đồng lúa
Ngọt giọng rao câu hò

Xa nguồn thương con cuốc
Kêu hồn đỏ máu xương
Nhớ quê lòng quặn thắt
Má buồn như vết thương

Từ ngày đi biệt xứ
Má cưu mang trong lòng
Nhịp cầu tre nghiêng xuống
Chạm nhịp chèo khua sương

Thương cánh diều lướt gió
Bay mù trong mênh mông
Thương mái tranh tỏa khói
Ráng chiều trôi bềnh bồng

Thương cây đa ướt nắng
Mưa ngùi lên tiếng than
Thương trăng chìm đáy nước
Má nghe sầu chứa chan

Má trông vời quê cũ
Hồn quê cũng xót đau
Lai sinh buồn một kiếp
Muôn dặm biết tìm đâu

Nguyện thắp cây hương trời
Soi tới ngọn nước non
Cầu ơn trên cho Má
Ở đời cùng với con.

PHƯƠNG TẤN

Tên thật Nguyễn Tấn Phương, sinh năm 1946 tại Đà Nẵng. Dùng nhiều bút hiệu. Viết trước năm 1975. Hiện định cư tại Quận Cam, Nam California. Đã xuất bản 10 tác phẩm gồm thơ và văn.

ĐỜI CÓ CHI NGỘ QUÁ

Con ngo ngoe từng ngày
Dưng không Mẹ buồn lạ
Lắt lay cánh cò già
Đời có chi ngộ quá.

Con ngo ngoe từng ngày
Mẹ sao rầu thúi ruột
Mẹ khóc ngày khóc đêm
Xanh như tàu lá chuối.

Mẹ, bà tiên bất hạnh
Gượng leo dây một chân
Quảy quạnh hiu một gánh
Chập choạng vào thế gian.

Mẹ, bà tiên bất hạnh
Gượng leo dây một tay
Quảy quạnh hiu một gánh
Chập choạng vào thế gian.

Đà Nẵng, 1961

ĐỢI BÓNG

Cha tôi theo cách mạng
Huyễn mộng giữa đất trời
Sầu đùn theo năm tháng
Mẹ đợi bóng ma trơi.

Đà Nẵng, 1946-1975

CUỐN TRÔI GIẤC MƠ TIÊN

Gặp bạn thời bạc phước
Khuyên mẹ bán bớt con
Mẹ ôm con khóc mướt:
"Bán Mẹ không bán con".

Tà lụa trắng trong tóc
Cuốn trôi giấc mơ tiên
Là dấu chân con gái
Đuổi theo nỗi lặng yên.

Cha đi từ thuở nọ
Biệt tích giữa chiến khu
Những chiều mưa phố đỏ
Mẹ vớt xác ven sông
Những chiều mưa phố đỏ
Mẹ vò võ trông chồng.

Thân Mẹ gầy hơn cỏ
Càng vò võ hoài mong
Thương dầu hao bấc cạn
Gửi phận vào thinh không.

Sau ngày tháng năm đó
Mày đã làm được gì?
Tiếng quát của lý tưởng
Quay tít giữa châu thân
Căng thêm niềm thần bí
Tôi thiếu điều hụt chân.

Ôi chao, ngày phụt tắt
Tuổi trẻ đen đêm đen
Từng ý nghĩ thoăn thoắt
Nhảy trong trí não này.

Nỗi thật đen thấp xuống
Cùng bão lũ lên cao
Đuổi theo đuổi theo mãi
Trên số phận hẩm hiu.

Trên số phận hẩm hiu...

Sài Gòn, 1962

MẸ ƠI,
CON KHÔNG VỀ KỊP TẾT

Thưa má, má của con
Con không về kịp tết
Buồn như chưa được buồn
Buồn như năm vừa hết
Buồn như lòng vừa chết.

Ở Mỹ không hạt dưa
Không lì xì không mứt
Không lấp ló sau nhà
Chờ được mừng tuổi Má.

Xuân ở quê nội con
Có bà con cô bác
Cầm tay ngỡ kẻ thù
Có anh em ruột thịt
Mà giết nhau như chơi.

Xuân ở quê nội con
Rượu mà như nước mắt
Khóc say nhau một lần
Mai chắc gì thấy mặt
Mai chắc gì anh em.

Xuân ở quê nội con
Chúc nhau mà lại khóc
Phòng mai mình chết đi
Không còn người để khóc
Phòng mai người chết đi
Còn có mình đã khóc.

Xuân ở quê nội con
Xuân sao buồn chi lạ
Buồn như thể chiến tranh
Buồn như năm buồn bã.

Xuân ở quê nội con
Xuân sao buồn chi lạ.

Wilmington, Ohio, 1969

CHA VÀ CON

Chiều nằm xuống như da vàng của Mẹ
Sông núi buồn queo quắt ngó dung nhan
Vạt máu vãi trên đồi cao bóng lẻ
Máu quân thù hay máu của quê chung.

Máu vẫn đỏ những con đường đất đỏ
Mẹ còng lưng gánh lúa dắt trâu về
Cha cúi xuống suốt khoảng đời khốn khó
Những chiều hôm vấn thuốc ngủ ven đê.

Con sẽ xới cho người đôi chút máu
Chút xương da người lính ở trong này
Trông có đỏ như sông Hồng ngoài ấy
Có ngọt ngào như màu máu quê chung.

Đêm đà nổi vẫy lưng trời với bóng
Ý phân tranh vỗ cánh hót quanh mình
Mắt chưa vuốt vắt ngang đời có mỏi
Hồn chưa nguôi hồn đọng giữa tàn phai.

Ơi lường lật nằm sau tầm giới tuyến
Con giết cha không khác một kẻ thù
Người nằm đó vắt qua lòng dây kẽm
Mượt hơi bom lửa rót mát như thu.

Cánh dơi chiều vỗ một đời tủi cực
Chúa buồn thiu cùng thần thánh quay đi
Mây cũng mỏi theo đất trời day dứt
Đợi bóng câu xa lắc buổi tương phùng.

Chiều nằm xuống như da vàng của Mẹ
Lá không vui che dạ thở trong cành
Và người chết vắt qua lòng dây kẽm
Xác quân thù hay xác của anh em.

Đà Nẵng, 1964

QUAN DƯƠNG

Tên thật Dương Công Quan, sinh năm 1950 tại Ninh Thuận – Khánh Hòa. Cựu Sĩ quan VNCH. Định cư tại Hoa Kỳ từ năm 1993. Đã có 3 thi phẩm xuất bản.

KỂ CHUYỆN VỀ MÁ TÔI

Khi quân Bắc vào cào xé miền Nam
Má mắc u lòng lên đôi vai gánh
Bảy thằng con trai năm thằng là lính
Khi đi ở tù bỏ má héo khô

Gió tụ đông về lạnh nhíu bờ da
Chặm mắt má mờ, đỏ dòng lệ nhỏ
Năm thằng con trai chiến tranh năm ngả
Khi đi ở tù năm đứa năm nơi

Má xẻ làm năm giọt lệ già nua
Má trải chia đều ba miền đất nước
Những giọt già nua đứt từng khúc ruột
Má tưới thân gầy lên con mong manh

Tóc má trắng dày theo cuộc điêu linh
Núm ruột má mang làn dao ai cắt?
Khi tôi ra tù lăn thân cầu thực
Bỏ má đoạn đành bỏ nước mà đi

Má nuốt ngậm ngùi. Má hiểu vì đâu
Thằng con cam lòng làm chim xa tổ
Má gầy hom như ngọn đèn trước gió
Nuối đợi thằng con gượng lắt leo vàng

Thằng con vô nghì trôi dạt tha phương
Bì bõm xăn quần lội dòng cơm áo
Vũng nước phù trầm chia năm rẽ bảy
Cắn xé lòng đời lội mãi không qua

Những giọt má buồn buổi con đi xa
Lụt cả hồn con cái thằng bất hiếu
Đất lạ xa quê cuối đời thấm hiểu
Hình bóng má giờ đã mất. Còn đâu...

MẸ VÀ TRĂNG

Đêm nay con đứng ngắm vầng trăng
Nhớ mẹ quê xưa trĩu nặng lòng
Lúc tiễn con đi: trăng và mẹ
Giờ mẹ xa rồi chỉ có trăng

Tóc mẹ trắng. Màu sương trắng quá
Đầu con cũng đã điểm hoa râm
Hận nước đau lòng hai thế hệ
Mẹ ra đi mãi đến ngàn năm

Tóc con trắng thêm vầng tang trắng
Hồn mang nặng trĩu bước tha phương
Con ở bên này chôn dĩ vãng
Mẹ giờ lấp kín xác quê hương

Cuối nẻo phù sinh là cát bụi
Đời người đâu lẽ mãi tang dâu
Xin mẹ hãy là trăng sáng rọi
Từng chặng đời con bớt khổ đau.

(sưu tập)

QUẢNG TÁNH TRẦN CẦM

Sinh tại Gò Vấp. Lớn lên ở Sài Gòn. Hiện sống ở Hoa Kỳ. Có thơ đăng trên các trang mạng văn học nghệ thuật trong và ngoài nước.

MẸ THÁNG TƯ
Vu Lan tưởng nhớ Mẹ Tháng Tư

ngực trần trắng phau
mắt thiên thu
mịt mù, xa, vắng
tóc rối đường ngôi
máu đọng bờ môi
máu loang tường vôi
tay buông thõng

văng vẳng nghe mẹ khóc
con hỡi, con ơi
nước mắt nghẹn lời
xót xa một thời
đớn đau một đời
chắp tay lạy trời
giữa cõi chơi vơi

hiu hắt tiếng kinh cầu
héo hắt mẹ tháng Tư héo hắt.

THÁNG GIÊNG, KÝ ỨC MẸ
để tưởng nhớ Mẹ (TTĐ) và Mẹ Nuôi (LTG)

gió lạnh buốt da bật rễ những tế bào ngủ gục, tôi
ngồi đơn độc phân hóa trong vòng xoáy thời gian
miên man trôi xa trôi xa, ngược về nguồn cội. ở phía
tranh tối tranh sáng tôi bay lơ lửng, quấn quýt bên

mẹ tựa con rồng nhỏ. mẹ kể: bên kia bùng binh
của khu phố đông người, náo nhiệt, là nơi người
đàn bà có đầu tóc bạc phơ như thúng bông gòn
sẽ là mẹ nuôi tôi và với nhân duyên bà giúp mẹ tôi

trả hết nợ – những món nợ mỗi ngày một nặng
chất chồng kẽo kẹt trên vai trên lưng mẹ. nợ mẹ
không cất đầu lên nổi. tháng giêng năm ấy khi tôi
ra đời mẹ tôi có những giấc mơ huyền ảo giữa trời

và đất, vượt thoát cuộc sống ngày qua ngày cơ cực
lầm than. bao năm tôi vẫn là con rồng nhỏ của mẹ.
và mẹ tôi đi suốt cuộc đời thầm lặng chiêm nghiệm
lý giải vô vàn biến cố biển dâu như một giấc mộng dài.

CUỐI NĂM, CHỜ MẸ VỀ CHỢ

chiều về chậm trên con phố ngã ba mũi tàu
cây cối xanh hỗn tạp dọc theo con lộ gồ ghề
mưa bụi lún phún rơi rớt
mẹ tôi ngồi chen chúc trên chiếc xe thổ mộ
đầy chật người và quang gánh
con ngựa già, người đánh xe móm mém
trong lất phất mưa bụi mẹ tôi bay la đà
và đáp xuống hàng hiên bên xe hủ tiếu
chiều tôi sinh động với những tiếng húp xì xụp
đậm đặc mùi nước lèo bốc hơi thơm ngát
và đâu đây tiếng hát ngọt ngào từ chiếc radio xách tay
chơi vơi tưởng chừng đã tan vào lãng quên theo sương mù
năm tháng – nhưng không. vẫn nhớ, vẫn nhớ không phai
nhớ lắm nhớ ngày nào nấp trong vạt áo mẹ,
nhớ quay nhớ quắt hương dầu dừa trên tóc,
nhớ ánh mắt và nụ cười buồn, và không quên
những vết nhăn trước tuổi trên trán mẹ

hôm nay, cận kề cuối năm
chiều về chậm, ngơ ngác trên con phố ngã ba mũi tàu
những người đàn bà có tuổi xúm xít quanh khu chợ
những thúng những bao những bị những giỏ xách
người đánh xe già, con ngựa móm mém
chiếc xe thổ mộ ì ạch trong khoảng không bàng bạc
mẹ tôi thản nhiên bay la đà trong lất phất mưa bụi và
tôi vẫn ngóng chờ mẹ về sau phiên chợ chiều nay.

VỀ MUỘN, NGÀY LỄ MẸ

ở một khu chợ đêm
của một thành phố cao nguyên
tôi giáp mặt
một bà mẹ bên bếp nhỏ than hồng
thơm phức mùi khoai, bắp nướng
khói cay rám mặt mẹ
dưới mái tóc xám tro
mắt đỏ gay, da đổ đồi mồi
khi dòng người ăn đêm tan biến
mẹ tắt lò, quang gánh
đèn khuya, bóng đổ, vai gầy
ai người đón mẹ về đêm nay?

ở một khu chợ chiều
của một thành phố đông người
tôi giáp mặt
một bà mẹ mót nhặt lon, chai, phế liệu
giữa dòng văn minh phố thị
cặm cụi bươi móc từng thùng rác vỉa hè
nhơ nhớp sặc sụa mùi phế thải
cho miếng ăn cầm hơi qua ngày
mỏi mệt sau phiên chợ tàn
thân già một mình khất khưởng
trong sương khuya vắng lặng
ai người chăm mẹ đêm nay?

tôi giáp mặt
những bà mẹ vô danh
suốt đời hai sương một nắng
và tôi giáp mặt
những đứa con hoang đàng – như tôi
mãi mãi không còn dịp trở về với mẹ
lắng lòng nghe hơi thở biền biệt
ngày lễ mẹ – ngàn năm ray rứt ngụ ngôn buồn.

MẸ KỂ

têm miếng trầu xanh, cau đỏ
mẹ kể
tội nghiệp người ôm nỗi lo sợ
cưu mang đàn con tan tác giữa chợ đời
như chim non lạc đàn
run rẩy, chiêm chiếp khóc
bàng hoàng trong tang tóc tháng tư

tội nghiệp người đắm chìm trong lo sợ
hoang mang gặm nhấm linh hồn từng phút, từng giờ
không ngưng nghỉ
cho đến tận cùng hơi thở
chơi vơi theo bóng chiều hấp hối

tội nghiệp mẹ tôi
ngày tháng sau cơn đột quỵ
xa vắng, tiều tụy, xác xơ
trôi ngẩn ngơ trên dòng hệ lụy
nhìn, nghe – trong rỗng lặng
cây da xóm củi
trụi lủi, trốc gốc, mất tàn

nhìn, nghe – nước mắt hai hàng
đường về gió bụi
bạt ngàn chân mây.

QUỲNH MY

Tên thật Nguyễn T. Ly, sinh ngày 4/6 tại An Lộc – Bình Long. Hiện định cư tại Houston, Texas – Hoa Kỳ. Địa chỉ trang web: www.quynhmy.blogspot.com

KHÔNG CÒN MẸ

Không còn mẹ con vào chùa lạc lõng
Chỗ ngồi xưa hàng ghế cũ đã thay
Ngôi chùa đổ, Phật còn trong cảnh mới
Lời kinh quen chuông mõ thoảng hương bay

Con quỳ lạy, chợt nhìn lên ngơ ngác
Thoáng lung linh bóng dáng mẹ an nhiên
Thân tự tại hai bàn tay ấm chắp
Miên mật Nam mô... bên con thật bình yên

Mười năm chẵn mẹ đi, con thầm đếm
Dấu thời gian làm suối tóc bạc màu
Không phải tóc của muộn phiền bạc sớm
Mẹ nhổ cho con mà nhói lòng đau

Hơi ấm mẹ ngàn năm còn đọng mãi
Ấp ủ con từng ngày hạ, ngày đông
Con nghe mẹ trải tình thương vạn nẻo
Tin yêu đời như mẹ vẫn hoài mong

Tìm mẹ nơi đâu, trần gian mất dấu
Nghĩa trang buồn, chùa lẻ bóng một mình
Con chỉ biết mẹ ngàn năm hiện hữu
Trong tim con, dòng máu mẹ luân lưu

Ngày giỗ mẹ đầu năm 2020

SONG NGUYỄN

Tên thật Nguyễn Văn Song. Giáo viên Ngữ văn. Đơn vị công tác: Trường THPT Phù Cừ, huyện Phù Cừ – Hưng Yên.

MÙA ĐÔNG NHỚ MẸ

Mẹ ơi đông đã về rồi
Đã nghe buốt lạnh trắng trời sương bay
Cây vườn lá cũ đang thay
Bờ sông cánh vạc đã gầy rạc đêm

Mẹ còn ngồi dưới hiên thềm
Nhặt tìm giọt ấm rơi nghiêng bóng chiều?
Bếp nhà ngọn lửa ấp iu
Mẹ còn nhen lại những điều xa xăm?

Chiếu chăn có ấm chỗ nằm?
Tích sành còn nóng ngọt đằm vối tươi?
Cau trầu đựng ủ trong cơi
Miếng trầu đừng để nhạt vôi mẹ à

Đừng ngồi lặng ở mộ cha
Khói sương mặn xót dễ nhòa mắt cay
Lại xa thêm một đông này
Con nghe trong dạ ngập đầy gió đông.

CÕNG MẸ

Bất ngờ mùa chuyển vô thường
Mẹ như mảnh trấu chợt vương gió gầy
Đê làng tất tưởi bông may
Con về cõng mẹ một ngày đổ mưa

Ngõ nhà một đoạn vòng cua
Chẳng xa mà ngỡ như thừa trăm năm
Vai con thiêm thiếp mẹ nằm
Bàn tay rệu rạo lỏng dần trên lưng

Thuở nao chân bước ngập ngừng
Con ngồi lưng mẹ qua vùng ấu thơ
Ông trăng như chiếc mâm to
Ngàn sao thắp lửa nhấp nhô khoảng trời

Gặp bao gương mặt rạng cười
Nghe buồn vui những tiếng đời lắng sâu
Cõng con qua hết khổ đau
Mẹ còn trơ một dáng cầu oằn cong

Mẹ nằm nhẹ bẫng lưng con
Mà nghe muôn vạn núi non đổ ào
Lưng dài, vai rộng, thân cao
Một lần cõng mẹ nháo nhào bóng xiêu.

MẸ NGỒI VÁ ÁO

Trời giăng mưa ngập chiều nay
Chạnh lòng con nhớ những ngày mưa xa
Giữa bao tiếng sấm ầm òa
Mẹ im lặng dưới hiên nhà ngồi khâu

Lựa tìm những mảnh vải màu
Tần ngần sợi chỉ mẹ xâu mấy lần
Ngón tay cứng vết chai sần
Nhịp nhàng thẳng thớm tảo tần đường kim

Mũi khâu mẹ giấu cho chìm
Giấu sao nổi vết chân chim phận người
Miếng khâu mẹ vá kín rồi
Vá sao cho kín nỗi đời hàn vi

Con thơ nào có biết gì
Ôm con mèo nhỏ cười khì nhìn mưa
Đâu hay lành rách thiếu thừa
Lặng thầm mẹ vá bốn mùa bão dông

Qua rồi ngày tháng long đong
Áo sang con mặc phố đông rộn ràng
Chiều nay mưa gió phũ phàng
Con nghe lòng bỗng rách toang tứ bề.

DÁNG CHA

Con ngồi trút nhớ vào đêm
Sương rơi thấm lạnh vạt thềm đầy trăng
Vườn quê lá lật bâng khuâng
Ngỡ như chầm chậm bước chân cha về

Cha ngồi trên chõng đầu hè
Chén trà sánh giọt trăng khuya dập dềnh
Điếu cày đụn khói bồng bềnh
Bóng cha ngả kín một thềm khói sương

Ánh nhìn đau đáu yêu thương
Gọi con, rót chén trà hương đậm đà
Con ngồi yên ả bên cha
Lặng nghe muôn nỗi đường xa, nẻo gần

Tiếng người thoảng gió thì thầm
Mà như thấu trọn phong trần nắng mưa
Bỗng đâu gà gáy nhặt thưa
Thềm trăng quạnh vắng gió lùa hương cau

Chén trà in giọt trăng đau
Điếu cày còn vấn vương màu mây trôi
Nén hương con thắp lên trời
Khói loang vẽ một dáng ngồi mênh mông.

NGÔI NHÀ MÙA THU

Ở phía mùa thu có một ngôi nhà
Mẹ hong rơm vàng lên mái
Cha ngồi thềm thoắt tay đan rổ rá
Con đuổi theo một chú chuồn kim

Ngõ quê thu nắng rải sợi vàng êm
Chuồn kim như sương chập chờn hư ảo
Bàn chân khờ mê mải
Hút cánh đồng sen khô

Con quay về mùa thu đã đi đâu
Mái nhà rơm đã thôi vàng sợi
Nơi cha ngồi khói sương vời vợi
Mẹ bên thềm với rổ rá lặng im.

ĐẮP MỘ CUỐI NĂM

Cuối năm về đắp mộ cha
Nén hương thắp giữa nhập nhòa khói sương
Ẩn trong thăm thẳm vô thường
Dáng cha nhổ cỏ, thắp hương ông bà

Con cười líu ríu bên cha
Đuổi con châu chấu liệng tà áo xanh
Con đi qua nửa đời mình
Mới nghe trĩu nặng ân tình tổ tiên

Xòa tay vun nấm đất thiêng
Nghe rưng rưng đất nói niềm thiên thu
Nhìn làn hương khói trầm tư
Nghe mây xô dạt ngỡ như trắng trời

Tiếng con trai nhỏ nói cười
Nối dài thêm những nhịp đời xôn xao
Một mai... rồi một mai nào...
Con ơi lại thắp hương vào mênh mông.

SONG VINH

Tên thật Ngô Gia Thành, sinh ngày 2/3/1955 tại Sài Gòn. Tốt nghiệp Kỹ sư Điện tử và Cao học Điện toán. Đã có 3 thi phẩm xuất bản.

TƯỞNG NIỆM

trong mùi hương gió heo may
nghe ra lạc lõng đâu đây tiếng người
mẹ xa, thôi đã xa rồi
nghìn trùng khép lại một đời gian nan

mưa bay mướt giấc mơ vàng
nằm im ngó mẹ về ngang phương này
đêm đi chậm bước hơn ngày
vẫn chưa theo ngót đường bay mẹ già

mưa ơi xin hãy nhẩn nha
cõng ta theo đến bao la nỗi buồn
mẹ đi bỏ suối lạc nguồn
dựa mơ mà tưởng niệm người đêm đêm.

NGÀY RIÊNG CHO MẸ

mẹ đã mất sáu năm, chín tháng
con đeo tang, đeo mãi đến bây giờ
đêm nằm ngủ thoảng nghe kinh mẹ tụng
sáng đi làm nhớ tiếc ngẩn ngơ

mẹ yêu dấu hôm nay ngày của mẹ
con nghẹn ngào chen lấn mua hoa
màu hoa trắng cúi bên con nhắc khẽ
đời lưu vong đã mất hẳn mẹ già

mẹ yêu dấu, nén hương thơm dâng mẹ
là hương hoa con đang nắm trong tay
lòng con vẫn thơm thơm lời mẹ dặn
cội nguồn xưa vẫn quanh quấn đâu đây

con đã đến vùng hà nam phủ lý
nơi mẹ sanh, mẹ lớn, mẹ gặp cha
tiếng chim hót trên đầu cành nắng ngọt
con nhìn ra tơ tóc của ông bà

con cũng đã mấy lần về phú nhuận
thăm cành mai, hòn gạch, hồ sen
tỉa từng hạt tình con trong thớ đất
thấy đầy lòng mẹ đang trải ánh trăng

mẹ yêu dấu, hương hoa con dâng mẹ
là một đời con cố gắng thành danh
dù mái tóc nhọc nhằn chờ đổi sắc
nhớ mẹ yêu, con đâu đã trưởng thành.

MẸ

mẹ ngồi im bóng đêm vây quanh mẹ
ngó xuống lòng hay vãi mắt muôn phương
con mỗi đứa mỗi góc trời lặng lẽ
tiếng thở dài chen kinh nguyện tỏa hương

mẹ ngồi im bóng đêm vây quanh mẹ
ôm thư con như sợ mất đôi dòng
muốn hồi âm hận mình xưa thất học
biết nhờ ai viết hết chữ trong lòng

mẹ ngồi im bóng đêm vây quanh mẹ
bát cơm chiều chia nửa cho người dưng
thằng bé ấy dẫu chẳng là cháu nội
nhìn nó cười cũng nguôi bớt nhớ nhung

mẹ ngồi im bóng đêm vây quanh mẹ
lời nguyện cầu dìu dắt mẹ ngược xuôi
ngọn nến sáng từ những dòng tâm niệm
xin ơn trên con cháu sớm nên người

mẹ ngồi im bóng đêm vây quanh mẹ
lần tay quờ, đêm đặc quánh bao la
trong thương nhớ chừng như vừa nắm
được mùi hương con đang lẩn quẩn bên nhà.

(trích *Về Dưới Hiên Mưa*)

SỸ LIÊM

Tên thật Hà Sỹ Liêm, sinh năm 1963 tại Sài Gòn. Bút danh khác: Sỹ Liêm, Tú Bì. Định cư tại Paris từ năm 1979, hồi hương về Việt Nam năm 2003. Tái định cư tại Paris năm 2017. Đã xuất bản nhiều tác phẩm gồm truyện ngắn và thơ.

MẸ TÔI

Mẹ tôi không phải mẹ già
Mẹ tôi bé dại trong nhà của tôi
Mỗi sáng mẹ đòi ăn xôi
Không mua mẹ khóc ỉ ôi cả ngày

Nhìn tôi cứ hỏi: mày ai?
Sao mày có cái chân mày giống tao
Tôi nghe, bật khóc nghẹn ngào
Thì ra mẹ đã tuổi cao lẫn, mòn

Công người lội suối trèo non
Nuôi tôi con gái, tuổi son chẳng cần
Đôi vai gánh hết tảo tần
Quần theo nhan sắc hương lần lữa phai

Bây giờ mẹ đã tám hai
Nhìn chim cứ bảo: Tao bay! Rồi cười
Chỉ tay về phía mặt trời
Kêu tôi lên đó... dạo chơi... dỗi hờn
Tôi bực mình... cũng nổi cơn
Quát mẹ một tiếng... buồn hơn mấy tuần

Tôi còn nhớ có một lần
Mẹ kêu tôi lại nói gần lỗ tai:
Ê mày! Tao nhớ hôm nay
Là ngày sinh nhật của hai đứa mình!
Ánh mắt mẹ sáng lung linh
Như hai ngọn nến mang hình trái tim
Hai người mẹ bước vào đêm
Một ngơ ngẩn nhớ, một kiềm nỗi đau
Mẹ tôi quên hết ngày nào
Riêng tôi nhớ hết công lao mẫu từ

Mẹ tôi già cả nên "hư"
Trở thành con trẻ làm nư... Tôi chiều
Dù mẹ khó tánh bao nhiêu
Tôi đây cũng chịu làm liều thuốc tiên
Chỉ mong mẹ sống bình yên
Với tôi đã đủ, muộn phiền cũng bay!

MỜI CHA MIẾNG BÁNH
HAI HÀNG LỆ TUÔN

Cám ơn trứng mẹ tạo hình
Từ cha máu huyết ra mình dễ thương
Công ơn sinh ở đầu giường
Xuôi theo chăn gối đêm trường ái ân

Tôi theo dòng chảy xuất thần
Đánh đông dẹp bắc loại dần anh em
Một mình xung trận lấm lem
Chui vào sẵn ổ lót thềm mẹ cha

Kết tinh từ những thăng hoa
Tận trong say đắm yêu tha thiết cuồng
Mẹ như người mẫu tập tuồng
Đứng đi nhẹ gót môi luôn mỉm cười

Cha tôi mặt mũi rạng ngời
Hai bên nội ngoại hết lời hỏi thăm
Tôi nằm trong bụng tối tăm
Nghe cha với mẹ quan tâm suốt ngày.

Cha kề bụng áp lỗ tai
Nghe nhịp tim đập bào thai chuyển mình
Tôi phá phách đạp cái ình
Cha ồ một tiếng gọi mình... mình ơi:

"Con ta nó đạp quá trời
Anh nghe hạnh phúc rụng rời tay chân!"
Chín tháng đã tới ngày cần
Khai hoa nở nhụy mẹ mừng tủi sanh

Tôi theo năm tháng trưởng thành
Đón từng sinh nhật hiền lành mỗi năm
Tình cảm che giấu ngấm ngầm
Lời thương ít nói nhưng thầm lặng yêu

Hôm nay sinh nhật đánh liều:
Cám ơn cha mẹ luôn chiều chuộng con
Cám ơn mẹ đã vuông tròn
Cám ơn cha ở núi non suối vàng.

Lòng thành thắp một nén nhang
Mời cha miếng bánh... hai hàng lệ tuôn!

NẰM NGHE SƯƠNG GIÓ
BÃO BÙNG TỪNG CƠN

Thèm kêu tiếng mẹ... Mẹ ơi!
Nhưng không có được từ thời sinh ra
Và thèm gọi một tiếng cha
Cũng không có được thiết tha một lần

Cơn thèm lan tỏa ngoài sân
Hong khô mơ ước lệ ngân ngấn sầu
Đếm từng sợi tóc trên đầu
Cũng chưa sánh nổi dãi dầu khát khao:

"Tiếng ru kẽo kẹt mẹ trao
Từ nơi đầu võng nhiệm mầu ầu ơ
Ngủ đi... con ngủ đừng mơ
Để mẹ chắp vá tuổi thơ mộng tròn"

Bao lần tưởng tượng phấn son
Đời trang điểm phận héo hon lạc loài
Mẹ cha ban một hình hài
Nhưng không để lại một ngày sống chung

Mồ côi giăng bốn góc mùng
Nằm nghe sương gió bão bùng từng cơn
Hồn văng vẳng tiếng tủi hờn
Luồn trong gối chiếc chập chờn giấc khuya.

VIỄN XỨ

"Quê hương là chùm khế ngọt
Cho con trèo hái mỗi ngày
Quê hương là đường đi học
Con về rợp bướm vàng bay..."
- Đỗ Trung Quân -

Về Sài Gòn... xuống chuyến bay
Đón xe thẳng tiếp đi ngay quê nhà
Mấy mươi năm... mắt lệ nhòa
Song thân tóc trắng bạc òa nỗi vui

Mẹ ôm tôi khóc thành lời
Tôi buông tất cả siết người trong tay
Cha tôi đứng cạnh sờ vai
Như không thể đợi tôi quay sang người

Yêu thương sánh cả biển trời
Chia ly những tưởng nửa đời mất nhau
Trước nhà sân mấy hàng cau
Chung vui sum họp bẹ lao xao mừng

Quê hương đất dậy thơm lừng
Nghe từng lát khế ngọt từng kẽ răng
Liếc nhìn chuối nải muồi căng
Thương thay thân mẹ đã gần chín cây

Thân cha dáng dấp hao gầy
Thái Sơn gió bụi cũng xây xát mòn
Tay quàng chuối mẹ cùng non
Tự trong huyết quản nghẹn tròn hiếu sinh

Bữa cơm tối ấm gia đình
Chỉ riêng ba bóng chung hình đón đưa
Kỷ niệm nhắc chuyện ngày xưa
Tôi cười lẫn khóc như mưa được mùa

Thời gian theo ngọn gió đùa
Cuốn đi năm tháng bão lùa tuổi xuân
Xứ người xa cách nhớ nhung
Tối nay lại được ngủ mùng mẹ giăng

Cha như đứa trẻ tung tăng
Tới lui phủi sạch gối chăn tôi nằm
Tôi quay mặt lại rán cầm
Cắn môi không để lệ đầm đìa rơi

Tôi khều nói nhỏ: Mẹ ơi!
Tối nay con muốn lấy hơi sinh thành
Mẹ già mắt sáng long lanh
Gật cười móm mém hiền lành dễ thương

Lòng cha nghiêng ngả bóng tường
Cũng đòi một chỗ chung giường kề bên
Tôi nằm giữa chân kê lên
Một bên đùi mẹ, một bên cha mình

Nghe đâu hơi ấm thình lình
Luồn trong máu thịt thấm tình mẹ cha
Nhắm mắt lại... mở mắt ra
Giật mình... đất khách... chỉ là chiêm bao

Tiếc ngẩn ngơ... khóc nghẹn ngào
Nỗi đau viễn xứ ào ào mặn tuôn
Nhà thờ vọng gác đổ chuông
Tiếng đinh đong bổng trầm khuôn mặt rầu

Con xin Chúa một thỉnh cầu
Ban cho phép lạ nhiệm mầu tái sinh
Một lần nếu được hiển linh
Trở về rún mẹ khép mình thai nhi!

TẠ KÝ

Dùng tên thật, sinh năm 1928 (khai sinh ghi 16/5/1935) tại Trung Phước, Quế Sơn – Quảng Nam. khóa 14 Bộ binh Thủ Đức. Từng dạy Triết tại Võ Bị Đà Lạt. Mất ngày 19/3/1979. Có 3 tập thơ, 3 sách giáo khoa đã xuất bản.

THƯ GỬI MẸ
Tặng Tạ Hồng Nguyện

Hôm nay tiếng súng không còn nữa,
Sông núi ngùi thương chuyện núi sông
Con biết quê nhà sau khói lửa
Mẹ già tựa cửa đứng chờ mong.

Lụa có vàng như thuở thái bình
Vườn ta còn mấy ngọn cau xanh
Đất khô tay có đau không mẹ
Cha vẫn ngâm nga khúc viễn hành?!

Chị Hai chắc hẳn vui gia thế
Em Ngọc năm nay sắp lấy chồng
Từ thuở con đi rồi chẳng biết
Cô hàng xóm ấy có sang không?!

Và mẹ bao đêm thương nhớ con
Tuổi già trái chín chắc chi còn
Sông sâu, núi thẳm, đôi đường cách
Ngày một ngày thêm chuyện héo hon.

Kinh thành mẹ hẳn không ưng đến
Lặn lội chi cho cực tuổi già
Nghĩ lại đời con thêm hổ thẹn
Khác nào như thuở bước chân ra.

Thuở ấy cầm tay mẹ dặn dò:
– Phố phường không phải dễ chi mô!
Và đôi mắt mẹ rưng rưng lệ
Đôi mắt bây giờ chắc héo khô!

Thân nghèo nhiều lúc không vui lắm
Nhưng chẳng bao giờ con ước mong
Một cuộc đời như thiên hạ ước
Bởi vì còn chuyện đục hay trong.

Nói mãi rồi ra cũng thế thôi
Núi sông cách trở mấy năm rồi
Con mong nếu bắt thư này được
Thì mẹ cho con biết ít lời.

BỨC THƯ ĐẦU XUÂN

Tết đến hai ngày rồi mẹ nhỉ
Đầu xuân con biết mẹ đang buồn
Ai vui chi được đời tang tóc
Sông chứa sầu đau, núi dựng hờn.

Ra đi từ dạo mùa cam chín
Đã mấy mùa cam con chửa về
Tóc mẹ hoa râm, nay bạc trắng
Vô tình trước ngõ trắng hoa lê.

Có những đêm buồn con phát khóc
Nhớ xưa tết đến dậy mai vàng
Tha hương thân bé còn lăn lóc
Mỗi độ xuân về mỗi dở dang.

Quê nhà hoang vắng ra sao mẹ
Đây phấn son bay ngập phố phường
Con vẫn trông chờ sâu cả mắt
Ngày nào thiên hạ biết yêu thương.

Con viết bức thư này giữa lúc
Súng xa vang động cánh mai vàng
Nhà trọ cô đơn nghe gió giục
Bồ câu giỡn nắng mới bay ngang

Ít bữa mai tàn rơi trước ngõ
Nhặt giùm dăm cánh ép cho con
Mẹ ơi ! đợi lúc trời thôi gió
Con sẽ quay về để mẹ hôn.

(trích *Sầu Ở Lại*)

THÁI HUY LONG

Dùng tên thật, sinh năm 1943 tại Hội An. Định cư tại Toronto – Canada từ năm 1980. Thơ phổ biến nhiều trên trang Sáng Tạo, Saigonocean.com

NHỚ MẸ HIỀN

Đâu còn thấp thoáng đó đây
Tóc sương thưa gọn đếm ngày trôi qua
Đâu còn vầng trán nhăn da
Bên hè kiếng lão tỏ lòa nhặt rau

Đâu còn những lúc thương đau
Nhủ con khi vận trở màu tối tăm
Đâu còn lúc trẻ quên nằm
Bán buôn chăm chỉ như tằm nhả tơ

Đâu còn nhắc nhở con thơ
Ca dao khuyến học đừng lơ với đời
Đâu còn những lúc nhìn trời
Kể tích Phật đạo vời vời như ru

Đâu còn những buổi đêm Thu
Cùng tìm chú Cuội trăng lu núi hòn
Đâu còn ngàn dặm núi non
Trữ tình ca Huế dạ mòn chẳng thôi

Đâu còn ơi hỡi ai ôi
Cứ như còn nhỏ trong nôi một mình!

VU LAN BÁO HIẾU

Khi còn bé đi chùa nương bước Mẹ
Nay một mình bông trắng khẽ cài thôi
Chiều Thu nay sương sớm chớm rơi
Nhớ lệ Mẹ từng hạt như giấu kỹ

Khi chiến cuộc đau thương đang ầm ĩ
Mẹ ôm vai đưa tiễn bước chân cha
Ra trận tiền tình mẹ bọc thịt da
Bao ngày tháng thân mẹ nhà trống vắng

Tần tảo bán buôn một sương hai nắng
Để chiều về im lặng nếp nhà xưa
Khi chiến trường thở khói một cơn mưa
Mẹ ngậm biết Cha đi rồi... mãi mãi!

Rằm tháng Bảy bạn con nhìn ái ngại
Bông trắng buồn mang hoài cảm xa xôi
Dòng đời xoa hờ hững chảy xuôi trôi
Nơi xứ lạ kề vai ngậm than thở

Trăng tròn sáng khơi lòng thêm luyến nhớ
Chỉ lời nguyền Tam Bảo dạ khắc ghi
Lượng từ bi khi chớm thấy nặng mi
Theo lời nhắc ôn tồn từ Cha Mẹ.

THÁI TÚ HẠP

Dùng tên thật, sinh ngày 4/4/1940 tại Hội An. Hiện định cư tại Los Angeles, California từ năm 1980. Cùng Ái Cầm chủ trương tuần báo Saigon Times từ năm 1987 và nhà xuất bản Sông Thu từ năm 1990. Đã có hơn 20 tác phẩm xuất bản.

NHỚ MẸ

sáu năm rời xa mẹ
lòng con đầy tiếng kinh
tuổi đời rêu nắng xế
lời mẹ thiết tha tình

sáu năm con đào ngũ
rừng núi nhớ anh em
trường sơn còn dậy lửa
trong trái tim Việt Nam

mỗi ngày thêm đê tiện
quẩn quanh cơm áo hèn
đời buồn như con thú
chết dần trong cô đơn

đêm hoài mơ thấy mẹ
thắp nến soi hồn đau
đời con chiều quạnh quê
đất lạ hắt hiu sầu

sáu năm rời xa mẹ
chùa im vắng tiếng chuông
mùa đông nghèo lạnh buốt
thân xác gầy yêu thương...

đường mai mờ bụi đỏ
lối về tan nát xuân
con bên bờ vực thẳm
ngắm mây sầu ly hương.

Mùa đông 1985

BUỔI CHIỀU CỦA MẸ

buổi chiều mẹ ngồi trong sân chùa im vắng
nhìn những cánh dơi lặng lẽ bay về
lòng mẹ như bầu trời hoàng hôn u ám
mẹ không bao giờ hiểu nổi
đồng tiền sấp ngửa điêu ngoa
trên tay những tên phù thủy
nên hằng đêm mẹ vẫn nguyện cầu

"cách mạng nói tự do lâu rồi đấy nhỉ"
sao những đứa con mẹ chưa thấy về
sao vẫn thấy những lao tù phơi xác
cùm gông những thằng con yêu Tổ quốc quê hương
những đứa cháu bỏ trường ngơ ngác
đầu đường cuối chợ lang thang
đứa con gái âm thầm hay khóc
rừng mênh mông khép kín yêu thương
"cách mạng bảo thống nhất đoàn viên"
sao con mẹ vượt trùng dương
lưu đày khắp cùng trên thế giới
hay vùi thây cõi xa nào mờ mịt đớn đau

hơn sáu mươi năm rồi
mẹ đã nổi trôi theo dòng lịch sử
mẹ đã chờ mong cha con
lên rừng xuống biển
theo dấu chân cứng đá mềm
mỏi mòn thương nhớ
mẹ đã ngậm miếng gừng cay
cắn hạt muối thủy chung xót dạ
mẹ đã thấy những lá cờ đổi thay
trước sân đình thị xã
mẹ vẫn thấy đời vui như cỏ hoa
"bây giờ cách mạng nói hòa bình"
nhưng sao lòng mẹ nghe sầu ghê quá
sự gian dối hằng ngày cho mẹ những hoài nghi
mỗi đứa con phương trời chia ly hiu hắt
còn mẹ một mình ngồi câm lặng đau thương
dưới mái chùa xưa
im vắng tiếng chuông

những vì sao rớm máu thê lương
và bóng đêm đang treo cổ quê hương
không một lời kinh cầu nguyện
miền yêu thương dày đặc những oan khiên
tháng năm đày đọa sống
lệ nghìn năm oan nghiệt vẫn chưa tan
mẹ khổ đau yêu dấu mãi Việt Nam!

THÀNH PHỐ BUỒN TỪ KHI XA VẮNG MẸ
tặng anh Thái Tú Bình
và hai em Thái Tú Hòa, Thái Tú Phong

cả triệu bài thơ hóa thành vô nghĩa
trước điện thư mẹ vĩnh viễn lìa đời
hồn như đá kim cương tan thành lệ
mẹ đi rồi tang trắng cả biển khơi

trời đêm nay không vì sao lấp lánh
chuyện thần tiên cất giấu mãi trong lòng
thuở ấu thơ mẹ ru bằng sữa ngọt
lời ca dao êm ả giấc trưa nồng

mẹ trìu mến giàu sang tình nhân ái
lối mẹ về sen tỏa ngát trong tâm
lời kinh nguyện như suối nguồn dịu mát
rừng muôn năm thường trụ bóng tịnh an

đường cơm áo quẩn quanh nơi xó chợ
đường tử sinh từng bước nhỏ chùa quê
mẹ chỉ có nụ cười như mây trắng
bầu trời xanh thanh thản lối đi về

mẹ dạy con hãy sống đời đạo hạnh
đừng trao người quà tặng xót xa đau
đời phù vân sớm chiều nương cõi tạm
nghĩa gì đâu mãi thù hận dài lâu

mẹ trầm mặc như sông Thu hiền triết
con chạy theo hư ảo bạc mái đầu
Phố già nua ngàn năm hoài đứng đợi
chuyện đất trời – chuyện khói lửa – biển dâu

hòa bình đến tưởng chừng xuân hội ngộ
lệ chưa khô trên đôi má hôm nào
mẹ khóc những thằng con chia tám hướng
nghiệt ngã đọa đày biền biệt rừng cao

có phải trăm con ngàn xưa lưu lạc
đứa đầu non – đứa dặm biển ngàn phương
tiền nhân đã viết thành trang huyết sử
ta bên trời lỡ vận mất quê hương

thôi hết rồi kỳ quan tuyệt vời nhất
nơi viễn phương màu nắng cũng hoang sơ
thành phố buồn từ khi xa vắng mẹ
trong lòng con hiu hắt cả trời thơ

mai con về soi tìm trong cổ tích
mẹ Việt Nam bia đá vẫn ngàn năm
chuông Đại Nguyện trùng tu hồn mấy kiếp
hoa Vu Lan bừng nở ngát hương trầm.

NÉN HƯƠNG GỬI VỀ CHA

cha đã xa rồi khuất núi sông
rồng thiêng đã trở lại non bồng
lòng khe suối cạn lời âu yếm
bóng lá cây rừng khoác áo tang thương

giây phút ngàn trùng đau tử biệt
mấy phương trời thương xót nhớ đàn con
mẹ nhỏ lệ u sầu hoen cỏ mộ
lối đi về thầm lặng nỗi cô đơn

thôi hết rồi tiếng cha cười trong ký ức
như vầng trăng tỏa ngát nôi con
nuôi khôn lớn trong vòng tay trìu mến
nắng mưa đùm bọc mái quê nghèo

cha lo từng hạt sương hiu hắt lạnh
khắc khoải từng đêm liếp gió thu đông
nay đã hết đèn khuya vắng lạnh
lời ru buồn lịm tắt giữa hư không.

con tưởng nhớ khi cha nằm xuống
không nén hương sưởi ấm mộ phần
không tiếng kinh nguyện cầu siêu thoát
cơn mưa sầu giăng kín đau thương

hạc nội mây ngàn xa cách mãi
bên trời con vẫn trắng đôi tay
một kiếp phù sinh cơn gió thoảng
ngậm ngùi con khóc giữa khuya nay…

(trích *Suối Nguồn Tâm Thức*)

THANH MAI

VU LAN NHỚ MẸ

Người còn mẹ nhưng con thì đã mất
Bốn mươi năm chỉ gặp được trong mơ
Mẹ yêu ơi con hối hận vô bờ
Ngày mẹ sống đã không tròn hiếu đạo!

Mẹ của con suốt cả đời tần tảo
Lo gia đình từ lúc tuổi còn thơ
Kiếp hồng nhan gian truân mãi không ngờ
Chồng chinh chiến phương xa còn tình bạc.

Nuốt lệ cho gia đình không tan nát
Ngậm đắng cay cho con khỏi tan bầy
Mẹ hao gầy chẳng than thở buông tay
Bầy con nhỏ vô tư nào hay biết.

Rồi nước mất, nhà tan, người ly biệt
Chồng vào tù mẹ xoay sở thăm nuôi
Của phù du lần lượt đến chợ trời
Đổi manh áo, miếng cơm qua ngày tháng.

Đám con mẹ tương lai không tươi sáng
Lý lịch đen cơ cực giữa dòng đời
Đứa xích lô, đứa lăn lóc chợ trời
Đứa dầm nước để mò cua bắt ốc.

Rồi cha về với thân tàn teo tóp
Tiếng ra tù nhưng vẫn mất tự do
Thương chồng con mẹ cắt ruột tìm lo
Đường vượt biển tìm tự do thật sự.

Chúng con đi không chút gì do dự
Không lắng lo mẹ đơn chiếc một mình
Không biết là mẹ đã phải hy sinh
Giấu trọng bệnh tiễn chồng con biệt xứ.

Mẹ một mình chiến đấu cơn bệnh dữ
Mặc ung thư hành hạ tấm thân còm
Chờ chồng con đến bến đỗ an toàn
Vào bệnh viện mẹ thí thân lay lắt.

Mẹ mổ xong không người thân chăm sóc
Không có con bên cạnh để đỡ đần
Lại không tiền để bồi bổ tấm thân
Không thuốc tốt để bớt cơn đau đớn.

Công sinh thành nuôi đàn con khôn lớn
Nhưng buồn thay đều là lũ vô tình
Chỉ lo thân ích kỷ biết cho mình
Cùng đành đoạn bỏ mẹ già đơn chiếc.

Cứ nghĩ đến lòng con như muối xát
Mẹ một mình không chống nổi buông tay
Tận phương xa con cái chẳng ai hay
Để được nghe lời mẹ hiền trăng trối.

Lòng mẹ hiền không thứ gì sánh nổi
Mất mẹ như trời mất hết mây xanh
Như biển đêm toàn sóng dữ vây quanh
Con lạc lõng, bơ vơ và yếu đuối.

Con thèm lắm được nghe lời mẹ nói
Nghe mẹ ru bằng tiếng hát lời thơ
Và được nghe mẹ kể chuyện đời xưa
Có Công Chúa, có bà Tiên, chú Cuội.

Con còn nhớ dáng mẹ ngồi cặm cụi
Trong đêm thâu đan từng mũi chỉ len
Từng đứa con từng chiếc áo kết nên
Bởi tình mẹ bao la và ấm áp.

Mẹ của con dịu hiền nhưng cứng cáp
Dù gặp nhiều nghịch cảnh vẫn lạc quan
Lúm đồng tiền duyên dáng giọng giòn tan
Nụ cười ấy thật tươi con vẫn nhớ.

Nhiều đêm hè mẹ cùng con hóng gió
Ngắm biển đêm, ngắm thành-phố-chân-trời
Hình ảnh kia thật rực rỡ, rạng ngời
Như thành phố phương Tây xa vời vợi.

Rồi mẹ ước mong gia đình được tới
Phương trời kia có cuộc sống tự do
Sống bình an và có được ấm no.
Có điều kiện giúp bà con cô bác.

Mẹ còn ước được đi nhiều nước khác
Cùng chồng con du lịch bốn phương trời
Được cùng nhau san sẻ đến cuối đời
Và được sống đến khi nhìn thấy cháu!

Nhưng ơn mẹ chúng con chưa đền báo
Mộng chưa thành mẹ đã bỏ con đi
Vẫn biết rằng câu sinh ký tử quy
Nhưng vẫn ức vì mẹ hiền vắn số.

Ngày Vu Lan người cài bông hồng đỏ
Cười thật tươi bên cạnh mẹ của mình
Con ngậm ngùi cài hồng trắng mong manh
Sao nhớ quá những ngày xưa còn mẹ!

(sưu tập)

THANH NGUYÊN

 *Tên thật Lê Thị Thanh Nguyên, sinh năm 1959 tại An Giang. Hiện sống tại TP.HCM. Đã có 4 thi phẩm in riêng và 2 in chung.*

NGÀY XƯA CÓ MẸ

Khi con biết đòi ăn
Mẹ là người mớm con muỗng cháo
Khi con đòi ngủ
Mẹ là người thức hát ru con
Bầu trời trong mắt con
Ngày một xanh hơn
Là khi tóc mẹ
Ngày thêm sợi bạc

Mẹ có thành hiển nhiên trong trời đất
Như cuộc đời không thể thiếu trong con
Nếu có đi vòng quanh quả đất tròn
Người mong con mỏi mòn
Vẫn không ai ngoài mẹ

Cái vòng tay mở ra từ tấm bé
Cứ rộng dần theo con trẻ lớn lên
Mẹ là người đã đặt cho con cái tên riêng
Trước cả khi con bật lên tiếng mẹ

Mẹ là tiếng từ khi bập bẹ
Đến lúc trưởng thành
Con vẫn chưa hiểu hết chiều sâu
Mẹ có nghĩa là bắt đầu
Cho sự sống, tình yêu và hạnh phúc

Mẹ có nghĩa là duy nhất
Một bầu trời, một mặt đất, một vầng trăng
Mẹ không sống đủ trăm năm
Nhưng đã cho con dư dả nụ cười tiếng hát

Mẹ có nghĩa là ánh sáng
Một ngọn đèn thắp bằng máu con tim
Mẹ có nghĩa là mãi mãi
Là cho đi không đòi lại bao giờ

Nhưng có một lần mẹ không ngăn con khóc
Mẹ không thể nào lau nước mắt cho con
Là khi mẹ không còn
Hoa hồng đỏ từ đây hóa trắng

Cổ tích thường khi bắt đầu
Xưa có một vị vua hay một nàng công chúa
Nhưng cổ tích con
Bắt đầu từ ngày xưa có mẹ.

VỀ MÙA XOÀI MẸ THÍCH

Quả xoài xưa mẹ thích
Cứ gợi mãi trong con
Cái hương thơm chín nức
Cái quả bé tròn tròn.

Khi cây xoài trước ngõ
Lấp ló trái vàng hoe
Đủ nhắc cho con nhớ
Mùa hạ đã gần về.

Cầm quả xoài của mẹ
Cầm cả mùa trên tay
Cắn miếng xoài ngọt lịm
Vị đầu lưỡi thơm hoài.

Vô tình hay hữu ý
Xoài mang hình quả tim?
Riêng con thì con nghĩ
Đấy lòng mẹ ngọt mềm.

Tóc xõa rồi tóc búi
Một đời mẹ chắt chiu
Xoài non rồi chín tới
Quả lủng lẳng cành treo.

Nghe hương xoài bay theo
Từng bước chân của mẹ
Thơm lựng vào lời kể
Những câu chuyện đời xưa.

Ngỡ hạt mưa đầu mùa
Là hột xoài trong suốt
Nhìn vỏ xoài mẹ gọt
Con gọi: cánh hoàng lan...

Ngỡ như cả mùa vàng
Nằm trong bàn tay mẹ
Trọn một đời thơ bé
Ướp lẫn với hương xoài.

Nhưng rồi có một ngày
Trái xoài già rụng cuống...
Tháng hạ không đến sớm
Dù cho quả xoài vàng.

Tháng hạ không đến muộn
Đủ nhắc con mùa sang
Ngào ngạt khắp không gian
Hương xoài xưa mẹ thích.

THÀNH TÔN

Tên thật Lê Thành Tôn, sinh ngày 9/9/1943 tại Đại Lộc – Quảng Nam. Khóa 25 Bộ binh Thủ Đức. Đi tù từ 1975-1982. Định cư tại Quận Cam, California từ 15/1/1997. Viết trước năm 1975. Đã xuất bản 1 thi phẩm in chung, 1 thi phẩm in riêng.

HƯƠNG KHÓI

con trở về cúi đầu lên gối mỏi
cha đi rồi nước mắt chảy vòng quanh
nghe trống rỗng âm hằng lên tiếng gọi
và ngậm ngùi thân phận lá cây xanh

cái chết đã sống lâu từng ý nhớ
khói hương nào thắp sáng vàng bi thương
con cầu nguyện để nghe lòng run sợ
cái vô cùng trong bé bỏng thê lương

mẹ nhỏ giọt tình chan lên nấm mộ
con rã rời từng sợi máu lưu thông
chị xa cách thảm thương nhòa tiếng khóc
cháu ngậm ngùi trong cái chết người ông

ôi tất cả trở về xanh cát bụi
còn lại đây một chút nắng linh hồn
cha nằm xuống theo chiều sông hướng núi
con dại khờ, mẹ chiếc bóng hoàng hôn

một chút khói hắt hiu hồn kẻ chết
con trở về như người sắp ra đi
cuộc chiến đó, cha nằm đây mỏi mệt
đằng sau lưng ranh giới những biên thùy.

THƯ CHO MẸ

trên xứ sở xanh xao từng tiếng súng
trong hồn người dấu đạn đã chia phe
con ôm ngực từng đêm đau tiếng động
và từng đêm đường máu muốn lui về

thân sỏi đá len dần trong vô vọng
con quay đầu bỡ ngỡ ngắm dung nhan
cha nhát cuốc tình thương nuôi ý sống
xanh dần lên hương nội phấn hoa ngàn

mẹ hiu hắt đèn chong đêm ngóng đợi
nhà phên thưa gió thấm lạnh câu hò
núi sông cũng ngậm ngùi theo tay với
của thằng em đói cả tiếng ru hời

tôi bất lực như quê hương nhỏ bé
nhìn người thân dần khuất bóng tre buồn
nghe nỗi nhớ lớn dần lên dáng mẹ
hình ảnh cha trong xứ sở xa nguồn

con ở đó thân gầy tay yếu đuối
làn da nhăn, mái tóc bạc bơ phờ
thư cho mẹ cùng xóm thôn cát bụi
nghe hồn hiền hơi lạnh bốc như thơ

cha nằm xuống giữ quê hương mòn mỏi
mảnh đất sầu có tiếp thịt xương không?
mẹ ở lại đớn đau mềm sợi khói
thắp cho lòng? con cháu? cho non sông?

NÓI VỚI MẸ TỪ ĐÀ LẠT

từ đỉnh sương mù chảy vào thung lũng
những vồng rau xanh biếc ý tình người
từng chiếc lưng cong cần cù làm lụng
bản tình yêu lên sắc lá hoa tươi

con chợt sững sờ, hình cha dáng mẹ
trên quê hương một thuở cuốc vun trồng
nuôi tình đất thâm sâu từ tấm bé
tỏa rợp lòng con phấn nội hương đồng

cũng những bóng hình cuốc cày linh động
rất thiên nhiên trong biếc lá xanh cành
tình cấy xuống đất phì nhiêu ý sống
hồn ngập ngừng theo nhát cuốc thâm canh

cũng những chiếc gàu tưới vào lòng đất
suối mồ hôi cha mẹ kết nên tình
hình ảnh đó ngọt ngào như tuổi mật
nở bao la tụ đọng vô hình

ơi cuộc sống hồn nhiên loài thảo mộc
mọc thơ ngây trong ý đất tình người
đâu còn nữa từ ngày cha xuôi vóc
lòng quê hương đau xé nét môi cười

đâu còn nữa làng quê đầy bóng lá
dấu chân người cỏ tiếp cỏ ngập ngừng
biệt vườn tược mẹ phố phường tủi lệ
thèm một vồng rau ánh mắt rưng rưng

thèm luống đất, dù khô cằn sỏi đá
cũng đủ tình lên thớ mạch thơm nồng
ơi bóng nắng chao xanh hồn thảo dã
tuổi già nua thương nhớ ruộng nương hồng

cha lòng đất, mẹ phương trời cô quạnh
con đó đây như một cánh chim trời
hình ảnh đủ sống lên niềm bất hạnh
trong vồng rau, luống cải đất quê người.

(trích *Thắp Tình*)

THIẾU KHANH

 *Tên thật Nguyễn Huỳnh Điệp, sinh năm 1942 tại Bình Thạnh, Tuy Phong, tỉnh Bình Thuận. Cựu Sĩ quan VNCH. Hiện ở TP.HCM. Đã xuất bản một tập thơ riêng, nhiều tập thơ chung và trên 50 tác phẩm chuyển sang Anh ngữ.*

MẸ

Mẹ ngồi nhai miếng trầu cay
Chênh vênh bóng nhạt tháng ngày héo hon
Bên trời lận đận thân con
Mây chia góc biển đầu non lạ lùng

Nửa khuya giấc ngủ lưng chừng
Tưởng khua bão sóng đêm rừng gió bay
Phai màu tóc mẹ không hay
Nhà thưa bếp lạnh tháng ngày quạnh hiu

Long đong nắng sớm sương chiều
Đăm đăm mắt mỏi xiêu xiêu bóng dài
Một đời chưa thấy tương lai
Mà xuân thắm nhạt vàng phai bao giờ

Mẹ quen tháng đợi năm chờ
Ba đi theo nước ngày xưa không về
Bây giờ đến lượt con đi
Súng rền rĩ đất khói nghi ngút trời

Theo con lòng mẹ xé đôi
Đứa nơi rừng núi đứa ngoài biển sông
Mịt mù Nam Bắc Tây Đông
Đạn bom đâu cũng dội lòng mẹ đau

Mẹ ngồi đổ bóng non cao
Trăm năm bóng mẹ hóa màu thời gian.

THY AN

Tên thật Nguyễn Thế Tài, sinh năm 1952 tại Sài Gòn. Hiện định cư tại Bruxelles – Bỉ. Đã xuất bản hai thi phẩm.

TIỄN MẸ

một cõi mây hồng
lãng đãng ở trời sâu khóe mắt
chút bụi ta bà đọng lại tóc bơ vơ
dăm chữ ngu ngơ trôi dạt mấy bến bờ
buồn tiếc nuối
trải trên những mến thương thầm lặng

hoa đã nở trên vòng tay bạc trắng
tiếng Di Đà rụng xuống những hồi kinh
nghe thiên thu nhỏ thấm giọt ưu tình
lời tiếp dẫn đón hương linh thanh thản

đi một bước nghe tiếng đời quên lãng
về một nơi yên lặng cõi phương Tây
xa thật xa bao hình ảnh dâng đầy
tiếng Phật độ, bóng Chân Như ẩn hiện

trước di ảnh, vẫn nhớ lời phước thiện
khói hương trầm lan tỏa phẩm Báo Ân
sinh ký, tử quy
giọt tiếc thương nén lại vô ngần
tiễn từ mẫu, nguyện tâm thân về Cực Lạc.

dâng hương linh Mẹ, tháng Sáu/ 2008, Bruxelles

TIỂU LỤC THẦN PHONG

Tên thật Nguyễn Thanh Hiền. Hiện định cư tại Atlanta, GA. Đã xuất bản 5 thi phẩm và 1 tập truyện ngắn.

NGÀY LỄ CHA

Ngày của mẹ muôn hương hoa khoe sắc
Tỏ lòng hiếu thay lời nói tạ thâm ân
Công sinh dưỡng lao nhọc tảo tần
Suốt một đời nuôi con khôn lớn
Ngày của cha dường như vắng lặng hơn
Vì trượng phu như đại thụ giữa rừng già
Giáo dưỡng con bằng tình thương cao cả
Ngày qua ngày cha hiển hiện trong ta
Có những nỗi khổ cha không hề thố lộ
Mà buồn lo trong ánh mắt đăm chiêu
Lớn lên rồi giờ thì con mới hiểu
Khổ nhọc thân tâm vì sinh kế ưu phiền
Thâm tâm con luôn thương nhớ cha hiền
Con bất lực nhìn thời gian tàn phá
Làm suy hao thân thể cha già
Thương cha lắm lòng vẫn luôn cầu nguyện
Mong cha vui an lạc giữa cõi vô thường
Ngày của cha đâu chỉ là hôm nay
Ngày nào cũng là ngày cha mẹ cả
Thì thầm tạ ơn cha mẹ
Dẫu viết ngàn trang cũng không thể nói hết lời
Nguyện ghi nhớ suốt đời.

RẰM VU LAN NHỚ MẸ

Con lên chùa lễ hôm rằm
Thì thầm khấn nguyện khói trầm phất phơ
Trọn năm qua đến bây giờ
Ngày ơn cha mẹ lại về hôm nay

Thương mẹ khóe mắt cay cay
Đẻ đau mang nặng người hay chăng người
Lo toan vất vả một đời
Nuôi con khôn lớn biển trời công lao

Thân này từ giọt máu đào
Hình hài nên dáng mẹ hao hớt mòn
Làm sao báo đáp cho tròn
Lên chùa lễ Phật lòng con hướng về

Tấc lòng con trẻ đơn sơ
Cầu cho cha mẹ mọi bề lạc an
Mẹ ơi mong mẹ vững vàng
Tháng ngày ngắn ngủi trần gian lụy phiền

Hôm rằm mẹ tế tổ tiên
Mẹ cha là Phật đầu tiên ở nhà
Con quỳ lạy tạ Phật Đà
Nhớ người vạn dặm đường xa không cùng

Đêm rằm trăng sáng mông lung
Mùa Vu Lan lại muôn trùng nhớ thương
Mẹ ơi trong cõi vô thường
Học lời Phật dạy dựa nương bồ đề

Trăm năm này cuộc đi về
Trọn đời ơn mẹ không hề lãng quên.

TRẦM HƯƠNG

Tên thật Bùi Thị Thủy, sinh năm 1963 tại Bến Tre. Hội viên Hội Nhà văn Việt Nam và nhiều hội nghệ thuật, khoa học khác. Đã xuất bản nhiều tác phẩm gồm: tiểu thuyết, truyện ngắn, truyện dài, kịch bản, thơ. Hiện ở TP.HCM.

HAI ĐỜI LÀM MẸ

Con trở về sau cuộc chiến tranh
Không chàng trai nào đưa tiễn
Không còn nữa lời thề non hẹn biển
Mẹ là người duy nhất đón đưa con

Ừ, thì con về với mẹ
Ngôi nhà ta bao năm rồi đơn lẻ...

Mẹ hái hoa bưởi về gội tóc con đây
Mái tóc xanh dài dưới bàn tay nhăn của mẹ
Vòm ngực con vẫn căng tràn sức trẻ
Mẹ run lên khi chạm vào đôi chân ngà ngọc của con
Gửi lại chiến trường
Sự lặng im còn đau đớn hơn ngàn lần tiếng nấc!
Con ơi, làm sao mẹ quen được nỗi mất mát này!

Bầu trời hòa bình quá cao xanh
Vườn nhà ta sum suê hoa trái
Mẹ thèm khát bồng bế trẻ thơ
– Mẹ ơi, ai lấy con nữa bây giờ!

Tiếng thở dài theo gió bay đi
Đêm đêm ánh trăng ngập tràn căn phòng trinh nữ
Ngực trần tắm hương đồng cỏ nội
Bầu vú cong như dấu hỏi
Mẹ già quá thì sinh nở
Con còn trẻ sao không lấy được chồng?
Bất chấp mất mát
Bất chấp tủi hổ
Đôi mắt trinh nữ đầm đìa dòng lệ
Lóng lánh dưới trăng khuya...

Rồi một đêm
Có người đàn ông đến với căn phòng trinh nữ kia
Lặng lẽ lẩn vào bóng tối
Bí mật như lời thề

Ngôi nhà không có trẻ thơ
Sợ nỗi cô đơn và lụi tàn hơn búa rìu dư luận
Ừ, thì có chi đâu mà sợ
Con còn trẻ mẹ lành lặn đôi chân
Mẹ con mình tựa nhau mà sống
Con mang thai chín tháng mười ngày
Mẹ mang giùm con suốt đời gánh nặng.

(trích *Tuyển tập thơ Việt Nam Hiện Đại*)

TRẦN DZẠ LỮ

Tên thật Trần Văn Duận, sinh năm 1949 tại Ngọc Anh – Huế. Khởi viết năm 1960. Hiện ở TP.HCM. Đã xuất bản 4 thi phẩm.

CUỐI NĂM NGHE TIẾNG CÒI TÀU NHỚ MẸ

Mẹ ơi, nghe tiếng còi tàu
Lòng con như có mối sầu đâm ngang!
Quê Nhà chắc sắp sang xuân
 Vườn xưa hương bưởi thơm lừng phải không?

Từ con là gió muôn trùng
Bao nhiêu cái Tết rồi không kịp về
Mỏi mòn mắt mẹ cuối quê
Giờ này chắc đóa tường vi nở rồi?

Trông con hết đứng lại ngồi
Vậy mà, con vẫn bên trời tha phương
Mẹ ơi xin Mẹ bớt buồn
Thế nào con cũng sẽ bươn bả về...

CHỈ BÊN MẸ

Nhìn vẻ phớt đời bên ngoài của em
Ai cũng nghĩ một con người lãng đãng
Dáng điệu đàng, thêm nụ cười sáng láng
Đâu ngờ rằng mềm nhũn trái tim xưa?

Chỉ anh biết những lần đội trời mưa
Em lại nhớ quắt quay tình của mẹ
Thèm căn nhà nơi kia là cội rễ
Với lời ru ngọt lịm câu thơ Kiều...

Anh cũng biết em chỉ có tình yêu
Nơi vĩnh cửu là trái tim của Mẹ
Khi vấp ngã chính là nơi có thể
Để quay về rơi lệ với ơn cha!

Hiểu điều này... bao năm sống xa nhà
Anh tự dỗ mình bằng câu nhẫn nhịn
Bởi mất mẹ từ thuở mới mười ba
Nên khao khát Mẹ... "Biển hồ lai láng..."

Quê cũ nớ thì xa như chạng vạng
Đâu mơ chi hạnh phúc thuở quay về?
Anh mừng cho em vẫn còn rau đắng
Bên hiên nhà cùng mẹ hái vân vi...

Em hái mùa xuân như hái cổ thi
Khi ném hết bao muộn phiền dâu bể
Chỉ còn anh... nơi bến bờ thất thế
Đợi vầng trăng hun hút mắt sao khuya...

CẢM ÂN CHA

Con vẫn biết bóng cha như bóng núi
Lặng lẽ nuôi con, lặng lẽ đau đời...
Ơn dưỡng dục làm sao mà quên nổi
Dù bây giờ con ngoài tuổi sáu mươi?

Vì cơm áo, cha lặng lẽ lên đồi
Nơi phố núi rất mù sương Đà Lạt
Ngày mẹ mất, cha không sao về kịp
Chỉ có con vuốt mắt mẹ mình thôi!

Khi trở lại, làm gà trống trong đời
Nuôi chúng con bằng tình cha lao khổ
Là nho sĩ, nên không đành thất thố
Với ơn sâu nghĩa nặng chốn quê nhà...

Đâu ngờ rằng, một mùa xuân nở hoa
Cha âm thầm ra đi, không trăng trối
Con chợt mồ côi cả cha lẫn mẹ
Ai chia lìa mình như rứa hở cha?

Mất cha rồi, sầu ngày tiếp tháng qua
Sự nghiệp, công danh con đành bỏ dở
Phương Nam hành! Kẻ giang hồ lìa xứ
Chiều ba mươi gõ nón hát cuồng ca...

Ngoài sáu mươi, mới làm thơ cho cha
Con không khóc nhưng tim mình lệ ứa
Tìm đâu được người kính yêu xưa nữa
Bóng núi tình, cha che chở đời con?

BÀI THƠ TẶNG MẸ

Cứ mải mê theo tình
Con bay vào xứ mộng
Đâm vô tâm với mẹ
Suốt một thời xuân xanh.

Làm thơ để tặng em
Rung chuông tim thương nhớ
Làm kẻ chài lớ quớ
Bủa niềm đau vô ngôn!

Cứ lẽo đẽo theo em
Quên đường về xứ mẹ
Tương tư người vò võ
Quên luôn cả bóng hình…

Chiều nay qua xứ mộng
Chợt thơm mùi ngâu xưa
Giang hồ sao lóng ngóng
Tiếng của mẹ ầu ơ?

Khi tầng tầng hoài cảm
Con còn lại nỗi buồn
Khi biết yêu quê cũ
Thì mẹ đã không còn…

TRẦN ĐÌNH SƠN CƯỚC

Nguyên quán: Thừa Thiên – Huế.
Hiện định cư tại California – Hoa Kỳ.

MẸ TÔI

Năm xưa
Nhớ mẹ đi tù
Bầy con thơ dại
Lù mù tuổi thơ

Trưa hè
Chị dắt thăm nuôi
Mo cơm bới
Với cục đường
Mẹ ơi

Ôm tôi
Nước mắt mẹ trào
Mẹ nhai cơm khống
Cục đường
Cho con

Mẹ tôi
Nay đã không còn
Cục đường lòng mẹ
Ngọt hoài
Lòng con.

4/2018

CHIỀU SAUSALITO, TIỄN MẸ

Chiều xuân trên vịnh San Francisco
Chim biển bay âm vang lời tiễn biệt
Trên boong tàu tiếng khóc nào thương tiếc
Sóng ngập ngừng lưu luyến Sausalito

Thân xác mẹ hũ tro tròn lạnh buốt
Chúng con ôm như thuở mẹ ấp con
Ơi mẹ ơi từ nay mẹ đâu còn
Thương và nhớ, âm và dương cách biệt

Từng nắm tro mẹ trôi theo dòng nước
Hải lưu buồn xuôi mẹ Thái Bình Dương
Ôi đời mẹ một hải trình sóng ngược
Đi và Về. Đau và Khổ. Yêu Thương

Nhớ xưa mẹ ôm đàn con vượt biển
Đất nước bạc tình mẹ tìm cửa tử
Ba nằm lại nơi trại tù Bắc Việt
Phút lâm chung mơ viên kẹo cầm tay

"Tháng Tư" về mẹ nếm đủ đắng cay
Tấm thân gầy. Trắng tay. Mẹ xoay. Mẹ xở
Ngăn nước mắt mẹ xin Trời cứu khổ
Bước chân liều qua sóng dữ trùng dương...

Biển chiều nay lại tiễn mẹ lên đường
Bao giận thương tan cùng nắng gió
Nhìn bụi tro bập bềnh trên sóng vỗ
Chúng con cúi đầu tiễn mẹ đi xa.

Sunnyvale, 4/2016

ĐƯỜNG XƯA

Nửa đời thăm thẳm đường xa
Buồn vui quê mẹ tưởng là vô can
Đá lăn, lăn lạc lối về
Làng quê đất lạnh mẹ nằm bao năm
Nơi sâu, sâu thẳm lòng con
Vẫn mong vẫn ngóng vẫn còn đường xưa...

CHỨNG TÍCH

Ruộng quê tôi nhỏ bằng vuông sân
Người và trâu nắng dãi mưa dầm
"Tháng tư" về ruộng nương mất trắng
Đêm mẹ ôm "trích lục" làm bằng.

BIỂN ĐAU

Thả bông hồng trôi vào biển khơi
Xác em nơi mô hồn em đâu
Lòng mẹ quặn đau trời bão gió
Sóng biển chiều nay phủ oán sầu.

TRẦN ĐỨC PHỔ

Tên thật Trần Văn Thư, bút danh khác: Trần Bảo Kim Thư. Sinh quán Đức Phổ, Quảng Ngãi. Hiện cư ngụ tại Thành phố London, Canada. Thơ đăng trên các trang mạng trong và ngoài nước.

CON SẼ VỀ

Tám năm đằng đẵng xa quê Mẹ
Nỗi nhớ trong con lớn mỗi ngày
Tám năm Mẹ hẳn khô dòng lệ
Tóc đã như màu mây trắng bay

Ngày đi hẹn chắc dăm năm nữa
Con sẽ quay về, Mẹ chớ lo
Dẫu khắc trong tim lời đã hứa
Mà con thuyền nhỏ vẫn xa bờ

Những chiều đất khách lòng tê buốt
Nhớ chốn quê xưa, bóng Mẹ già
Đứa con lưu lạc chưa về được
Thương Mẹ trông chờ trong xót xa

Tám năm dài quá Mẹ cao tuổi
Nắng mưa ai biết được khi nào?
Giàu nhớ giàu thương giàu buồn tủi
Đêm nằm gặp mẹ giữa chiêm bao

Mẹ ơi đợi nhé nơi thềm cũ
Con sẽ về cười thỏa ước ao.

BÁT CANH RAU CẢI CHIỀU MƯA

Tháng Giêng lất phất mưa bay
Quê người xót dạ nhớ ngày xa xưa
Đâu tô canh cải chiều mưa
Nấu cùng tôm giã hương đưa ngạt ngào

Khoai thay cơm, ngon làm sao
Nhờ bàn tay mẹ trộn vào tình vui
Anh em ríu rít quanh người
Mặt mẹ rạng rỡ mắt cười long lanh

Đời nghèo không thiếu chân thành
Thương yêu đùm bọc dỗ dành sẻ san
Bữa cơm thanh đạm cơ hàn
Mà lòng ghi khắc muôn vàn tình thương

Bây giờ con lạc quê hương
Nhìn mưa thấy bóng mẹ buồn xốn xang
hương canh rau từ đâu sang
mang theo tình mẹ dịu dàng thương yêu

Mở tay... ôm phải buổi chiều
lệ con lệ mẹ hắt hiu mưa đầy
ngày xưa vừa thấy chiều nay
mà sao xa quá, với tay không cùng.

tranh Lê Phổ

TRẦN HOAN TRINH

Tên thật Trần Đại Tăng, sinh ngày 3/8/1937 tại Dương Nổ, Phú Vang – Huế. Tốt nghiệp Đại học Sư phạm Sài Gòn. Khởi viết năm 1952. Qua đời ngày 25/6/2015 tại Đà Nẵng. Đã xuất bản 5 thi phẩm.

CHA TÔI

Mỗi lần thức giấc giữa đêm đông
Tôi nhớ cha tôi đến lạ lùng
Cứ ngỡ bây giờ Người đang sống
Đang trầm tư từng bước trên sân

Khói thuốc cha bay từng sợi buồn
Tan dần trên lối cỏ quanh vườn
Cha nhìn chiếc lá rơi theo gió
Tay vuốt chòm râu trắng điểm sương

Những buổi trời trong mây thanh thiên
Cha ngồi bên chén nóng trà tiên
Miệng ngâm khe khẽ câu Kiều dặm
Cha gật gù theo ý thánh hiền

Tôi nhớ cha tôi luôn dịu dàng
Không lần to tiếng mắng con hoang
Một đời mẫu mực và thanh đạm
Dẫu nhọc nhằn không một tiếng than.

Những sớm Xuân sang hay kỵ, rằm
Nghiêm trang khăn đóng áo the thâm
Bàn thờ tiên tổ cha quỳ khấn
Trông đẹp thanh cao vẻ thoát trần

Cha vẫn hay ca nhạc cung đình
Những điệu Nam ai với Nam bình
"Nước non ngàn dặm" buồn man mác
Như tiếc như thương một cuộc tình...

Tôi nhớ cha tôi nhớ vô cùng
Cả thời niên thiếu đẹp vô song
Cha như ngọn lửa hồng đêm tối
Sưởi ấm đường đời con ruổi rong.

(sưu tập)

TRẦN HOÀI THƯ

Tên thật Trần Quí Sách, sinh ngày 6/12/1942 tại Đà Lạt. Giáo chức. Khóa 24 Bộ binh Thủ Đức. Định cư tại Hoa Kỳ năm 1980. Tốt nghiệp Cao học Toán, chuyên viên điện toán Công ty Điện thoại AT&T. Viết trước năm 1975. Thành lập và điều hành tập san Thư Quán Bản Thảo và Nhà xuất bản Thư Ấn Quán (cả hai hiện còn sinh hoạt). Đã xuất bản 30 tác phẩm văn, thơ, tùy bút. Có công sưu tập, ấn hành nhiều bộ sách văn học thời Việt Nam Cộng Hòa.

VỊN MẸ, VỊN CHA

1.
Lan can mẹ,
　　　　mẹ khom lưng
Để con được vịn,
　　　　khỏi cần nhón chân
Đứng bên mẹ,
　　　　bé vô cùng
Thấy như tay mẹ sẵn sàng dẫn con…

2.
Lan can ba,
　　　　ba thẳng lưng
Ba dạy con,
　　　　chân đạp bùn mà đi
Con nhón chân,
　　　　con đưa tay
Con vịn ba với cái đầu
　　　　　　ngẩng lên…!

TRẦN HOÀNG VY

Tên thật Trần Vĩnh, sinh năm 1952. Quê Bình Thới, Bình Sơn – Quảng Ngãi. Viết văn, làm thơ từ khi còn là học sinh, sinh viên. Sống, dạy học và sáng tác tại Gò Dầu, Tây Ninh. Có bài đăng trên tạp chí, sách, báo trước năm 1975; và phổ biến trên các trang mạng văn học nghệ thuật, sách, báo, tạp chí sau năm 1975 tại Việt Nam và hải ngoại.

CHA LÀ

Cha là hạt muối đại dương
Ướp cho con những tình thương mặn mà

Cha là gió mát đồng xa
Tuổi thơ con với cỏ và hoa lau

Những chiều tan học chăn trâu
Vi vu tiếng sáo trên bầu trời xanh

Cha là giọt mưa mái tranh
Là lu nước mát ngọt lành hạ trưa

Cha là cổ tích ngày xưa
Anh em, bó đũa... cha vừa dạy con

Cha là sông núi, nước non
Đắp vun con để vuông tròn ngày nay!

CHỌN MỘT ĐÓA HỒNG TRONG MÙA VU LAN

những đóa hồng nhung hồn nhiên khoe sắc thắm
dịu dàng hồng bạch ướt sương
tôi đứng bên đường
ngẩn ngơ nhìn dòng người mùa Vu lan về hội...
cô gái trẻ chọn cho mình đóa hoa hồng đỏ
cài lên ngực áo thanh tân
chú bé đánh giày, chọn đóa hoa hồng bạch
bước đi dáng nhỏ ngại ngần!
đã rất lâu rồi... tôi không muốn chọn hoa
cha mẹ đôi bên đã không còn nữa
cài màu trắng... xót xa
màu hồng đã có cháu, con tôi chọn lựa?
hôm nay đứng trước những đóa hoa hồng
tôi nhìn trời xanh, mây trắng
những dòng người thầm lặng
có ai... chẳng thật lòng nghĩ về cha mẹ không?
mỗi người một chọn lựa
ngày xưa bên bậc cửa
mẹ già mỏi mắt chờ con
giờ mẹ không còn nữa,
mới nhận ra mình đóa-hoa-chờ-mong
giá mà được chọn
tôi trở về quỳ bên gối mẹ tôi
tôi trở về cõng cha đi tắm
và tặng người đóa-hồng-xanh-tinh-khôi...!

Vu Lan mùa viễn xứ, 2017

CHA

Cha giờ sương khói quê xa
Còn thương núi Ấn, sông Trà đậm sâu
Mây bay có nối nhịp cầu
Về trong hương khói bên bầu bạn xưa?

Cha giờ như những hạt mưa
Tắm đời con thuở đón đưa nhọc nhằn
Thương cha trong nỗi ăn năn
Con làm cha. Thấu vết hằn đời cha...

Đất quê, nấm mộ gần, xa?
Cha là sương sớm, cỏ hoa tươi màu
Qua rồi những tháng năm đau
Nỗi sầu cố xứ nhuốm màu ly hương

Giờ cha Cực Lạc – Tây Phương
Câu kinh truy điệu nghe dường mây trôi
Đời cha lở, đời con bồi
Chiều nay thắp nến. Con ngồi nhớ cha...

TRẦN HỒNG CHÂU

Tên thật Nguyễn Khắc Hoạch, sinh ngày 15/5/1921 tại Hưng Yên, Bắc Việt. Luật sư, du học Pháp. Dạy Đại học Văn Khoa và Sư phạm Sài Gòn. Định cư và dạy đại học tại Hoa Kỳ. Qua đời ngày 7/12/2003 tại California. Có 7 tác phẩm đã xuất bản, gồm thơ và biên khảo.

BỐ NẰM XUỐNG

Bố nằm xuống đất rồi càng thương bố
đời loạn lạc
hậu vận bố con mình chẳng ra gì!
Bố thèm chén rượu nhạt
(một đôi khi thôi, đâu có nghiện ngập gì!)
con cũng chẳng có tiền mua
túi sạch sành sanh
sau mấy chuyến đi chui chẳng thành công
Bố muốn bộ đồ xá-xị tầm thường
để bận cho thoải mái
con cũng chỉ mua được vải tám lai rai
Trông bố ăn
rất ngon lành
củ khoai lang buổi sáng
con muốn khóc quá trời!
Đời loạn lạc
chó nhảy bàn độc
hậu vận bố con mình chẳng ra gì!

Bố đi bộ suốt Chợ Lớn Mới
về Đại Thế Giới
để dành tiền vé xe buýt
bố mua hai đồng ô mai
một gói đậu phụng
Bên cửa bếp
hai bố con ngồi nhấm nháp
vị xí muội mặn chát
chua ơi là chua
ôi men đắng cuộc đời!
ngọn gió nào đã thổi tứ tung
vỏ lạc lá vàng bay
Hai bố con lặng lẽ
cắn từng miếng me khô
muối ớt cay cay
từng quả cóc ngâm đường
dôn dốt ngọt chua
Bố bảo: bố con mình thế mà gân ra phết!

Bố nằm xuống đất rồi, lại càng thương bố
đời loạn lạc...

(trích *Nhớ Đất Thương Trời*)

TRẦN LÝ TƯỜNG LAN

Tên thật Trần Thị Lan, sinh năm 1957 tại Đà Nẵng. Hiện ở Hội An. Xuất thân giáo chức, đã hưu trí.

TIỄN BIỆT

mẹ ngã sát trước mặt con
ráng sức đỡ mẹ hết hồn gọi vang
chiếc cyclo chạy vội vàng
cổng đa khoa mở mẹ sang kiếp rồi

con không kịp khóc thành lời
nước mắt chao đảo đất trời chênh vênh
bóng người mờ nhạt hai bên
giữa ngày dày đặc bóng đêm lạnh lùng

vịn xe rối bước ngập ngừng
chiếc xe đò mẹ đứng cùng với ba
nghiệp chủ nuôi sống cả nhà
sao mẹ vội bỏ đi xa một mình

nhánh mai tết còn trong bình
nụ búp nụ nở thình lình vô duyên
cầm nhang con đứng lặng yên
vòng hoa hàng liễn nghiêng nghiêng cúi đầu

mẹ ơi hồn mẹ về đâu
trời cao hay dưới đất sâu bây giờ
bỗng dưng mọi thứ xô bồ
cùng tan trong cõi hư vô tức thì

cái gì nằng nặng hàng mi
hóa ra con hết lầm lì, khóc đây
lệ không đựng đầy bàn tay
chỉ vừa đủ ướt lòng lay lắt buồn

con không kịp đỡ mẹ thương
vì sao mẹ ngã bất thường bên con
năm mươi bốn tuổi mẹ còn
yêu đời bên đám cháu con kia mà

nói gì mẹ cũng đã xa
con mồ côi mẹ thương ba bỗng già
"con gái con của người ta"
không đâu con vẫn con ba mẹ hoài.

NÚI NGUỒN TÂM CẢNH

cha mẹ đầy tình nghĩa
mang nặng một đời con
hai đĩa cân ngang ngửa
không bên nào nặng hơn

sao con hay nhắc mẹ
dường như lơ là cha
điều đó thường dễ nhận
qua âm nhạc thi ca

người làm thơ viết nhạc
chiếm tỉ lệ nhỏ thôi
nhưng trực tiếp phổ biến
mẹ có phần được lời

tôi tâm hồn nhi nữ
trong thân xác nữ nhi
thương cha ngang thương mẹ
dù cũng có đôi khi…

mẹ thường cho roi vọt
nhưng cha đánh đòn đau
tôi bù qua sớt lại
yêu thương vẫn ngang nhau

mẹ tôi mất năm bốn
cha tôi đi tám hai
tôi theo chồng rất sớm
xa cha mẹ lâu dài

đây là theo sự thật
trong cuộc sống đời thường
theo tự nhiên bản tính
vẫn gần cha mẹ luôn

mẹ mất tôi khóc ngất
cha chết tôi chỉ buồn
chẳng qua tùy hoàn cảnh
đón nhận những vết thương

chừ tôi chưa già lắm
mỗi ngày còn soi gương
vẫn nhìn thấy cha mẹ
qua từng ngày dâng hương

ơn nghĩa đâu cần kể
lòng mẹ cha thế nào
đã bốn con tôi hiểu
công đức dày ra sao.

TRẦN MẠNH HẢO

Dùng tên thật, sinh ngày 21/7/1949 tại Nghĩa Phú, Nghĩa Hưng – Nam Định. Sang Nga năm 1988. Hiện sống tại TP.HCM. Ủy viên Hội đồng Thơ của Hội Nhà văn Việt Nam. Đã xuất bản 17 tác phẩm, gồm thơ và tiểu luận.

ĐÊM MẸ SINH CON

Đêm mẹ sinh con chiến tranh bão tố
Trăng oa oa chú Cuội chào đời
Mái trời thủng nghìn vì sao lỗ chỗ
Sao nhòe nước mắt sấm mồ côi

Mẹ xá đêm đen làm tã lót
Cột con vào vũ trụ cuống nhau thai
Mẹ cắt rốn cho con bằng tiếng khóc
Đau xé mình cho thế giới hình hài

Chân con đạp tìm khoảng không rối rít
Miệng vội tìm vú mẹ khỏi bơ vơ
Con đâu biết đích đời mình là cái chết
Mẹ khẽ ru con đừng sợ nấm mồ

Đêm mẹ sinh con sao băng rơi mất
Kìa quỷ vương đeo mặt nạ thần linh
Trút sự sống cho con mẹ nằm lịm ngất
Con thét chào đời trăng mọc ngỡ bình minh...

Sài Gòn, đêm 20/7/2015

MÙA THU KHÓC

Mùa thu ấy ngỡ là thu độc lập
Gió bị thương thổi dập lá ngô đồng
Cơn lốc đỏ muốn nghiêng trời lệch đất
Mẹ lặng buồn thu đổ ngập lòng sông

Ai ngồi xót những hồn thơ bị giết
Lệnh cấm buồn, cấm cả lá vàng rơi
Nhạc vàng cuốn theo mối tình thu chết
Tàn thu đang xử án các chân trời...

Ôi đất nước buồn theo thu Nguyễn Khuyến
Đuổi giặc da trắng đi để rước giặc da vàng
Tự do khóc những mùa thu bị thiến
"Ngỗng nước nào" kêu gió bấc tràn sang... (*)

Xót xa mẹ nghe hồn thu trút máu
Gió heo may xử bắn cây bàng
Không còn chỗ cho thu vàng nương náu
Cúc bẽ bàng nghe gió phất mùa tang...

Sài Gòn, 15/8/2016

(*): "Một tiếng trên không ngỗng nước nào" thơ Nguyễn Khuyến, bài *Thu vịnh*.

ĐỪNG DẮT ANH VỀ TUỔI HAI MƯƠI

Đừng đẩy anh về tuổi hai mươi bức xúc
Đói rét trùm chủ nghĩa khắp quê hương
Anh được dạy căm thù là hạnh phúc
Địa ngục là đây sao lại gọi thiên đường?

Anh đâu có tuổi thanh xuân con cán bộ
"Miền Bắc thiên đường của các con tôi"
Con địa chủ bị coi không bằng chó
Ông nội di cư! Mày không phải là người...

Bụng kiến cắn khiến mùa hè cũng rét
Mặt thanh xuân tái mét giống hoa tàn
Anh chẳng có nổi mối tình để chết
Gió bấc đừng thổi miết sợ anh tan

Mưa phùn ơi mưa phùn ấm quá
Tuổi thơ anh ăn độc mưa phùn
Mẹ lặn lội mom sông mò tôm cá
Nằm trên đồng đắp cỏ mẹ còn run

Đến con kiến cũng phải thề yêu đảng
Đám mây bay như một kẻ mất đầu
Ếch nhái quyết uôm uôm vì cách mạng
Con chó già yêu nước sủa gâu gâu...

Đi bộ đội không cho vì lý lịch
Phải đút quan huyện đội chín con gà
Làng xã coi anh là kẻ địch
Hoa xuân buồn ong bướm đến đưa ma

Người tình đầu của anh là cái chết
Chiến trường xưa ôm siết cuộc đời anh
Bom vẫn nổ máu chiến hào rên xiết
Đồng đội ơi hầm bị pháo tan tành

Những mảnh xác bay lên đỏ cờ rách nát
Ai đẩy anh vào suối máu đồi xương?
Sao ta phải đánh Mỹ cho Nga Tàu quái ác
Da thịt bạn anh còn khét lẹt chiến trường...

Đường đến tuổi hai mươi chừng mất dấu
Cả một thời chiến đấu với hy sinh
Anh ngã gục trước chân trời ứa máu
Bi kịch thay! Vì cái ác bỏ mình...

Sài Gòn, 3/8/2016

TRẦN PHÙ THẾ

Dùng tên thật, sinh năm 1943 tại Hậu Thạnh – Sóc Trăng. Khóa 25 Bộ binh Thủ Đức. Hiện định cư tại Hoa Kỳ. Viết trước năm 1975. Đã xuất bản 4 thi phẩm.

VỊ ĐẮNG THỜI GIAN
kính dâng Cha

con run sợ thấy thời gian
nung tóc cha từ đen thành trắng
con kinh hãi nếm thời gian vị đắng
khi nhìn cha nuốt nghẹn bát cơm

có thấy là muối xát lòng con
khi dâng cha từng ly nước nhỏ
tay cha run làm con nghẹn thở
con hận mình không níu được thời gian

có một ngày cha nằm xuống bình yên
một quy luật không ai tránh khỏi
nhưng tim con vạn lần đau nhói
khi nghĩ về… cho đến ngày mai

muôn vạn lần con muốn hôn bàn tay
hôn những vết hằn năm tháng
để được đau nỗi lòng nứt rạn
khi hiểu mình bất lực với thời gian

đã nhiều lần con cố nén tiếng than
khi đêm dài cha trở mình không ngủ
con phải làm gì? điều con lo nghĩ
để cha già bớt trằn trọc đêm thâu.

1979

CANH CHUA CƠM MẺ
kính dâng Mẹ

canh chua cá lóc
mẹ thường nấu bằng cơm mẻ
cơm mẻ nuôi trong thố hằng ngày
hương vị chua chua ngọt ngọt
nếm vào như tỉnh như say
như say tình yêu của mẹ

mỗi chiều
đi học về
húp bát canh chua
mà lòng con ấm mãi
cái hương thơm nồng của vị chua cay

mẹ hiền ơi! tóc mẹ đổi thay
tám mươi năm sợi ngắn sợi dài
đo nỗi khổ bằng bát canh, ơ cá
từ thuở biết đi
từ khi biết chạy
con đã ghiền cơm mẻ nấu canh chua

hơn nửa đời người, tóc bạc lưa thưa
ngược xuôi tất bật
dù ở nơi đâu
cùng trời cuối đất
mỗi buổi chiều
con còn nhớ mãi
cái vị thơm lừng cơm mẻ nấu canh chua.

1990

THƠ CUỐI NĂM
kính dâng Mẹ

thưa mẹ, năm nay tết con xa nhà
cây mận bên hè quên nở trái
ngày con đi muôn trùng còn ngoái lại
bóng mẹ hiền lãng đãng giấc chiêm bao

ngày con đi thiếu vắng một cành đào
hoa mai nở rụng vàng trước ngõ
mẹ mờ mắt lệ nhòa cứ ngỡ
bóng thằng con còn lẩn khuất bên mình

thưa mẹ, cuộc đời khổ nhất tử sinh
con và mẹ cách xa nửa vòng trái đất
không tử sinh, nhưng cũng gần như mất
nếu mai này con chưa trở lại quê hương

mẹ tuổi già như khói như sương
con xứ lạ từng đêm trăn trở
mẹ thương con xin tha tội bất hiếu
đứa con trai duy nhất của mẹ già

tết năm nay mình mẹ ở quê nhà
ngày mồng một ai mừng tuổi mẹ
ai đốt nén hương trên bàn thờ tiên tổ
để mẹ hiền nghe ấm buổi xuân sang.

1993

TRẦN THỊ NGỌC MAI

Sinh năm 1979 tại Đức Thọ – Hà Tĩnh. Hội viên Hội Văn học Nghệ thuật Hà Tĩnh. Đã xuất bản 2 tập thơ.

BA TÔI

Cõng ngày vào đêm,
Cõng trăng vào bình minh thức dậy,
Cõng nắng vào mưa lầy lội...
     ba tôi...!

Những con đường sỏi đá – chơi vơi
In dấu chân ba – mềm dần theo năm tháng
Những chuyến tàu nặng nề chuyển bánh
Chở cuộc đời ba lăn... lăn...

Những đứa con hồn nhiên
Lớn lên trên đôi vai mầu nhiệm
Dáng lúa còng thêm cho dáng con thẳng đứng
Mồ hôi mặn cả tiếng ba cười...

Cạn sức mình, ba vẫn chẳng nghỉ ngơi
Cơn bão cuộc đời, xé ba đau mỗi tối
Ba vẫn đứng – thông reo không mệt mỏi
Bất tử những bài ca – bất tử nốt nhạc đời.

MẸ VÀ TRĂNG

Bắt gặp vầng trăng
Trong kẽ lá ôm mùa ru khẽ
Lời vọng thức ruộng vườn trăng kể:
Giọt mồ hôi mẹ – nặng hơn luống cày.

Con đò trôi da diết đâu đây
Bấp bênh – mẹ – chao đầu con sóng
Ôi những đêm thấp – cao thầm lặng
Mẹ và trăng đếm thóc, trừ rau...

Con lớn lên trăng đã sáng trên đầu
Dốc túi mẹ chơi đồng xu tròn – méo
Mẹ cựa mình dáng cong lá héo
Trăng cựa mình soi giấc chênh chao

Đêm ruộng vườn hát khúc ca dao
Mắt mẹ hát niềm tin tươi sáng
Trăng đã kể từ ngàn năm trước
Hay vẫn còn kể tiếp vạn năm sau.

TRẦN THỊ NGUYỆT MAI

Dùng tên thật, sinh năm 1954 tại Sài Gòn. Hiện cư ngụ và làm việc tại tiểu bang Ohio – Hoa Kỳ. Cộng tác với tạp chí Thư Quán Bản Thảo và tạp chí Ngôn Ngữ. Chủ trương trang blog Trần Thị Nguyệt Mai.

SỚM MAI

Sớm mai em bước ra vườn
Những bông hoa thắm tỏa hương một vùng
Nhẹ tay hái nụ hồng nhung
Đem vào tặng Mẹ vô cùng thương yêu...

1974

MÙA ĐÔNG, SINH NHẬT MẸ

Sinh nhật Mẹ, một ngày Đông
Con riêng gửi Mẹ đóa hồng thật xinh
Thương yêu cả một khối tình
Quên thân mình để hy sinh trọn đời

Từ Ba xa mãi biển trời
Mẹ thân cò vạc gánh đời nuôi con
Tháng năm chồng chất mỏi mòn
Tóc Mẹ giờ đã trắng còn hơn bông

Ước con là đốm lửa hồng
Xóa tan tuyết trắng trên dòng tóc Mẹ
Cầu xin Trời Phật chở che
Cho áo con mãi còn khoe nụ hồng...

CÂY BÚT CỦA BA TÔI
Cảm tác truyện ngắn "Cây Bút Của Ba Tôi" của Cam Li Nguyễn Thị Mỹ Thanh

Cây bút thì có nhiều loại:
Bút mực, bút chì, bút bi
Bút lá tre – thời nhỏ dại
Cho ai nét chữ nhu mì…

Cây bút của thời mới lớn
Viết bao truyện ngắn, truyện dài
Truyện Tuổi Hoa tươi mơn mởn
Của những thứ tình không phai

Ba cũng viết về người lính
Gắn đời mình với quê hương
Những trai hùng thời chinh chiến
Buổi mai xếp bút lên đường…

Một ngày vận nước long đong
Ba cất bút vào một xó
Vì đời không thể bẻ cong
Tô màu điều không thể có

Ba như là thân cây trúc
Đứng thẳng để mình vươn lên
Nâng niu từng câu, từng chữ
Gửi gắm tâm tình khó quên…

Cám ơn những người cầm bút
Còn giữ lại được cái "tâm"
Không làm cho đời vẩn đục
Để luôn sáng tỏ trăng rằm

23/6/2011

MẸ

Từ một ngày dâu biển
Thân cò vạc liêu xiêu
Mẹ vất vả trăm chiều
Lo cho đàn con dại

Giữa cuộc đời bươn chải
Gánh nặng oằn hai vai
Mù mịt cõi tương lai
Ngày dài sao dài quá!

Đã trăm chiều vất vả
Đã nghìn nỗi đau thương
Trơn trợt những con đường
Sắt son Mẹ vẫn bước

Để chúng con có được
Ngày tươi sáng hôm nay
Công ơn Mẹ thật dày
Tình yêu thương sâu nặng

Luôn hy sinh tất cả
Chẳng nề hà tấm thân
Mẹ: Bồ Tát Quan Âm
Trong lòng con mãi mãi...

7/4/2019

TRẦN TRUNG ĐẠO

Dùng tên thật, sinh tại Duy Xuyên - Quảng Nam. Định cư tại Boston - Hoa Kỳ từ năm 1981. Tốt nghiệp Kỹ sư Điện toán. Bắt đầu viết cuối thập niên 80. Tác phẩm đã xuất bản: 3 tập thơ, 1 tập văn và nhiều cuốn biên khảo chính trị. Ngoài ra còn sáng tác, phổ thơ một số nhạc phẩm.

ĐỔI CẢ THIÊN THU TIẾNG MẸ CƯỜI

Nhấc chiếc phone lên bỗng lặng người
Tiếng ai như tiếng lá thu rơi
Mười năm mẹ nhỉ mười năm lẻ
Chỉ biết âm thầm thương nhớ thôi

Hôm ấy con đi chẳng hẹn thề
Ngựa rừng xưa lạc dấu sơn khê
Mười năm tóc mẹ màu tang trắng
Trắng cả lòng con lúc nghĩ về

Mẹ vẫn ngồi đan một nỗi buồn
Bên đời gió tạt với mưa tuôn
Con đi góp lá nghìn phương lại
Đốt lửa cho đời tan khói sương

Tiếng mẹ nghe như tiếng nghẹn ngào
Tiếng người hay chỉ tiếng chiêm bao
Mẹ xa xôi quá làm sao với
Biết đến bao giờ trông thấy nhau

Đừng khóc mẹ ơi hãy ráng chờ
Ngậm ngùi con sẽ giấu trong thơ
Đau thương con viết vào trong lá
Hơi ấm con tìm trong giấc mơ

Nghe tiếng mẹ ơi bỗng lặng người
Giọng buồn hơn cả tiếng mưa rơi
Ví mà con đổi thời gian được
Đổi cả thiên thu tiếng mẹ cười.

(trích *Đổi Cả Thiên Thu Tiếng Mẹ Cười*)

TRẦN VẠN GIÃ

Tên thật Trần Ngọc Ân, sinh năm 1945 tại Vạn Ninh (Vạn Giã) – Khánh Hòa. Hiện ở Việt Nam. Viết trước năm 1975. Hội viên Hội Nhà văn Việt Nam. Đã xuất bản trên 8 tác phẩm.

MẸ TÔI NHƯ BÓNG CAU GẦY

Từ ngày mẹ bỏ con đi
Hư không lạnh buốt còn chi lửa hồng
Mẹ đi vào cõi mênh mông
Con về tiễn mẹ đắng lòng mẹ ơi

Thời gian mẹ sống trên đời
Trải qua đau khổ suốt thời đạn bom
Cong cong đòn gánh lưng khòm
Tảo tần để có chén cơm vơi đầy

Mẹ tôi như bóng cau gầy
Nhớ con đứa ở nơi này nơi kia
Đứng nhìn đèo Cả đá Bia
Rừng cao biển rộng không chia cách lòng

Ngậm ngùi trong gió Tu Bông
Khăn tang tiễn mẹ trắng đồng chiều nay.

THƯA MẸ CON VỀ

Đi lâu con đã nhớ nhà
Nhớ cơn gió thoảng là là hương cau
Những chiều mẹ đứng ngõ sau
Lui cui tóc bạc trên đầu mẹ ơi
Dọc ngang dù cuối đất trời
Cũng không quên thuở thiếu thời mẹ ơi

Chuyện từ đá Mẹ Bồng Con
Qua bao lửa đạn vẫn còn trơ trơ
Nên con được lớn bây giờ
Mẹ ơi con lại làm thơ cho đời
Con đi và đến nơi nơi
Vẫn nghe gió cát ngàn khơi quê mình
Mái chèo đọng nước lung linh
Có con đò mẹ nặng tình núi sông
Bao mùa gió xuống mênh mông
Gió từ Đại Lãnh, Tu Bông thổi vào
Đong đưa lời mẹ ca dao
Củ khoai chiu chắt ngọt ngào năm xưa

Đi lâu con trở về nhà
Vẫn còn nguyên bóng trăng ngà lên cao
Từ trong hơi ấm ngày nào
Dừa nghiêng bóng cũ ngả vào lòng con.

CÁI QUẠT MO CAU

Mẹ nghèo có cái quạt mo
Suốt đời mẹ vẫn cứ lo cái nghèo
Tuổi thơ con đã mang theo
Hoa cau rụng xuống cái nghèo quanh năm

Quạt mo quạt chỗ con nằm
Quạt mo bên mẹ thì thầm ca dao
Biết rằng đất rộng trời cao
Nhưng mà quyền chức mẹ nào có lo

Trưa chiều cơm bữa đói no
Mong con có học là kho bạc vàng
Hương cau thơm khắp đường làng
Hương cau đâu có phụ phàng một ai

Gánh gồng mẹ nặng đôi vai
Quạt mo cùng mẹ theo dài đường Truông
Lớn lên con biết nỗi buồn
Mẹ rằng trung thực, lách luồn mà chi

Làm người đứng thẳng mà đi
Như cau đứng thẳng xanh rì trời cao
Đêm nay sau trận mưa rào
Nhớ hương cau cũ đượm vào tuổi thơ

Bẹ cau ơi tự bao giờ
Quạt mo cau đã bài thơ cuộc đời.

BÀI TỤNG CA KHUẤT NGUYÊN VÀ MẸ

Những trang sách cũ bây giờ
Thời gian khép mở khó mờ dấu xưa
Những trưa tiếng võng đong đưa
Mẹ tôi nằm đọc vẫn chưa khô lời

Mịch La sông vẫn nhớ đời
Hiền tài thành kẻ thất thời trôi sông
Đời thì đục ta thì trong (*)
Chọn mình cái chết đau lòng người sau

Người với người sao hại nhau
Những điều trông thấy mà đau đớn lòng (**)
Về quê theo Mẹ ra sông
Nhìn dòng nước chảy đục trong thuở nào

Đốt buồn dưới nắng hanh hao
Thả tàn tro cháy chảy vào với sông.

(*) lời của Khuất Nguyên.
(**) *Truyện Kiều* của **Nguyễn Du**.

TRẦN VẤN LỆ

Dùng tên thật, có nhiều bút hiệu khác. Sinh ngày 31/5/1942 tại Phan Thiết. Trưởng thành tại Đà Lạt. Khóa 24 Bộ binh Thủ Đức. Hiện định cư tại Los Angeles – Hoa Kỳ. Viết trước năm 1975. Đã xuất bản trên 20 thi phẩm.

HAPPY FATHER'S DAY

Một tháng sau ngày vui của Mẹ
là Ngày-Con-Nhớ-Đến-Công-Cha
Đàn ông đứng trước trên đầu sóng
vào chợ đi sau bước "Quý Bà"!

Chuyện đó... đã là chuyện tự nhiên
hàng năm lịch có hai ngày riêng:
Ngày Cha sau Mẹ, chung ngày Chúa,
vui vẻ đời bày thật hữu duyên! (*)

Ngày Của Cha là một ngày Vui!
Công Cha Nghĩa Mẹ không chia đôi
Phận con, chữ Hiếu thờ Cha Mẹ,
câu đó là Kinh của Đạo Người!

Đạo Người không có chuông ban sáng,
cũng chẳng cần khua mõ giữa khuya
Chữ Hiếu đã nằm trong huyết quản,
Cha-Con-Nghĩa-Nặng viết không lìa!

Cha khổ cực ngang tầm với Mẹ,
nhiều khi hơn Mẹ... bởi vì trai,
nước nhà cần đến, Cha đi lính,
đạn thắt lưng và súng vác vai!

Cha là gương sáng, tấm gương trong,
soi mặt, không ai chẳng thấy lòng,
thấy cả chí cao và mộng lớn,
thấy mơ làm được chuyện anh hùng!

Nam nữ bình quyền, nhưng Mẹ, Cha,
người sau kẻ trước... cõi người ta,
cái Tình nó buộc Cha quỳ xuống
trước Mẹ – muôn đời Một-Đóa-Hoa!

Ngày Của Cha là một ngày Vui!
Ngày Cha với Mẹ đứng bên cười
Ngày con cái nép vào Cha Mẹ:
Yêu Nhất Nhà Là Cha Mẹ thôi!

(*) Ngày Mẹ, Ngày Cha đều rơi vào ngày Chúa Nhật.

NƯỚC MẮT CHO CHA MẸ

Cha thường đi bên Mẹ
ở những khúc đường bằng
Ở những khúc gập ghềnh
Cha đều đi sau Mẹ
Không luật nào bảo thế...
mà là Lẽ Tự Nhiên!
Mẹ, Cha kêu bằng Em,
là người Cha yêu quý
Năm nào Ngày Của Mẹ
cũng trước ngày của Cha!
"Chỉ một tháng, không xa!"
Cha cười, hôn trán Mẹ...

Hạnh phúc xiết bao kể
một cảnh nhà ấm êm!
Hàng năm không ai quên
có hai ngày lễ trọng:
Mẹ Cha là cái bóng
che chở cho đời con.
Con ăn học lớn khôn
không ai quên Cha Mẹ...

Tôi nói thật nhỏ nhẹ
cho trái tim tôi nghe
Nhớ Việt Nam là quê,
nhớ Cha Mẹ ở đó
từ ngày tôi còn nhỏ...
bây giờ tôi xa xăm,
Mẹ Cha về cõi âm,
tôi – Thiên Đường... đã lạc!

Tôi, Mẹ Cha đều mất
Cuối đời tôi không vui
Hỏi sao không ngậm ngùi...
cuộc chiến tranh dài quá!
Rồi người ra biển cả,
rồi người ngó trăng suông
Mẹ Cha tôi đã buồn
và đã về chín suối...

Bài thơ này tôi gửi
không biết nhờ ai trao?
Giữa cõi đời chiêm bao
chỉ còn nhang khấn nguyện
Tình Mẹ Cha như biển...
tan biến mấy hoàng hôn!
Ngày của Mẹ, nhớ thương!
Ngày của Cha, đứt ruột
Hoàng hôn, con ai vuốt
đầu của con mưa sa?
Lại sắp ngày của Cha,
đêm trăng mờ sao lặn...

Lẽ tự nhiên: Mưa, Nắng
Cha đi trước Mẹ, đâu?
Cha đi sau Mẹ, đâu?
Mây... một màu mây trắng!
Nước, một giọt cũng nặng!
Sông trắng chiều khói sương...

HAPPY MOTHER'S DAY, MAY – 2012

Mỗi năm có một Tháng Năm
Mỗi Tháng Năm có một Ngày Của Mẹ
The Day of Mother
The Mother's Day.

Có Mẹ mới có mình
Mẹ không dạy con chữ Hiếu
Nhà trường dạy học trò chữ Hiếu
Học trò hầu như đứa nào cũng hay làm nũng làm nịu
với Mẹ
Mẹ thường bị lãng quên khi con vào đại học
Ngày con áo mão ra trường ra đời
Trường đại học không dạy sinh viên chữ Hiếu
Trong buổi lễ tôn nghiêm uy nghi
ngày tốt nghiệp đại học
Sinh viên không muốn Mẹ hiện diện là Một Bà Lão
Nhăn Nheo
Hãy tưởng tượng Trong Đám Xuân Xanh Ấy
Một Chiếc Lá Vàng Rơi Trên Áo Đăng Khoa…

Hãy tưởng tượng bài thơ này
Tới đây là chấm dứt
Tôi biết bạn sẽ khóc
Nếu tôi không viết thêm
Tôi tin bạn tò mò muốn đọc
Câu cuối cùng tôi nói gì về Người Mẹ.

Tôi có thời là đứa bé
Bây giờ tôi vẫn là đứa bé
Bạn có tin không lời nói của một người già bảy mươi?
Chắc chi bạn không mỉm cười:
Thất thập cổ lai hy!

Chúng ta đã quên đi một thời
Chúng ta là Những Đứa Bé
Tại sao tôi phải kể lại thời đó chúng ta làm gì?
Chúng ta đã làm gì mà Mẹ Vui?
Chúng ta đã làm gì mà Mẹ Buồn?
Nước mắt Mẹ tuôn lúc nào, đố bạn!
Hãy nhìn những giọt sương buổi sáng

Hãy nghĩ đến những giọt mồ hôi trên trán Mẹ
Tiếc thay chúng ta không còn bé
Chúng ta quả thật không còn bé
Chúng ta không ai muốn quay lại tuổi thơ
Tuổi nhà trường dạy học trò chữ Hiếu
Chúng ta đang nhìn về phía trước
Nhìn về tấm bảng Nursing Home
Tuổi thơ của chúng ta không ở đó
Mà Mẹ, tuổi của Mẹ ở đó
Lăn chầm chậm từng vòng bánh xe lăn...

Tôi chợt nhớ hai câu thơ của Huy Cận:
"Về đâu hạt bụi vàng thao thức
Theo bánh xe lăn vòng khát khao".
Tôi biết, tôi tin:
Bà Mẹ nào cũng đã thỏa nguyện
"Con mình sinh ra
Ăn học tới nơi tới chốn
Đã thành người"

Các con hầu như đứa nào cũng lười
Nói với Mẹ một lời âu yếm
Nhưng đứa nào cũng rất siêng
Đi mua cho Mẹ một tấm Thiếp Happy Mother's Day
Mỗi năm có một Tháng Năm
Mỗi tháng Năm có một ngày...

Ngày Hôm Nay: Ngày Của Mẹ
Bỏ tấm thiếp vào phong bì
Dán một con tem be bé
Gửi đi...
Mẹ còn sống, nhận được, chắc chắn là Mừng
Mẹ thấy lại Tuổi Xuân
Hai má Mẹ nếu mà nhỉ, ửng hồng...
Tôi bỗng nhớ một câu thơ của Xuân Diệu:
"Hỡi Xuân Hồng ta muốn cắn vào ngươi!"

Má tôi mất một năm sau khi tôi tới Mỹ
Tôi chưa kịp biết trong năm có một ngày trong Tháng Năm
Nhưng tôi nhớ hoài người đi thăm tôi ở tù cải tạo
Nhiều bằng vợ tôi, con tôi, là
Má tôi!
Má ơi! Hai Mươi Ba Năm Nay
Con Chưa Có Một Ngày Về Thăm Má!

TRẦN YÊN HÒA

Dùng tên thật, sinh ngày 20/2/1947 tại Kỳ Mỹ, Tam Kỳ – Quảng Nam. Khóa 2 CTCT Đà Lạt. Hiện định cư tại Quận Cam California – Hoa Kỳ. Chủ trương trang Bạn Văn Nghệ. Đã xuất bản hơn 12 tác phẩm gồm truyện và thơ.

TÌNH CHA VỚI MẸ

Cha là núi, vô cùng núi lớn
che hồn con rợp mát quanh năm
núi có lở nhưng tình cha vô lượng
chắt chiu đời nâng dắt con ngoan

Mẹ là biển, vô cùng biển rộng
biển hiền hòa thầm thì ru con
lời ru mẹ cho con yên cuộc sống
để ngàn sau lời mẹ hóa nhiệm mầu

Trăm nhánh sông cũng chảy xuôi về biển
lòng con nay đà đậm đặc phù sa
phù sa mẹ là một đời lầm lũi
một đời dài gian khổ bên cha

Cha mẹ sống một đời hiền như đất
mà con xa chưa đền đáp được gì
xin tha lỗi con, như mẹ từng tha lỗi
suốt đời con còn thấy mẹ đâu.

Để nhớ ngày 5/7/1972, ngày mất mẹ

MẸ KHỔ TÔI XƯA

Ngồi buồn nhớ mẹ ta xưa
Miệng nhai cơm búng lưỡi lừa cá xương
(ca dao)

Mẹ tôi xưa quê sao là quê
Già ơi là già
Mới tuổi bốn mươi mà da mẹ đã nhăn
Mặt mẹ đã đầy tàn nhang lấm tấm
Ngực không còn căng
Vú không còn sữa

Mẹ ra đồng tát nước
Làm cỏ ruộng sâu
Cày bừa ruộng cạn
Chân trần khô hạn
Suốt đời không phút nghỉ ngơi
Mẹ nuôi heo, nuôi tằm
Mẹ bắt ốc mò cua

Mẹ bán thuốc rê chợ mai
Mẹ bán trà đá chợ chiều
Mẹ ngồi bệt dưới đất
Trải bên đường tấm nhựa ni-lông
Mời ông đi qua
Mời bà đi lại

Dáng mẹ liêu xiêu
Trong bóng chiều nhập nhoạng

Ngày chiến tranh
Mẹ theo cha tản cư
(Ơi những người mẹ trong chiến tranh
Ở một vùng xôi đậu)

Bên nào cũng đầy quyền uy
Đầy súng đạn
Đầy mã tấu dao găm
Chực chờ đâm chém
Băm vằm nhau ra từng mảnh
Dù không biết mặt nhau
Không hận thù

Chiến tranh ác độc
Lùa mẹ từ quê xuống tỉnh
Mẹ không còn một tấc đất trong tay
Mẹ quay quắt sống
Kham khổ sống
Trong khu nhà tranh rách nát
Đọa đày

Mẹ buôn gánh bán bưng
Kiếm từng đồng bạc cắc
Mẹ như con gà mái xòe cánh ra
Che chở cho con
Khi gặp diều hâu đáp xuống

Diều hâu
Là súng đạn
Là bom napal
Là mìn nổ chậm
Là hỏa tiễn
Là tiểu liên AK
Là M16
Là mìn Clamore
Là chực chờ giết chết
Những người dân
(Ơi những người dân quê khốn khổ)

Da mẹ sần khô đen cháy
Ốm như que tăm
Dáng đi lúc nào cũng như chạy
Lúp xúp

Lúp xúp trên đường đê
Lúp xúp trên cầu gò Ông Đốc
Lúp xúp trên đập Lạnh, đập Trà Thai
Lúp xúp trên đường ra ruộng gò Duối

Mẹ đi mà như chạy
Lúp xúp
Như cuộc đời mẹ
Không mỏi mệt
Không nản chân bon

Mẹ chạy đông chạy tây
Chạy nam chạy bắc
Chạy suốt đời
Chỉ lo một việc
Nuôi con

Mẹ tôi là vậy
Suốt một đời
Cặm cụi
Cặm cụi
Cho con

Ngồi buồn nhớ mẹ
Nhớ rơi nước mắt
Nhớ đến não lòng
Nhớ quay nhớ quắt
Mẹ ời, mẹ ơi!

BUỒN RƠI

Mẹ ngóng con về hiu quạnh quá
sân nhà đã đổ lá hôm qua
sàn nước cầu ao đà xuống thấp
mấy mùa con vẫn biệt mù xa

Bởi ngóng con về mà tóc trắng
mấy năm mấy tháng mẹ mong chờ
mộ cha mấy độ con chưa giẫy
vạt nắng hanh vàng sao bơ vơ

Ba năm, năm năm, rồi bảy năm
con ở tù như án chung thân
hắt hiu mẹ tựa vầng trăng mỏi
không chiếu chăn cho một chỗ nằm

Mẹ ngóng con về sau đám khói
mù khơi gió tạt cuối hiên khuya
hiu hắt điêu tàn vầng trăng lạnh
thân cò bao sớm nắng chiều mưa

Con xa nhớ mẹ lòng chát đắng
như trái trâm khô thuở thiếu thời
tượng đá quê nhà in dáng mẹ
suốt đời còn lại nỗi buồn rơi.

TRIỀU HOA ĐẠI

Tên thật Đỗ Xuân Nho, sinh tại Nam Định, Bắc Việt. Vào Nam năm 1954. Định cư tại Hoa Kỳ từ năm 1975. Viết trước năm 1975. Đã in 3 thi phẩm riêng, 2 thi phẩm chung, và 2 cuốn phỏng vấn (nói chuyện cùng với những nhà văn thơ Việt Nam).

CHA TÔI

cha già tóc trắng một màu
ra vườn hái lá hoa sầu, tưởng ai?
vô tình giẫm động sương mai
nghe long lanh vỡ, chuyện phai đá vàng.

(trích *Dấu Huệ Hồng*)

tranh Lê Phổ

TƯỜNG LINH

Tên thật Nguyễn Linh, sinh ngày 2/12/1931 tại Trung Phước, Quế Sơn – Quảng Nam. Thành danh trước năm 1975. Hiện định cư tại TP.HCM. Đã xuất bản trên 12 thi phẩm.

RU

Ôi tiếng ru nào như mưa xa khơi
Em bé nhà ai trái gió trở trời
Hai mươi mùa thu chưa mờ kỷ niệm
Bỗng đêm nay nghe lại tiếng ru hời

Súng lạnh chuyền tay giữa hai phiên gác
Lời ai ru gió nhẹ gửi qua hồn
Khi cao vút, khi lắng chìm, rời rạc
Như ngày xưa – như tiếng mẹ ru con

Sáu năm xa con chưa về thăm mẹ
Buổi gió mùa lên, ngỡ gió quê hương
Con có mặt khắp chân rừng, bãi bể
Vẫn nhớ về quê mẹ xứ thùy dương

Ở đó ngày xưa con côi mẹ góa
Mươi nong tằm lời chiếc nón quai thao
Ngày tháng chín sương mù phong núi đá
Mưa đầy trời, chiều tắt tự trên cao

Đêm hun hút, đà nôi rung vách nứa
Mẹ nghiêng mình che bớt gió sông Thu
Con đâu biết mẹ nghèo cạn sữa
Và cứ đòi mẹ phải ngọt lời ru

Ôi tiếng ru buồn như mưa thu rơi
Tình thấm từng câu, sữa ướp mỗi lời
Tiếng nức nở khi con đau, mẹ sợ
Tiếng ngân dài khi mẹ khỏe, con vui

Con lớn lên thuộc lời ru của mẹ
Yêu lời ru như yêu bản dân ca
Nhờ lời ru, con được gần tuổi bé
Nhớ lời ru, con thấy mẹ chưa già

Đời lưu động con làm sao nhớ hết
Những tên làng, tên xóm đã đi qua
Con thuộc thêm nhiều bài ru thắm thiết
Chép để dành gửi biếu mẹ quê xa

Phiên gác chưa tròn, sương khuya rụng trắng
Lời ai ru đã tắt tự bao giờ
Làng ngủ thiếp dưới trời đêm im vắng
Có bao người ngon giấc hát trong mơ!

VÀNG XUÂN THỨ NHẤT

Nụ hoa vàng của mùa-xuân-thứ-nhất
Thưởng công người làm lại một quê hương
Hoa vàng, hoa vàng duyên cười của đất
Vươn mình lên trong ý sống can trường

Mùa đông hãi hùng, mùa đông tang tóc
Bao xác già bao xác trẻ trôi sông
Lở núi, ngập đồi tan vàng nát ngọc
Mấy trăm năm sự nghiệp cuốn theo dòng

Nhà của mẹ nửa đêm lìa mấy mảnh
Chia về đâu từng thân cột, thân kèo
Mái lá nát như chim trời rã cánh
Rập rờn trôi trên sóng chập chùng reo

Vườn của mẹ nước lui còn lại đá
Và đó đây còn lại... những thây người
Áo mẹ mặc chằm thêm bao mụn vá
Lòng không cơm nhưng lệ sụt sùi rơi

Mẹ suy nghĩ: đất này không thể chết
Xóm làng ta đâu nỡ trả cho rừng
Những người sống chưa được quyền mỏi mệt
Đông sẽ tàn và sẽ có mùa Xuân

Mẹ chôn thây người, mẹ cào đá núi
Vườn bày ra từng thớ thịt mạnh lành
Tay run rẩy mẹ vẫn cào vẫn xới
Gió bấc lùa qua kẽ áo mong manh

Những vồng đất mịn màng như bột nhỏ
Nằm phơi mưa cho hột cải lên mầm
Mẹ ngóng nắng, mẹ mong chiều trở gió
Bếp lửa nghèo khó đuổi rét căm căm

Cánh thời gian khoan thai về đúng hẹn
Nắng xuân vàng hôn mảnh đất hồi sinh
Trót lầm lỡ sông Thu Bồn bẽn lẽn
Lui xa bờ êm ả lượn quanh quanh

Lều tranh nhỏ giữa màu tươi dịu mắt
Vườn cải xanh rực rỡ lứa hoa vàng
Trong mắt mẹ có gì không thể tắt
Vẫn trường tồn như bóng núi Cà Tang

Con gọi xuân này mùa-xuân-thứ-nhất
Hoa cải vàng tay mẹ gửi tương lai
Mẹ kiên nhẫn chân không rời mặt đất
Giữ vai trò tái tạo tự sơ khai.

Xuân Ất Ty, 1965

(trích *Nghìn Khuya*)

TƯỜNG VI

Chủ trương báo mạng Văn Nghệ Ngàn Phương từ tháng 1/1997. Hiện ở Hoa Kỳ. Đã có thi phẩm xuất bản.

MẸ, CON
cho DK

con chập chững đưa tay ra đón
mẹ hân hoan ôm bé vào lòng
nhoẻn miệng cười khoe đôi răng trắng
con dụi đầu, tóc mẹ thơm nồng

mắt nhấp nháy tròn xoe linh động
đôi mắt này là mẹ cho con
mai mốt rồi mắt biết dỗi hờn
nhớ mắt mẹ thâm quầng thao thức

con say ngủ, mẹ ngồi nâng giấc
đêm trở ăn, mẹ dỗ vỗ về
lời ru con mẹ hát đêm khuya
con lớn, yêu dân ca từ mẹ

con làm nũng bi bô đòi bế
mẹ bồng con, từng miếng mớm ăn
con lớn rồi mẹ vẫn băn khoăn
lòng mẹ mở bao la biển rộng

rồi mai con bước theo chồng
phiên con làm mẹ hiểu lòng mẹ hơn...

(trích *Khoảng Trời Riêng*, Văn Tuyển, 1999)

VĂN NGỌC

Tên thật Nguyễn Ngọc Lang, sinh năm 1941 tại Quảng Nam. Hiện hành nghề bác sĩ tại Montréal – Canada. Định cư từ năm 1975.

NGÀY GIỖ MẸ

Hôm nay ngày giỗ mẹ
Lòng tràn ký ức buồn
Một mình con trăn trở
Vơi đầy dòng nhớ thương

Năm xưa thời tấm bé
Được ấp ủ nâng niu
Thịt da thơm sữa mẹ
Con lớn theo sớm chiều

Miếng cơm nhai ngấm sữa
Mẹ mớm qua từng ngày
Con hồng hào từng bữa
Hiền hòa giấc ngủ say

Rồi chiến tranh tràn khắp
Mẹ gánh con tản cư
Trong cơn mưa bom đạn
Khởi lên từ mùa thu

Chân đất vượt rừng núi
Trải dài dọc Trường Sơn
Đụng biên giới Lào Việt
Trĩu nặng cánh lưng cong

Cơm độn với khoai sắn
Khói lửa qua từng ngày
Lập nhà sàn làm rẫy
Đói no chai đôi tay

Mẹ cạn kiệt bầu sữa
Khi con vừa lên tư
Mẹ cười trong buồn bã
Bao dung niềm ưu tư

Hồi cư cũng là lúc
Nhìn xóm làng bàng hoàng
Ruộng đất gần như mất
Tối tăm đời tan hoang

Cuộc sống vùng xôi đậu
Ban ngày chịu đạn bom
Ban đêm bị đấu tố
Học tập làm ác gian

Ưu phiền mẹ gục ngã
Nhưng rồi mẹ đứng lên
Những tiếng đàn con khóc
Giúp mẹ thành bà tiên

Xuôi theo dòng lịch sử
Với hiệp định Genève
Dân đất tình một giống
đã trở thành hai phe

Nhờ an cư vùng đất
vàng màu cờ Quốc gia
Mẹ nuôi đàn con lớn
Thành danh hồng thịt da

Đâu ngờ gặp quốc hận
Đàn con tứ tán xa
Mẹ chua xót kẹt lại
Héo hon cùng quê nhà

Phút cuối đời mẹ điểm
Con lưu lạc xứ người
Tiếc thương qua nhang khói
Càng nhớ càng ngậm ngùi

Hôm nay ngày giỗ mẹ
Con buồn hơn mọi năm
Không hiểu vì sao nữa
Nhìn di ảnh khóc thầm...

Ngày giỗ mẹ

VI KHUÊ

Tên thật Trần Trinh Thuận, sinh ngày 20/5/1931 tại Ngũ Xã, Thừa Thiên – Huế. Nguyên Hiệu trưởng trường Trung học Văn Khoa Đà Lạt. Định cư tại Virginia – Hoa Kỳ. Đã xuất bản trên 10 tác phẩm gồm thơ, truyện và biên khảo.

MẸ

Thấy dải nước trong, tưởng mẹ già
Một đời tuôn trải giữa trần sa
Ngút xanh trên ấy nguồn gieo hạt
Thắm biếc ngoài kia sóng nở hoa
Nếp một càng thơm trên bếp lửa
Mía lau thêm ngọt dưới trăng tà
Bao nhiêu dâu bể ngần lai láng
Đẹp bấy Lam Hồng đất nước ta.

1982

CHA

Thấy núi âm thầm tưởng bóng cha
Nghìn trùng tịch mịch giữa bao la
Nụ cười mây sớm tươi thiên địa
Giọt lệ sương khuya lạnh hải hà.

ÔI TIẾNG GÀ TRƯA VÀ BÓNG MẸ

Anh yêu dấu, hãy cùng em gọi Mẹ
buổi trưa hiền cây vú sữa ngoài sân
anh hãy nắm tay em vào ngõ bé
đi quanh co, tìm bóng Mẹ xa gần

Mẹ thấp thoáng bên kia bờ giậu đó
khi trưa về, gà gáy não nùng ôi
kìa, trong nắng xôn xao tà áo đỏ
mà năm mươi năm trước Mẹ cầm phơi

Hãy cùng em ôm hôn tà áo Mẹ
hít đầy hai buồng phổi chẳng già nua
chút hơi hám thơm tho còn sót lại
và nhớ Người Yêu Mẹ thuở nào xưa

Và, Mẹ nữa, bên song tròn cửa sổ
đưa bàn tay ngà ngọc vít cành nho
bờ sông Seine, cánh gà trưa cũng vỗ
cành nho và tay Mẹ đã vào Thơ.

(trích *Hoa Bướm Vườn Thơ Tôi*)

VIỆP PHONG

MẸ TÔI

Tôi thương mẹ – về làng quê lấy vợ
để mẹ vui những lúc xa nhà
Con về đây dựng lại đời của mẹ
Dệt đời buồn trong những tháng năm xa

đất quê chồng – mẹ lại về Từ đường dòng họ
Về quê xưa vất vả trăm chiều
Bà ẵm cháu như nhện già ôm trứng
Nghĩ đến con nước mắt lại rơi theo

Mẹ như cây xoan khô rụng đầy lá úa
đời hắt hiu vắng bóng đứa con xa
Mẹ đã khóc suốt một thời thiếu nữ
Dành cho con hạnh phúc cả ngôi nhà

Nhưng mẹ ơi! Tình yêu đâu có được
đời mong manh như nắng tắt chiều qua
Tình ân ái đã hóa thành bội ước
Con lang thang sưởi nắng ở sân ga

Thôi vĩnh biệt ngày đi không gặp mẹ
Mẹ lại đơn côi quét lá gốc xoan già
Lưng mẹ còng hóa cầu vồng cuối biển
Con xuống thuyền làm bạn với phong ba

Con sẽ mang tấm lưng cầu vồng của mẹ
Nối nhịp cầu bè bạn đến niềm vui
Những trang viết nhớ thương đang vò xé
Phương trời xa vẫn trông ngóng ngậm ngùi

Ngày mai con của mẹ trở về
Mắt mẹ lòa nhận con qua tiếng nói
Bao cách xa con không hề thay đổi
Quên làm sao tiếng mẹ thuở nằm nôi

Mẹ gần con những ngày vui ngắn ngủi
Nước mắt trào xanh lại gốc xoan khô
Quê hương ta mỗi ngày đang thay đổi
Con lại ra đi – mẹ vẫn ngóng trông chờ.

Thủy Nguyên, chiều cuối đông 1990

(trích *Một Thời Để Nhớ* – 10 tác giả)

VÕ ĐÌNH TIÊN

BÀI THƠ VỀ MẸ

Con đã viết nhiều bài thơ về Mẹ
Không lần nào kể hết nỗi lòng con
Ơn nghĩa sinh thành như biển như non
Thơ của con nhỏ chưa bằng hạt bụi

Lạc lõng phương trời, bước đi thui thủi
Sương tuyết phôi pha nhuốm bạc mái đầu
Bỏ quê hương trang trải những niềm đau
Mà năm tháng chưa phai mờ dông bão

Nghĩ đến Mẹ suốt cuộc đời tần tảo
Con đòi theo níu vạt áo không rời
Tay dắt con vẫn nặng trĩu đôi vai
Đường quan dài giữa trưa hè gắt nắng

Con lủm đủm quẩn quanh theo gánh nặng
Cát bỏng chân con, nước mắt mẹ trào
Không chỗ nào có bóng mát cây cao
Để ngồi đỡ tạm thời vài ba phút

Câu chuyện xưa Mẹ từng lo chăm chút
Cõi lòng con rơi lệ biết bao lần
Đã già rồi sao cứ mãi tủi thân
Con còn nhỏ, Mẹ đã sớm về Tiên Phật

Cay đắng ngọt bùi, cuộc đời chơn chất
Công danh lật đật, có trước không sau
Con cố gắng vươn vai làm lại từ đầu
Khi nắng sớm, mưa trưa, khi bão tố

Vẫn vững tâm như tưởng có Mẹ độ
Khi đặt bút cảm xúc đó lại dâng tràn
Mắt cay cay, lòng nhớ Mẹ vô vàn!
Nên vần thơ cứ loay hoay chi lạ

Ý lộn xộn tuôn ra khắp mọi ngả
Như đời con trôi dạt chốn trời xa.

VÕ QUÊ

Dùng tên thật, ngoài ra còn vài bút hiệu khác. Sinh ngày 7/3/1948 tại An Tuyên, Hương Thủy, Thừa Thiên – Huế. Viết trước năm 1975. Từng là Chủ tịch Hội Văn học Nghệ thuật Thừa Thiên. Hiện sống tại Việt Nam. Đã xuất bản trên 16 tác phẩm thơ, văn, biên khảo.

CHA LÀ BÓNG CẢ CÀNH CAO

Phụ tử tình thâm
Con trưởng thành nhờ cha dưỡng dục
Con yêu kính vô cùng
Người cha chính trực
Lời châu ngọc:
"Dù vinh nhục
Đừng bận lòng chi!"
Hướng thiện đời con
Càng dạt dào yêu thương
Tâm hồn con in sâu hình ảnh thiêng liêng
Đầy trang trọng,
giàu sinh động
Bóng cả cành cao che phủ cho con
Con luôn ngời gót chân son
Cha như vầng dương
Mẹ cùng cha sống mãi trên đời!

MẠ

Thời thơ ấu con thường bên mạ
Cha dạy con mẫu tử tình thâm
Mạ thương con biển hồ lai láng
Trời gió mưa bên ướt mẹ nằm

Rồi Quảng Trị gió Lào rát mặt
Mạ bán buôn, con bếp núc dần quen
Con học mạ tấm lòng nhân hậu
Dẫu chợ đời tráo trở, bon chen

Khi khôn lớn con dọc ngang tù ngục
Mạ thường về trong giấc mơ con
Cơm muối sả, tập tàng, rau đắng...
Chợt ngọt thơm theo bóng mạ cơ hàn

Thành gia thất con nhờ cậy mạ
Gom lá đào nhen bếp lửa chiều đông
Mạ lặng lẽ chăm hai thằng cháu nội
Thương con dâu thiếu sữa xót lòng

Chừ con sáu mươi, mạ trên chín chục
Lại chắt chiu giữa Huế quê nhà
Mạ đầu bạc tóc con chen sợi trắng
Con nguyện cầu mạ đừng vội đi xa

Con cầu nguyện cho con hoài bên mạ
Như ngày xưa cơm búng cơm mem
Và... chẳng may mạ về phương ấy
Xin hẹn ngày con, mạ đoàn viên!

Huế, 6/11/2008

MẠ ƠI

Nhìn ảnh mạ chao ơi là nhớ
Mùa Vu Lan về đó mạ tề!
Con dâng nén hương lòng lên mạ
Đóa hồng thơm ngan ngát chiều quê

Môi trầu mạ còn nồng vị ấm
Miếng cơm mem từ tuổi thơ con
Răng hạt huyền sáng nụ cười nhân hậu
Mạ cho con nguồn hạnh phúc ngời son

Nhìn ảnh mạ chao ơi là tiếc
Mùa Vu Lan về đó mạ tề!
Không còn mạ giữa đời bất tuyệt
Con một mình trăng khuyết trời khuya.

Giọng ru mạ ngân trong con day dứt
Lời nghĩa nhân từ ký ức hồi quang
Tao nôi hiền dìu con vào mộng lớn
Quên khổ đau cái thuở cơ hàn.

Nhìn ảnh mạ chao ơi là thích
Mùa Vu Lan về đó mạ tề!
Mạ thanh thản trên miền an lạc
Con hình dung mạ đang sánh vai ba.

Đài sen trắng quyện làn hương mới
Con thì thầm hai tiếng mạ ơi!
Con vẫn nhỏ trước hình ảnh mạ
Mùa Vu Lan nguồn hiếu hạnh dâng người!

Mùa Vu Lan, Huế, 11/8/2011 (12/7 âl)

VIẾT TRONG NGÀY GIỖ MẠ

Giỗ Mạ hôm nay lần thứ chín
Sáng chợ về con vô bếp một mình
Cá mạ thích con kho đây Mạ
Riêng cau trầu con lựa tươi xanh

Giờ con Mạ mỗi người mỗi hướng
Chẳng cùng chung một bữa cơm thiêng
Nhưng con hiểu lòng ai cũng vậy
Đều yêu thương hiếu thuận mẹ hiền

"Canh mướp đắng phải xanh cười hí!"
Lời dặn xưa con đã thuộc lòng
"Ruốc nhớ nêm khi còn nước lạnh…"
Tiếng Mạ dìu con qua những long đong

Giỗ Mạ hôm nay lần thứ chín
Con Mạ cũng vừa tròn bảy mươi
Sao con vẫn thấy mình bé nhỏ
Khi ngắm lên ảnh Mạ đang cười

Và Ba nữa đang hào hoa bên Mạ
Sợi khói thơm nối kết linh hồn
Con hạnh phúc trong ánh nhìn Ba Mạ
Quên mình đang, đã hoàng hôn…

VÕ THẠNH VĂN

Sinh năm Mậu Tý tại Ba Gia, Sơn Tịnh, Quảng Ngãi. Trung học tại Pellerin, Huế - Nguyễn Duy Hiệu & Trần Quốc Tuấn, Quảng Ngãi. Đại học Luật Khoa, Huế - ĐH Hungtindon, Alalbama - ĐH UTA/Arlington, Texas. Làm thơ, nhiếp ảnh, cộng tác nhiều cơ sở VH. Tác Phẩm: - 9 CD thơ, - Kinh Vô Thường.

MẸ SỚM RU CON
MỘT ĐỜI MÔNG QUẠNH

Dư âm mẹ hát buổi đầu
Còn vang vọng tiếng kinh cầu chung thân
Hốt nhiên hóa bướm tụ thần
Bâng khuâng nguồn cội. Tần ngần mối manh

Ngẩn ngơ đâu biết ngọn ngành
Chiều khung mây ráng. Khuya vành sao băng
Trăm năm lời mẹ nguyên vần
Ru con đẫy giấc xuân hàn quạnh đơn

Thoáng đưa lá cỏ chập chờn
Tang điền thẩm cát. Bãi cồn úa rêu
Lời ru mẹ vẫn nuông chiều
Mơn man quỳnh rũ. Đìu hiu trúc là

Ráng đùn. Gió quyện. Mưa sa
Hồi chuông triêu mộ la đà ngọn sương
Buổi xa xưa. Thuở mộng hường
Phong dao mẹ hát khai đường biển dâu

Ru con tình mẹ nhiệm mầu
Hương bay. Trầm quyện. Sông chau. Khói buồn
Bao năm trụy lệ ngầm tuôn
Nước khe Giang Thủy. Thác nguồn Trường Sơn

Tinh anh thể phách chưa sờn
Áo xiêm nguyên nếp. Phấn son vẹn màu
Tài hoa nét bút lồng chao
Hương sen ngan ngát. Sắc đào man man

Tráp. Khăn. Gương. Lược. Nhẫn. Đàn
Xuyến vàng đôi chiếc. Khuyên vàng đôi khoen
Hình hài (di ảnh) chưa hoen
Lạc Viên tụ ngọc. Đào Nguyên đông vàng

Nến thơm phảng phất hương làn
Lời ru Mẹ đọng thấm tràn mắt môi
Trâm ngà voi. Kẹp đồi mồi
Tóc bung phấn lộng. Má nhồi nhụy vương

Công chín chữ. Đức mười thương
Một dòng chung thủy. Đôi đường chia hai
Đành chờ kiếp khác đầu thai
Mẹ ru tuyệt khúc hoàng mai óng ngời

Mẹ về Bích Động đôi mươi
Tóc huyền chừng mượt. Môi tươi đương vừa
Con lên ba. Tuổi gió lùa
Biết đâu Tiên Hạc đang mùa hợp tan

Hài qua nghiêng xế võ vàng
Bùi ngùi nắng trải. Bàng hoàng mây giăng
Chiều thổn thức. Khuya trở trăn
Quạnh hiu sóng cuộn. Lỡ làng bèo trôi

Ra đi ngày ấy lâu rồi
Mẹ chưa về lại lắc nôi dỗ dành
Vành tang trắng. Ngấn đầu xanh
Lời ru ướt đẫm chảy quanh lũng đời.

VŨ ĐÌNH TRƯỜNG

Quê Điện Bàn – Quảng Nam. Khóa 73 Bộ binh Thủ Đức. Biệt động quân. Định cư tại Virginia – Hoa Kỳ. Viết sau năm 1975.

GIỖ CHA LẦN ĐẦU

tưởng cha về trên dốc nghiêng thềm nắng
trong hạt mưa đầy trên mắt thu xưa
mưa Cam Ranh ngồi nhớ mưa đô thị
vùng biển vàng như khói thuốc già nua

như tóc cha biết bao mùa sương gió
chòm mây đen giăng phủ mái sầu thưa
gió bốn hướng nghe buồn lên tám ngả
sơn khê chìm sau mấy lũng sương mưa

con ngồi đây nhìn mây lam ngỡ khói
nhang đèn nào xông tỏa ngút lưng trời
cha bây giờ trong cõi âm cằn cỗi
có đầy vơi con suối lệ khóc đời

linh hồn cha về đâu về đâu hỡi
đời một lần và chỉ một lần thôi .

1970
(trích *Những Nhánh Sông Quê Hương*)

VŨ TUYẾT NHUNG

Tên thật Vũ Thị Tuyết Nhung. Hiện ở thôn Đồng Đội, Nga Phượng, Nga Sơn – Thanh Hóa.

THĂM MỘ CUỐI NĂM

Đường dài thôi những cơn đau
Chỉ còn mây trắng bắc cầu Người đi
Cỏ hồn nhiên mãi xuân thì
Người vô tư bỏ sân si bụi trần

Gió mang đi những mùa xuân
Cuốn theo hạnh phúc xa gần mẹ gom
Cuộn tròn những giấc mơ con
Hóa cơn gió mát ngàn non bố nằm

Ván cờ dang dở cùng trăng
Con xa những tháng năm xanh giấc ngà
Quê nhà thăm thẳm bóng xa
Đêm đêm mẹ vẫn lệ nhòa giấc mê

Thoi đưa thấm thoát xuân về
Mặc bao tất bật bộn bề cuối năm
Con về thăm chỗ bố nằm
Khói hương vẽ lại ngàn năm kiếp người.

MẸ GIÀ ĐÚT CHÁO CHĂM CON

Con nằm trong viện xanh xao
Mẹ đi chăm cũng khuyết hao với ngày
Mẹ nhìn mây trắng đang bay
Giấu lòng giọt lệ đắng cay xế tà

Ngày xưa còn bé nhẩn nha
Vừa ăn vừa ngậm mẹ cha dỗ dành
Nâng như trái ngọc trên cành
Mẹ cầm thìa đút dỗ dành sớm hôm

Mỉm cười trước những cơn hờn
Mắt ngời sao sáng khi con ăn nhiều
Trải qua năm tháng thương yêu
Mẹ đem đắng tủi chắt chiu ngọt lành

Cho con xuân sắc ngời xanh
Giữ phần Mẹ những nếp nhăn da mồi
Tay chai nứt nẻ đồng khô
Lúa vàng trĩu dáng Mẹ phờ phạc nay

Chăm con như những tháng ngày
Tay run đút cháo mà đầy mắt sương
Con nằm gai cấu trên giường
Miệng cười mà buốt tận xương đến giờ...

CON NGỒI VẼ MẸ

Con ngồi vẽ nhớ vào đêm
Vẽ tre vào những mơ quên kiếp người
Từ ngày sương gió quấn đời
Nhớ về quê lại lệ rơi mẹ à

Con ngồi vẽ nhớ vào hoa
Mang hình dáng mẹ khi qua tuổi khờ
Sông dài, khe hẹp đang chờ
Bao nhiêu dòng chảy, vật vờ trôi mương

Bố nằm lại ở chiến trường
Bà hay ốm yếu con thường ốm đau
Các em một lũ lau nhau
Mẹ như lá chuối nát nhàu gió mưa

Canh chày biết mấy cho vừa
Bút không kể xiết chuyện xưa mẹ à
Giấu đi hương sắc nhụy hoa
Giữ gai mẹ dắt con qua vô thường

Con ngồi vẽ những yêu thương
Tuổi mơ mẹ rắc thơm hương con cười
Nụ con rạng rỡ xinh tươi
Hoa Người cánh rụng tả tơi đâu còn

Chân đi cuối bể đầu non
Vẫn không đi hết đường mòn Mẹ qua
Mẹ giờ vời vợi trời xa
Bóng quê xót mặn vỡ òa bóng con!

SỢI KHÓI XA MỜ

Mẹ giờ như nến thắp đông
Bốn bề gió hú cửa không đóng cài
Tiếng chim lảnh lót ban mai
Mẹ nghe hương quả gọi ngoài vườn sau

Dắt đi mà có được đâu
Gậy tre cũng đã vẹt đầu, ngả nghiêng
Nắng chiều xõa tóc ngoài hiên
Mẹ ngồi gọi khẽ từng tên con mình

Hội làng trống rộn sân đình
Cha đi còn một khối tình đơn côi
Vắng nghe câu hát sóng đôi
Mắt buồn chứa cả một trời hư vô

Ho cơn, lưng mỏi, mắt mờ
Bệnh ngày xưa trốn đến giờ mới ra
Đếm từng giây phút trôi qua
Vào ra mỏi ngóng con xa trở về

Mẹ không qua được đất quê
Con thì bao việc bộn bề âu lo
Ngổn ngang trăm mối vò tơ
Lòng đau đáu bóng mẹ mờ sương giăng

Cuối tuần tất tưởi đò giang
Con về mong thấy bình an mẹ già
Mẹ ngồi tóc trắng mây xa
Bếp nhà không khói sao nhòa mắt con.

NHÀ KHÔNG MÙA

Theo bước con chuồn con trở về xưa
Khi nhà là mái tranh hạnh phúc
Sáng cả nhà chung nhau lời chúc
Ngày tốt lành ánh mắt sáng niềm vui!

Một lần trượt chân bố trót đánh rơi
Nửa trái tim trên đường qua nhà khác
Kể từ đó tháng ngày thôi hát
Con chuồn kim bay mất tự bao giờ

Mấy mùa rồi nắng chẳng còn trong
Rêu xanh đã niêm phong lời chúc
Mẹ lặng lẽ phơi áo ngày bố mặc
Để lâu sợ nấm mốc màu phai

Xuân hạ đông trưa xế hôm mai
Cỏ đã lấp cơn say cuồng dại
Gió đưa rét vào tâm hồn chai cảm
Mẹ ơi về thôi! Nhà ta vẫn không mùa!

VƯƠNG HOÀI UYÊN

Tên thật Trần Thị Minh. Quê quán Thành phố Quảng Ngãi. Tốt nghiệp Đại học Sư phạm và Đại học Văn Khoa. Hiện thường trú tại TP.HCM. Hội viên Hội Nhà văn TP.HCM. Đã có tác phẩm xuất bản.

MẸ TÔI

Mẹ ngồi
khâu áo ngoài hiên
Mũi kim
khâu cả bao niềm đắng cay

Nắng chiều
ngả bóng quanh đây
Nhỏ nhoi
bóng mẹ
giữa ngày mênh mông.

THƠ NGÀY GIỖ MẸ

Mẹ không còn nữa vườn xưa vắng
Con về đứng lặng dưới hàng cây
Lẻ loi một tiếng gà trong nắng
Xao xác vườn hoang nắng cuối ngày.

Nhà dang rộng cửa như chờ khách
Vào nhà tĩnh lặng chẳng ai hay
Mẹ không còn nữa tìm đâu thấy
Vóc dáng hao gầy cánh vạc bay.

Cau héo trên cây trầu rụng lá
Mẹ ơi, về nhặt lá trầu không
Tháng bảy mưa ngâu ngày giỗ mẹ
Con gửi vào mưa cả nỗi lòng.

MẸ

Cho dù mai này đi đâu, về đâu
Con vẫn nhớ
Ngọn khói lam chiều trong khu vườn tuổi nhỏ
Nơi mẹ mỗi chiều xao xác quét lá khô
Giọt mồ hôi nào thấm đẫm chiếc áo thô
Khi mẹ còm cõi chông chênh trèo thang
 hái trầu trong nắng.

Số phận đè lên vai gầy trĩu nặng
Gót chân gầy bươn bả buổi chợ xa
Tuổi thơ con đi qua
Cho đến ngày khôn lớn
Đi một bước là một lần vấp ngã
Nỗi đau nào cũng buốt giá con tim
Đời lắm chông gai con vẫn đi tìm
Lặn lội mãi không tìm ra lẽ sống.

Tóc chớm bạc
   nhưng tay đời vẫn trắng
Một gia tài đầy rẫy những chua cay
Thôi hãy buông tay cho đến một ngày
Theo gót mẹ đi về nơi vĩnh cửu...

XUÂN QUỲNH

Tên thật Nguyễn Thị Xuân Quỳnh, sinh ngày 6/10/1942 tại xã Văn Khê, thị xã Hà Đông, tỉnh Hà Tây (nay là phường La Khê, quận Hà Đông, Hà Nội). Xuất thân trong một gia đình công chức, mẹ mất sớm, bố thường xuyên công tác xa gia đình, Xuân Quỳnh được bà nội nuôi dạy từ nhỏ đến khi trưởng thành. Thành viên trong Đoàn Văn Công Trung Ương, đi biểu diễn tại nhiều quốc gia. Viết trước năm 1975, cùng chồng – nhà biên kịch, nhà thơ Lưu Quang Vũ. Tử nạn giao thông cùng chồng và con trai Lưu Quỳnh Thơ ngày 29/8/1988 tại đầu cầu Phú Lương, thị xã Hải Dương (nay là thành phố), tỉnh Hải Dương. Có trên 12 tác phẩm, thơ truyện, chung và riêng được xuất bản.

LỜI RU CỦA MẸ

Lời ru ẩn nơi nào
Giữa mênh mang trời đất
Khi con vừa ra đời
Lời ru về mẹ hát

Lúc con nằm ấm áp
Lời ru là tấm chăn
Trong giấc ngủ êm đềm
Lời ru thành giấc mộng

Khi con vừa tỉnh giấc
Thì lời ru đi chơi
Lời ru xuống ruộng khoai
Ra bờ ao rau muống

Và khi con đến lớp
Lời ru ở cổng trường
Lời ru thành ngọn cỏ
Đón bước bàn chân con

Mai rồi con lớn khôn
Trên đường xa nắng gắt
Lời ru là bóng mát
Lúc con lên núi thẳm
Lời ru cũng gập ghềnh
Khi con ra biển rộng
Lời ru thành mênh mông.

MẸ CỦA ANH

Phải đâu mẹ của riêng anh
Mẹ là mẹ của chúng mình đấy thôi
Mẹ tuy không đẻ, không nuôi
Mà em ơn mẹ suốt đời chưa xong

Ngày xưa má mẹ cũng hồng
Bên anh, mẹ thức lo từng cơn đau
Bây giờ tóc mẹ trắng phau
Để cho mái tóc trên đầu anh đen

Đâu con dốc nắng đường quen
Chợ xa gánh nặng mẹ lên mấy lần
Thương anh thương cả bước chân
Giống bàn chân mẹ tảo tần năm nao

Lời ru mẹ hát thuở nào
Truyện xưa mẹ kể lẫn vào thơ anh:
Nào là hoa bưởi, hoa chanh
Nào câu quan họ mái đình cây đa...

Xin đừng bắt chước câu ca
Đi về dối mẹ để mà yêu nhau
Mẹ không ghét bỏ em đâu
Yêu anh em đã là dâu trong nhà

Em xin hát tiếp lời ca
Ru anh sau mỗi âu lo nhọc nhằn
Hát tình yêu của chúng mình
Nhỏ nhoi giữa một trời xanh khôn cùng

Giữa ngàn hoa cỏ núi sông
Giữa lòng thương mẹ mênh mông không bờ
Chắt chiu từ những ngày xưa
Mẹ sinh anh để bây giờ cho em

(sưu tập)

XUÂN THAO

Tên thật Lê Văn Thí, sinh năm 1944 tại Thạc Gián – Đà Nẵng. Có một thời sống tại Quảng Ngãi. Hiện ở Việt Nam. Khởi viết năm 1962. Đã có 2 tác phẩm xuất bản và một tác phẩm in chung cùng nữ tác giả Thu Phong tại Hoa Kỳ.

MẸ HIỀN
NHƯ ÁNH TRĂNG RẰM THÁNG BẢY

Trăng là mẹ hay chính mẹ là trăng?
Để đêm khuya rọi bóng xuống hôm rằm
Đêm tháng bảy hiếm hoi, có vầng trăng lên chậm
Cũng đủ sáng soi đời bạc phước, tối tăm

Trăng rất hiền như đời mẹ hiền khô
Một nắng hai sương mẹ không quản sớt, bào
Mẹ vắt mồ hôi tưới trên ruộng cạn
Những mong con trở thành bậc anh hào

Một đời mẹ buồn và sầu thảm
Đành bất hiếu mẹ, cha từ thuở theo chồng
Mười năm, rồi hai mươi năm mẹ bận bịu với đàn con
Tay, chân mẹ có lúc nào ngơi nghỉ

Ở chốn phồn hoa có bao giờ mẹ ăn được miếng tốt
Mẹ chưa bao giờ diện được bộ đồ sang
Ăn với mặc mẹ không hề kén chọn
Dành hết cho con, gì qua quýt cũng xong

Cho đến chết, cỗ áo quan mẹ cũng thường thường hàng mộc
Xe tang đưa đi cũng không phết, không sơn
Chẳng điếu văn, chẳng cờ liễn uy nghi
Chỉ có trời đổ một cơn mưa bụi!

Mẹ thầm lặng một đời cho đến hết
Mẹ giản đơn như cơm với muối dưa
Mẹ sống giữa đời mà như cái bóng
Rọi xuống đời con từng bước trong mưa...

THƯA MẸ CON ĐÃ VỀ
Kính dâng mẹ tôi, những mùa Xuân quá khứ...

Con đã về!
Vâng, con về thật
Về trong đêm giao thừa,
Về bên nồi bánh đang sôi sục,
hực hỡ, nửa khuya
Ngoài kia, gió bập bùng, se lạnh
Để soi mặt mình,
những ngày xa cách
Để nhìn mặt mẹ,
mòn mỏi chờ mong...

Con đã về!
Đêm ba mươi gió lạnh
Mẹ ơi,
Nhớ gì không?
Mẹ thức suốt đêm!
Con giúp mẹ dọn bàn cúng Tết
Ôi, dáng mẹ gầy gò
 khom khom sau vạt áo
Bên hương khói trầm trầm
đứng khấn vái tổ tiên

Con đã về!
Vâng, con về thật
Con phải về, như lòng mình đã quyết
Về để nhận của mẹ
thêm một tuổi đời
(Bao nhiêu năm ròng rã mẹ cho con!)...

Đêm ba mươi
bên hương khói âm thầm
Mẹ có nguyện cầu gì cho dân tộc?
Cho anh, chị, em con
từ những miền xa
Cũng trở về quê nhà họp mặt
Cho những bà con, người thân,
trong họ, ngoài làng
Đông đảo trở về
Tiếng cười nói râm ran đầu ngõ
Cho những người còn, kẻ mất
Đêm ba mươi,
ngồi nhìn nhau tận mắt
Sờ mặt nhau
xem còn vết đau thương…?

Con đã về!
Con về thật, mẹ ơi!
Không còn là ảo tưởng xa xôi
Ôi, sự thật có thể
sờ mó, bắt tay, thăm hỏi!
Như sờ lên mùa Xuân
Như sờ lên da, thịt
Như con tim
Như khối óc
Như những ngôn từ:
Dân Tộc, Yêu Thương.

XUYÊN TRÀ

Tên thật Nguyễn Ninh, sinh ngày 27/1/1942 tại Xuyên Trà, Duy Xuyên – Quảng Nam. Khóa 20 Bộ binh Thủ Đức. Hiện định cư tại thành phố Atlanta, tiểu bang Georgia – Hoa Kỳ. Đã xuất bản 4 thi phẩm.

MẸ VÀ DÒNG SUỐI

Dưới khe con suối nói gì
Mà sao giọng, cứ thầm thì đầy vơi
Nước trong nguồn đổ biển khơi
Ngàn năm vọng mãi những lời Mẹ ru.

TÂM KHÚC CHO MẸ
Kính dâng Thân Mẫu

Sông núi thảo thơm
Sinh ra Người, cũng hiền như cục đất
Thời buổi chiến tranh
Mẹ bỏ làng xa Thi Lai – Hà Mật
Canh cửi một đời, cũng nhắm mắt ra đi
Quê hương dâu tằm, xưa đẹp như nét Đường Thi
Con kén nhả tơ, tội tình chi đứt đoạn…!

Tuổi ấu thơ, lớn lên gặp thời ly loạn
Nghèn nghẹn trong lòng, ai hát điệu hò khoan
Tiếng hô bài chòi, về nghe ngân dài cho tới sáng
Nghĩ tội cho con Nhì Nghèo, một kiếp long đong

Lúa Ba Trăng, đợi giọt mưa mới chịu trổ đòng
Gió nồm thổi hiu hiu đón mùa cá biển
Mỗi sớm tinh mơ ra đồng thấy con chiền chiện
Chiều gánh củi về chim én liệng đầu non
Khốn khó bao năm mà tình nghĩa mãi vuông tròn
Lòng của Mẹ, che một đời con bóng mát…

Sáu mươi năm sau, hai mái đầu cùng bạc
Một quê người và một ở quê Cha
Tiết lập xuân chim hót ở sau nhà
Lòng bối rối, đứng nhìn mây tứ hướng
Cố thổ xa xăm vẫn còn nghe âm hưởng
Sóng quê nhà rưng rức gió Sông Thu
Chiều mang mang lá dội giữa sương mù
Tiếng ai hát như lời ru của Mẹ
Con hạnh phúc khóc như thời rất trẻ
Uống ngược nước mắt vào lòng cho mặn tình con.

Mục lục

- Lời Thưa Đầu Sách — 5
- Xuân Tâm — 9
- An Nhiên — 10
- Bắc Phong — 15
- Bạch Xuân Phẻ — 18
- Bùi Vĩnh Hưng — 20
- Cái Trọng Ty — 22
- Cao Nguyên — 24
- Cao Thoại Châu — 27
- Cao Xuyên — 31
- Chu Nguyên Thảo — 32
- Cung Trầm Tưởng — 34
- Dan Hoàng — 36
- Dung Thị Vân — 38
- Dư Mỹ — 43
- Đan Thanh — 48
- Đào Minh Tuấn — 51
- Đặng Bá Tiến — 56
- Đặng Hiền — 60
- Đặng Hiển — 62
- Đặng Ngọc Khoa — 63
- Đặng Tường Vy — 66
- Đinh Nam Khương — 68
- Đinh Nguyên — 69
- Đinh Trường Chinh — 73
- Đoàn Phương — 78
- Đỗ Duy Ngọc — 80
- Đỗ Quyên — 82
- Đỗ Trung Quân — 83
- Đồng Đức Bốn — 85
- Đức Phổ — 90
- Hà Nguyên Du — 94
- Hà Nguyên Dũng — 98
- Hà Thiên Sơn — 101
- Hạ Đình Thao — 103
- Hạ Quốc Huy — 104
- Hoa Nguyên — 107
- Hoa Thi — 111
- Hoa Văn — 114
- Hoàng Anh Tâm — 115
- Hoàng Huy Khánh — 116
- Hoàng Kim Oanh — 118
- Hoàng Lộc — 120
- Hoàng Nga — 123
- Hoàng Xuân Sơn — 125
- Hồ Chí Bửu — 131
- Hồ Tuấn Nhã — 133
- Hồ Xoa — 135
- Huỳnh Liễu Ngạn — 139
- Hư Vô (Úc) — 147
- Khánh Hà — 150
- Kim Tuấn — 152
- Lâm Chương — 154
- Lâm Hảo Dũng — 158
- Lâm Hảo Khôi — 160
- Lê Cẩm Thanh — 162
- Lê Đạt — 164
- Lê Đình Cánh — 168
- Lê Hân — 170
- Lê Minh Quốc — 175
- Lê Sáng — 180
- Lê Trường An — 182
- Lê Văn Hiếu — 185
- Lê Văn Trung — 188
- Linh Phương — 193
- Luân Hoán — 195
- Lữ Quỳnh — 206
- Lưu Nguyễn — 208
- Mạc Minh — 210
- Mạc Phương Đình — 213
- Mai Khắc Ứng — 216
- Mang Viên Long — 217
- MH Hoài Linh Phương — 222
- My Thục — 230
- Ngã Du Tử — 231
- Ngàn Thương — 234
- Ngô Nguyên Dũng — 238
- Ngưng Thu — 240
- Nguyên Như — 246
- Nguyễn An Bình — 247
- Nguyễn Bảo Cường — 251
- Nguyễn Duy — 256
- Nguyễn Đông Giang — 258
- Nguyễn Đức Bạt Ngàn — 261

• Nguyễn Hải Thảo	262		• Sỹ Liêm	404
• Nguyễn Hàn Chung	264		• Tạ Ký	412
• Nguyễn Hữu Thụy	270		• Thái Huy Long	415
• Nguyễn Huy Côn	272		• Thái Tú Hạp	417
• Nguyễn Miên Thượng	273		• Thanh Mai	423
• Nguyễn Minh Nữu	278		• Thanh Nguyên	426
• Nguyễn Minh Phúc	281		• Thành Tôn	430
• Nguyễn Nam An	286		• Thiếu Khanh	434
• Nguyễn Ngọc Hạnh	288		• Thy An	436
• Nguyễn Ngọc Oánh	294		• Tiểu Lục Thần Phong	437
• Nguyễn Nhã Tiên	296		• Trầm Hương	440
• Nguyễn Sông Trẹm	298		• Trần Dzạ Lữ	442
• Nguyễn Tấn Nghiệp	303		• Trần Đình Sơn Cước	446
• Nguyễn Thái Dương	308		• Trần Đức Phổ	449
• Nguyễn Thành	314		• Trần Hoan Trinh	452
• Nguyễn Trọng Tạo	316		• Trần Hoài Thư	454
• Nguyễn Thị Minh Thủy	318		• Trần Hoàng Vy	455
• Nguyễn Thị Thanh Bình	320		• Trần Hồng Châu	458
• Nguyễn Trung Dũng	324		• Trần Lý Tường Lan	460
• Nguyễn Văn Gia	325		• Trần Mạnh Hảo	464
• Nguyễn Văn Nhân	328		• Trần Phù Thế	468
• Nguyễn Văn Thu	332		• Trần Thị Ngọc Mai	471
• Nguyễn Vũ Sinh	336		• Trần Thị Nguyệt Mai	473
• Nhật Minh	338		• Trần Trung Đạo	476
• Như Không	339		• Trần Vạn Giã	478
• Phạm Cao Hoàng	342		• Trần Vấn Lệ	482
• Phạm Chu Sa	348		• Trần Yên Hòa	489
• Phạm Dạ Thủy	350		• Triều Hoa Đại	494
• Phạm Doãn Hứa	352		• Tường Linh	496
• Phạm Hồng Ân	354		• Tường Vi	500
• Phạm thị Anh Nga	359		• Văn Ngọc	501
• Phạm Thị Vĩnh Hà	367		• Vi Khuê	504
• Phạm Quang Ngọc	368		• Việp Phong	506
• Phan Ngọc Hải	370		• Võ Đình Tiên	508
• Phan Nhiên Hạo	373		• Võ Quê	510
• Phan Ni Tấn	374		• Võ Thạnh Văn	514
• Phương Tấn	381		• Vũ Đình Trường	516
• Quan Dương	386		• Vũ Tuyết Nhung	517
• Quảng Tánh Trần Cầm	389		• Vương Hoài Uyên	522
• Quỳnh My	394		• Xuân Quỳnh	525
• Song Nguyễn	395		• Xuân Thao	528
• Song Vinh	401		• Xuyên Trà	532

Liên lạc Tác giả
Luân Hoán
lebao_hoang@yahoo.com

Liên lạc Nhà xuất bản
Nhân Ảnh
han.le3359@gmail.com
(408) 722-5626

www.ingramcontent.com/pod-product-compliance
Lightning Source LLC
Chambersburg PA
CBHW060347080526
44583CB00012B/209